भारतातील सामाजिक चळवळी

लेखक

घनश्याम शहा

अनुवाद

प्राची चिकटे

डायमंड पब्लिकेशन्स

भारतातील सामाजिक चळवळी/ घनश्याम शहा
मराठी अनुवाद : प्राची चिकटे

Social Movements in India / Ghanshyam Shah
Translated by : Prachi Chikate
पहिली मराठी आवृत्ती : २००८
दुसरी मराठी आवृत्ती : २०२५

First Pubished in English in 2004 by Sage Publications, New Delhi

ISBN : 978-93-90081-89-9

मुखपृष्ठ
डायमंड पब्लिकेशन्स

अक्षरजुळणी
संध्या कामत

मुद्रक
ट्रीनिटी अकॅडमी, पुणे

प्रकाशक
२६४/३ शनिवार पेठ, अनुग्रह अपार्टमेंट
ओंकारेश्वर मंदिराजवळ, पुणे-४११ ०३०
☎ ८६०००१०४१६
info@dpbooks.in

ऑनलाईन पुस्तक खरेदीसाठी भेट द्या
www.dpbooks.in

अनुक्रमणिका

पहिल्या आवृत्तीची प्रस्तावना

भारतातील सामाजिक चळवळींसंबंधीच्या साहित्याचा आढावा घेणे हा या लिखाणाचा उद्देश आहे. राज्यशास्त्रातील रिसर्च सर्व्हेच्या (शोधनिबंधांच्या पहाणीच्या) दुसऱ्या फेरीचे काम इंडियन कौन्सिल ऑफ सोशल सायन्स रिसर्चच्या सल्लागार समितीने माझ्यावर सोपविले. या कामाचा उद्देश सर्वसाधारण कल कोणत्या बाजूला झुकतो आहे त्याचा अंदाज घेणे - विशिष्ट विषयांसंबंधी सामाजिक गट, भौगोलिक प्रदेश आणि काळ, तात्त्विक चर्चा, रोख, मुख्य निष्कर्ष या दृष्टीने विचार - आणि त्रुटी दाखवून देणे की जेणेकरून आय.सी.एस.एस.आर.ला शोधासाठीचे अनुदान कोणत्या अग्रक्रमाने देता येईल, यासंबंधी निर्णय घेता येईल. अभ्यासकांना त्यांच्या अभ्यासविषयासंबंधीची योजना तयार करणे आणि द्विरुक्ती टाळणे यासाठीसुद्धा या आढाव्याचा उपयोग होऊ शकेल.

सामाजिक चळवळी हा एकट्या राज्यशास्त्राच्या जिव्हाळ्याचा विषय नाही. खरे म्हणजे राज्यशास्त्राने आतापर्यंत सर्वसामान्यांकरिता या विषयाकडे अनेक कारणांनी दुर्लक्षच केले आहे. ज्याला कुणाला राज्य, राजकीय शक्ती आणि समाजातील संघर्ष यांच्या स्वरूपाचे ज्ञान करून घ्यावयाचे आहे, त्याला समाजाची ठेवण, सामाजिक प्रक्रिया, संस्कृती, आर्थिक ढाचा आणि या सर्वांची परस्परांमधील जडणघडण यांचा अभ्यास करण्याशिवाय गत्यंतर नाही. स्वातंत्र्यप्राप्तीनंतरच्या काळातील भारतातील काही सामाजिक चळवळींची पाळेमुळे वसाहतवादातील काळात आहेत. गेल्या शतकातील शेवटाच्या काही चळवळी आणि या शतकाच्या सुरुवातीच्या काही चळवळींचा संबंध वसाहतवादापासून तोडता येत नाही. ऐतिहासिक अभ्यासांमुळे वर्तमानकाळाबद्दलची आपली समज वाढते. म्हणून सामाजिक चळवळींचा अभ्यास स्वतंत्र शैक्षणिक विचारसरणींनी मर्यादित / बंदिस्त करता येणार नाही. त्या अभ्यासाचा रोख आंतर-शैक्षणिक शाखा असा नसावा, तर एखाद्या शैक्षणिक शाखेचा ताण कमी करण्यासाठी अभ्यासाचा भर ठरावीक शिक्षण - विचारांवरच अवलंबून नसावा (non-disciplinary).

साहित्याचा आढावा घेताना जरी मी राज्यशास्त्रासंबंधीची माझी कळकळ कमी करू शकलो नसलो तरी मी फक्त राज्यशास्त्रज्ञांच्या अभ्यासांपुरतेच फक्त माझे लक्ष केंद्रित केलेले नाही.

जेव्हा मी या अभ्यासाला सुरुवात केली, तेव्हा मला दोन समस्यांना तोंड द्यावे लागले. स्वातंत्र्यप्राप्तीनंतरच्या काळातील विद्यमान चळवळींपुरताच मी विचार करावा का? सामाजिक स्तर किंवा वर्ग यांची अनुस्यूत भूमिका लक्षात न घेता फक्त मी जमावाच्या, समुदायाच्या चळवळी विचारात घ्याव्या का? पहिली गोष्ट म्हणजे, वर्तमानकाळाचे अर्थपूर्ण आकलन व्हायचे असेल तर भूतकाळ समजून घ्यावा लागतोच. परंतु काळ आणि साधनांची उपलब्धता यांच्या मर्यादांमुळे एक सीमारेषा ठरवून घ्यावी लागते. ब्रिटिशांचे राज्य स्थापन झाल्यापासूनच्या काळातील सामाजिक चळवळींचा विचार करणारा अभ्यास समाविष्ट करण्याचे मी ठरविले. पुन्हा एकदा वर सांगितलेल्या निर्बंधामुळे सामाजिक-धार्मिक आणि स्वातंत्र्य चळवळींचा मी पुरेसा विचार केलेला नाही. माझी सबब अशी असेल की सामाजिक-धार्मिक चळवळी एका विशिष्ट कालावधीत राज्याच्या शक्तीवर फारच थोडा परिणाम घडवून आणू शकतात. स्वातंत्र्यचळवळींच्या बाबतीत म्हणाल तर अभ्यास साहित्य खूपच उपलब्ध आहे. परंतु एका अभ्यासकाला त्या सर्वांचा विचार करणे अवघड आहे. शिवाय, बऱ्याच अभ्यासांमध्ये, विविध समुदायापेक्षा फक्त उच्चभ्रू श्रेष्ठ व्यक्तींची निर्णयप्रक्रिया आणि कृती यांचा स्वातंत्र्यचळवळींचा अभ्यास करताना विशेष विचार केलेला दिसतो. दुसरी गोष्ट म्हणजे नेहमी जरी नाही तरी अनेकदा सामाजिक चळवळी या किंवा त्या विशिष्ट वर्गाशी किंवा सामाजिक स्तराशी सर्वसाधारणपणे निगडित असलेल्या दिसतात. शेतकऱ्यांसंबंधी, स्त्रियांसंबंधी, दलितांसंबंधी असे अभ्यासविषय हे नेहमी विशिष्ट वर्ग किंवा स्तर यांच्याशी संबद्ध असतात. त्यामुळे साहित्यात ते जसे आढळून येतात, त्याप्रमाणे मी त्यांचे वर्गीकरण करायचे ठरविले. त्यांचे एकत्रीकरण करणे किंवा विषयवार पुनर्रचना करण्यापेक्षा मला वरीलप्रमाणे वर्गीकरण करणे योग्य वाटले. विषयवार पुनर्रचना ही केवळ गुंतागुंतीचीच नाही तर प्रत्यक्ष अभ्यासाचा विचार करताना समस्या उत्पन्न करणारी वाटते. परिणामतः अनेक प्रकारच्या उपयुक्त आणि माहितीप्रधान अभ्यासांकडे दुर्लक्ष करावे लागले असते.

समितीच्या अपेक्षेपेक्षा खूपच मोठा विषय-विचार विचारात घेतला आहे. याचे कारण असे आहे की मी जेव्हा कामाला सुरुवात केली तेव्हा विविध प्रकारच्या चळवळींची पद्धती आणि चळवळींचे कार्यकर्ते आणि अभ्यासक की ज्यांना समाज-परिवर्तनामध्ये रस वाटत होता, हे विविध सामाजिक गट आणि वर्ग, त्यांच्या कृती,

क्षमता, लढाऊपणा, त्यांच्या चळवळींच्या निरनिराळ्या काळांतील मर्यादा, या- संबंधीचे ज्ञान प्राप्त करून घेऊ शकतील, अशी मला आशा वाटत होती. अजूनही सत्याची क्लिष्टता जाणून घेण्यासाठी मी धडपडतो आहे. म्हणून समारोपाच्या प्रकरणामध्ये या मुद्द्यांसंबंधी चर्चा करण्याचा मोह मी कटाक्षाने टाळला आहे. सामाजिक चळवळींच्या बाबतीत कोणत्याही सर्वसाधारण निष्कर्षांपर्यंत येण्यासाठी मला आत्मविश्वास वाटत नाही. माझ्या स्वत:बरोबर आणि इतरांबरोबर अधिक चर्चेची आवश्यकता वाटते. आताच्या या खटाटोपाने पार्श्वभूमी तयार होण्याचे काम होईल.

हे काम नसते तर भारतातील सामाजिक चळवळींवरील एवढे अभ्यास साहित्य मी वाचले नसते. ही संधी दिल्याबद्दल आय.सी.एस.एस.आर.चा मी अत्यंत आभारी आहे, आणि हे काम पूर्ण होण्यामध्ये माझ्याकडून झालेला अक्षम्य उशीर सहन करणे आणि मला ते अभ्यास साहित्य प्रकाशित करण्याची परवानगी दिल्याबद्दल मी आय.सी.एस.एस.आर.चा कृतज्ञ आहे. ॲम्स्टरडॅम युनिव्हर्सिटीच्या सेंटर फॉर एशियन स्टडीज (उअडअ) यांनी सौहार्दपूर्ण वातावरण आणि १९८८ च्या जुलै-ऑगस्टमध्ये व्हिजिटिंग फेलो म्हणून राहताना आवश्यक त्या सुखसुविधा पुरविल्या, की ज्यामुळे मी हस्तलिखिताचे पुन्हा लेखन करू शकलो. कासा, कासाचे (डायरेक्टर) संचालक आणि माझे मित्र यान ब्रेमन यांचा मी अत्यंत आभारी आहे. सूरतचे सेंटर फॉर सोशल स्टडीज् आणि इतर ठिकाणचे मित्र आणि सहकारी की ज्यांनी संदर्भ पुरविले, हस्तलिखित पूर्ण किंवा काही भाग वाचला, आणि आपली परखड मते दिली अशा सर्वांचा मी अतिशय ऋणी आहे. या सर्वांमध्ये ए. आर. देसाई, डी. एल. शेठ, यान ब्रेमन, डी. एन. धनागरे, डेव्हिड हार्डीमान, विभूती पटेल, प्रदीपकुमार बोस, नीरा देसाई, परिता, हाइन् स्ट्रिफकर्क, राखाहारी चॅटर्जी, एस. पी. पुणालेकर, सुधीर चंद्रा, भगीरथ शहा आणि बाबुभाई देसाई यांच्याबद्दल मी विशेष उल्लेख केला पाहिजे. माझी पत्नी कल्पना, हिने स्त्रियांच्या चळवळीसंबंधी वाचले. महत्त्वाच्या उपयुक्त सूचना केल्या, एवढेच नव्हे तर माझी लहरी मन:स्थिती आणि विक्षिप्तपणा सहन केला. एम.आर. मॅक आणि हीना शाह यांनी मला पुस्तके आणि नियतकालिके आणि ग्रंथसूचीचे तपशील मिळवून देण्यात खूप मदत केली. के. एम. भावसार यांनी हस्तलिखिताचे अनेकवेळा पुन:पुन्हा काळजीपूर्वक आणि स्नेहपूर्वक टंकलेखन केले. अनुपम पृथी यांनी संपादकीय साहाय्य केले. अर्थात्, शैली आणि निष्कर्ष यासंबंधीच्या या अभ्यासातील मर्यादा आणि चुका या मात्र केवळ माझ्या एकट्याच्या आहेत.

माझे मित्र, ठाकोरभाई शहा, पूर्वीचे गांधीवादी की जे १९४० ते १९६० च्या दरम्यान दोन दशके काँग्रेस सेवादलामध्ये कार्यरत होते, ते शाळेत आणि शाळेच्या

बाहेर माझ्या जडणघडणीच्या काळामध्ये माझे मार्गदर्शक होते. ते पुढे मार्क्सवादी आणि ट्रॉट्स्कीवादी झाले आणि त्यांनी सर्वसामान्य राजकारण सोडून दिले. बडोद्यातील आणि आसपासचे कामगारवर्गाचे लढे त्यांनी चालविले. त्यांची गतिमानता, शोषित वर्गांबद्दलची त्यांची बांधिलकी, आणि पर्याय शोधण्यासाठीची त्यांची सतत चाललेली धडपड याबद्दल फार कौतुक वाटते. जरी अनेक मुद्द्यांवर त्यांच्यात आणि माझ्यात मतभिन्नता आहे, तरी ते आणि त्यांच्यासारखे अनेक कार्यकर्ते मला सतत स्फूर्ती देतात आणि तत्त्व आणि व्यवहार यांची सांगड घालण्याची मला आठवण करून देतात. मी अत्यंत कौतुकाने आणि आशेने हे माझे काम ठाकोरभाई शहा यांना समर्पित करतो.

दुसऱ्या सुधारित आवृत्तीची प्रस्तावना

या पुस्तकाला सर्व क्षेत्रातील शिक्षक, विद्यार्थी व संशोधक सर्वांकडून भरभरून प्रतिसाद मिळाला. जवळ जवळ दोन वर्षांपूर्वी तेजेश्वर सिंह यांच्याकडून दुसऱ्या आवृत्तीची सूचना आली आणि मी त्या सूचनेस मान्यता दिली होती. त्याचवेळेस सुधारित आवृत्तीचा विचारही डोक्यात होताच. प्रत्यक्षात सुरुवात केली तेव्हा असे लक्षात आले की १९९० पासून या सामाजिक चळवळीच्या आराखड्यात बरेच बदल झाले आहेत. परिणामी पुनर्लेखनच योग्य होईल. पण माझ्या हातात असलेल्या इतर कामांमुळे बराच वेळ लागला. या आवृत्तीत स्त्रियांच्या चळवळीबाबतचे प्रकरण पूर्णपणे नव्याने लिहिले आहे. तसेच पर्यावरण आणि मानवी हक्क चळवळीबाबतची प्रकरणेने नव्यानेच समाविष्ट केली आहेत. वाचकांना त्यांचा उपयोग होईल असा विश्वास वाटतो.

नेदर्लंडसमधील इन्स्टिटयूट ऑफ ॲडव्हान्सड स्टडी इन ह्युमॅनिटीज अँड सोशल सर्व्हिसेस, वासनार यांच्या शिष्यवृत्तीमुळे ह्या लेखनासाठी योग्य वातावरण मिळाले. ती संस्था व त्या संस्थेचे ग्रंथपाल हॅरियट द मान यांनी केलेल्या मदतीबद्दल त्यांचा मी आभारी आहे. जया दलाल यांनी कष्टपूर्वक केलेल्या संपादनाबद्दल त्यांचेही आभार मानने संयुक्तिक ठरेल.

तेजेश्वर सिंह यांच्या पाठपुरवठ्यामुळे हे पुस्तक प्रकाशित होत आहे. उमा चक्रवर्ती, पेरी जॉन, के. आर. नायर, व्हर्जिनिअस झाझा, शरित के भौमिक व सीताराम काकराला या सर्वांचे लेखनकार्यातील सहकार्याबद्दल आभार! पुनर्लेखन करताना कल्पनाशी केलेल्या चर्चांसाठी तिचा मी आभारी आहे.

लेखकासंबंधी

घनश्याम शहा हे सध्या नेदरलँड्स इन्स्टिट्यूट फॉर ॲडव्हान्सड स्टडी इन ह्युमॅनिटीज् अँड सोशल सायन्सेस, वासेनार, नेदरलँड्सचे फेलो आहेत. संपन्न आणि वैशिष्ट्यपूर्ण करिअरमध्ये ते सेंटर फॉर सोशल स्टडीजचे, संचालक (सूरत) (१९७६ ते ८५ आणि पुन्हा १९९१–९६); मसुरीच्या नॅशनल ॲकॅडेमी ऑफ ॲड्मिनिस्ट्रेशनचे डॉ. आंबेडकर चेअर प्रोफेसर, आणि सेंटर ऑफ सोशल मेडिसिन आणि कम्युनिटी हेल्थ, जवाहरलाल युनिव्हर्सिटी, न्यू दिल्ली (१९९७ ते २००३) चे प्रोफेसर.

साउथ गुजरात युनिव्हर्सिटीच्या डिपार्टमेंट ऑफ पब्लिक ॲड्मिनिस्ट्रेशनमध्ये प्रोफेसर म्हणून शहांनी शिकविले आहे. बनारस हिंदू युनिव्हर्सिटी आणि शिकागो युनिव्हर्सिटीच्या डिपार्टमेंट ऑफ पोलिटिकल सायन्स या ठिकाणी ते व्हिजिटिंग प्रोफेसर आहेत. १९७९–८० सालचे व्ही. के. आर. व्ही. राव पोलिटिकल सायन्स रिसर्च पारितोषिक आणि १९९८ सालचे युनिव्हर्सिटी ग्रँट्स कमिशनचे नॅशनल ॲवॉर्ड इन पोलिटिकल सायन्स त्यांना मिळाले. त्यांनी १५ पेक्षा अधिक पुस्तकांचे लेखन, सह-लेखन किंवा संपादन केले आहे. सोशल मुव्हमेंट्स अँड द स्टेट (२००२), दलित आयडेंटिटी अँड पॉलिटिक्स (२००१), पब्लिक हेल्थ अँड अर्बन डेव्हलपमेंट : दि स्टडी ऑफ दि सुरत प्लेग (१९९७).

१ परिचय

भारतातल्या सामाजिक चळवळींचा गेल्या तीन दशकांमध्ये अनेक वेळा अभ्यास केला गेला आहे. अन्य विषयांच्या अभ्यासापेक्षा सामाजिक विषयांच्या संशोधनाचे आणि अभ्यासाचे प्रमाण खूपच अल्प राहिले आहे. यांपैकी बहुतेक संशोधन हे १९६० च्या मध्यावधीनंतरच म्हणजे अगदी अलीकडच्या काळात झालेले आहे. या संशोधनामध्ये इतिहाससंशोधक, समाजशास्त्रज्ञ, राजकीय समीक्षक आणि पत्रकारांनी केलेल्या संशोधनाचाच वाटा अधिक आहे. राजकीय संशोधकांनी आतापर्यंत तरी या विषयाकडे जवळजवळ दुर्लक्षच केले आहे. इतिहाससंशोधकांनीही आपल्या संशोधनाचा भर हा राज्यकर्ते आणि महत्त्वाच्या व्यक्तिमत्त्वांवरच ठेवला. भारतीय संशोधकांनीही इतिहासाचा अभ्यास करताना ब्रिटिश संशोधकांच्याच पावलावर पाऊल ठेवून भारताचा सामाजिकदृष्ट्या खडतर इतिहासच अधोरेखित केला (स्ट्रोक १९५९). सामाजिक इतिहास हा विषय अभ्यासकांच्या पटलावर यायला बराच अवधी जायला लागला. अभ्यासकांनी त्याचा अभ्यास सुरू केल्यानंतरही त्याचे स्वरूप 'राजकीय धोरणांचा समाजावरचा परिणाम' या पुरतेच मर्यादित होते. राज्याच्या सामाजिक मुद्द्यांवरचे धोरण, शैक्षणिक, आणि सांस्कृतिक इतिहास, सामाजिक चळवळी आणि समाजातील मध्यमवर्गाची प्रगती यांपुरतीच या अभ्यासाची व्याप्ती होती (भट्टाचार्य १९८२). मध्यंतरी समाजशास्त्रज्ञांनी सामाजिक चळवळींचा, त्यातल्या त्यात शेतकरी वर्गाच्या प्रश्नांच्या बाबतीत बरेच संशोधन केले आहे. समाजशास्त्र हा तुलनेने अगदी अलीकडचा अभ्यासाचा विषय आहे. पूर्वीच्या समाजशास्त्रज्ञांनी आपल्या अभ्यासाच्या कक्षा खूपच रुंद ठेवल्या होत्या. त्यानंतरच्या पिढीच्या समाजशास्त्रज्ञांनी आधुनिकता आणि पारंपरिक अशा दोन्ही अंगांनी अभ्यास केला. यांपैकी बहुतेकांचा अभ्यास हा समाजातील वंशावळी, जातिव्यवस्था आणि ग्रामपातळीवरची समाजव्यवस्था यांपुरता मर्यादित होता. समाजाचे संस्कृतीकरण आणि सामाजिक, धार्मिक चळवळी असे या

अभ्यासकांच्या अभ्यासाचे स्वरूप होते. या अभ्यासामध्ये राजकीय दृष्टिकोनाचा अंतर्भाव केला गेला नव्हता. १९६० नंतर 'राजकीय समाजशास्त्र' ही नवीन अभ्यासशाखा म्हणून विकसित झाली. भारतीय विद्यापीठांमध्ये दाखल करण्यात आलेल्या १८५७ ते १९७९ च्या कालखंडातील राजकीय विषयांवरच्या १०६ प्रबंधांमध्ये केवळ १५ विषयांवरचे प्रबंध सामाजिक विषयांशी संबंधित आहेत.[१] १९६५ ते १९७८ या कालावधीत त्यातले ३७० प्रबंधांपैकी सामाजिक चळवळींशी संबंधित केवळ १० प्रबंध 'इंडियन जर्नल ऑफ पॉलिटिकल सायन्स'मध्ये प्रकाशित झाले. ही परिस्थिती १९८० आणि १९९० च्या दशकामध्येही बदलली नाही. 'इंडियन कौन्सिल ऑफ सोशल सायन्स रिसर्च' (आय.सी.एस.एस.आर.) च्या वतीने राजकीय संशोधनाची पहिली आढावासमिती १९७१ मध्ये अस्तित्वात आली. पण या समितीने आपल्या निरीक्षणांमध्ये साहित्यातील समीक्षेचा समावेश करून घेतला नव्हता. १९६९ ते १९९४–९५ या कालावधीत आय.सी.एस.एस.आ. ने राज्यशास्त्र, इतिहास, समाजशास्त्र आणि मानववंशशास्त्र या विषयांवरच्या ६७२ संशोधनप्रबंधांना मान्यता दिली. त्यापैकी ३ टक्क्यांपेक्षा कमी म्हणजे १७ प्रबंध हे सामाजिक चळवळींशी संबंधित होते (आय.सी. एस.एस.आर. १९९०).

ज्या सामाजिक चळवळींमध्ये राजकीय व्यक्तिमत्त्वांनी राज्यव्यवस्थेच्या विरोधातले धोरण स्वीकारलेले असेल अशाच सामाजिक चळवळींचा अभ्यास भारतीय राजकीय संशोधकांनी केलेला बघायला मिळतो. याशिवाय सामाजिक चळवळ म्हणून स्वतंत्र अभ्यासाला संशोधनकार्याचे स्वरूप मर्यादित राहिले. सर्वसामान्यांमधील राजकारण, त्यांच्या महत्त्वाकांक्षा आणि गरजा, त्यांच्या प्रश्नांची मांडणी हे विषय संस्थात्मक चौकटीच्या बाहेर पडून अभ्यास करणे राजकीय अभ्यासकांकडून दुर्लक्षिलेलेच राहिले. 'विकास' धोरणे, कल्याणकारी योजना हे विषय भारतीय राजकीय संशोधकांनी त्यांच्या अभ्यासपत्रिकेमध्ये कायम ठेवले आहेत, पण त्या विषयांच्या बाबतीत राज्यकर्ते नेहमीच केंद्रस्थानी राहिले. शासकीय योजनांच्या अंमलबजावणी–ऐवजी त्यांच्या यशस्वितेवर आणि राज्यकर्त्यांच्या भूमिकेवरच अधिक भर दिला जातो आहे. याचे चांगले उदाहरण म्हणजे जमीन अधिग्रहण कायदा आहे. राज्यसरकार आणि राजकीय पक्षांना या कायद्याच्या धोरणाची अंमलबजावणी करण्यासाठी किती यातायात करायला लागली याचा विचार न करता या कायद्यामागचे धोरण शिकवले जात असते. त्याचप्रमाणे इंदिरा गांधींनी केलेल्या 'गरिबी हटाव' या घोषणेचे शहरी आणि ग्रामीण भागातले यशापयश तपासण्याचाही प्रयत्न झाला नाही. सर्वसामान्यांमधील राजकारण समजून घेतल्याशिवाय राज्याचे काम कसे केले जाते हे कधीच ध्यानात घेतले जात नाही. सर्वसामान्यांच्या गरजा, आकांक्षा आणि त्यांच्या शासनाबद्दलच्या कल्पना यांच्या

आधारेच पुस्तकातले ज्ञान तपासून बघितले जाऊ शकते.

अशा तऱ्हेने पुस्तकी चिकित्सा करण्याचा दृष्टिकोन वाढीला लागण्याचे एक कारण म्हणजे भारतीय राजकीय संस्कृती, भारतीय राजकीय परंपरा जरी पाश्चात्त्यांच्या परंपरेप्रमाणे असली तरी त्यातले राजकीय तत्त्व हे इथल्या तत्त्वज्ञांच्या विचारांच्या प्रभावामुळे मूलगामी राहिले आणि त्याचा विस्तार भौगोलिक सीमांच्या पार झाला. इथल्या राजकीय विचार मांडण्याची, विश्लेषणाची आणि सिद्धान्तविकासाची मूलगामी पद्धत समाजरचना विकसित होण्याच्या काळाइतकीच पुरातन आहे. गीता आणि महाभारत हे राजकारणाच्या दृष्टीने संदर्भग्रंथ आहेत. राजाची कर्तव्ये आणि जबाबदाऱ्यांची सविस्तर चर्चा या ग्रंथांमध्ये केली आहे. कौटिल्यांचे अर्थशास्त्र हाही राज्यशास्त्राच्या अभ्यासकांच्या दृष्टीने एक मौल्यवान ग्रंथ आहे. सॉक्रेटिस आणि प्लेटोचे राजकीय विचार भारतातल्या राज्यशास्त्राच्या विद्यार्थ्यांना अगदी सविस्तरपणे शिकवले जातात. पण त्यांचा संबंध राज्यकर्त्यांच्या राजधर्माशी आणि धार्मिक व्यवहाराशीच अधिक संबंधित आहे. राज्यशास्त्राच्या अभ्यासक्रमावर याच विचारांचा प्रभाव अधिक आहे. राज्यशास्त्र हा विषय शिकवत असताना आणि त्याबाबतीतले संशोधन करत असतानाही याच सिद्धान्तांचा आधार घेतला जातो (शाह २००१).

ब्रिटिशांच्या प्रभावामुळे भारतीय राज्यशास्त्राचा अभ्यास राजकीय तत्त्वज्ञान, सरकारी संस्थात्मक संरचना आणि आंतरराष्ट्रीय संबंध या विषयांपुरताच मर्यादित राहिला होता. राजघराण्यांचा अभ्यास त्यातही १९५० पर्यंतच्या राजकीय संस्थांची कार्यपद्धती अमेरिकेत विकसित झालेल्या वर्तनशास्त्राच्या प्रभावाखालीच राहिली. परिणामी, भारतीय राजकीय चिकित्सेवर 'सकारात्मकवादा'चा पगडा कायम राहिला. प्रत्येक मुद्द्याची चिकित्सा करणे आणि 'का' असे विचारणे जवळवजळ विस्मरणातच गेले.

दुसरे महत्त्वाचे म्हणजे ब्रिटिश आणि अमेरिकन राजकीय समीक्षकांच्या विचारांचा अनुनय केल्याने भारतीय राजकीय संशोधन हे संकुचितच राहिले. कारण नियमांची निर्मिती, नियमांची अंमलबजावणी आणि सतत एखाद्या न्यायाधीशाची भूमिका बजावणे हीच या राजसत्तेची संस्कृती राहिली आहे (आमंड अँड कोलमन १९६०). अनेक राजकीय समीक्षकांच्या म्हणण्यानुसार समाजाकडून काही तरी, केव्हातरी आणि कोणत्या पद्धतीने लाभ कसा वसूल करायचा याचे शास्त्र म्हणजेच 'राज्यसत्ता' (लासवेल अँड कॅल्पान १९५०). इतरांच्यासाठी राज्यशासनाची व्याख्या म्हणजे नियम ठरविण्याचा अधिकार असलेली संस्था एवढाच मर्यादित आहे. हा अधिकार अधिक सुस्पष्ट करण्यासाठी डेव्हिड इटसन म्हणतात, ''जेव्हा सगळ्यांनी मिळून नियम करण्याचे सर्वाधिकार एखाद्या संस्थेला प्रदान केले असतील तेव्हाच ती संस्था सर्वंकष ठरते. या नियमांचे पालन करणे हे सर्वांवरच बंधनकारक असते'' (१९५३-७६). या अशा

व्याख्यांमुळे राज्यशास्त्राच्या प्रगतीला आपोआपच मर्यादा पडतात. राज्यशासनाच्या किंवा वरिष्ठ वर्गाच्या कार्यपद्धतीचा सर्वसमावेशक अभ्यास यामुळे होऊ शकत नाही. याचमुळे अमेरिका आणि इंग्लंडमधील विद्यापीठांमधील राज्यशास्त्राच्या विभागांना 'शासन' आणि 'नागरी कायदा' असे संबोधले जाते. तर भारतातल्या विद्यापीठांमध्ये याच विषयांना 'राज्यशास्त्र' असे म्हणण्याऐवजी 'नागरिकशास्त्र आणि व्यवस्थापन' आणि 'लोकप्रशासन' म्हटले जाते. या व्याख्येमुळे 'राज्यशास्त्रा'चा अभ्यास हा राज्याच्या शासनाच्या कार्यपद्धतीपुरताच मर्यादित राहतो.

तिसरा महत्त्वाचा मुद्दा म्हणजे दुसऱ्या महायुद्धानंतर राजकीय उदारमतवाद आणि शास्त्रशुद्ध वर्तनवादामुळे सामाजिक शास्त्रांच्या अभ्याससाहित्यावर एकांगी आणि बदलाच्या ऐवजी संतुलित आणि समभावनांचा प्रभाव अधिक व्हायला सुरुवात झाली. राज्यशास्त्र जरी सत्तासंघर्ष आणि सत्तासंपादनाच्या कार्याशी संबंधित शास्त्र असले तरी त्याच्या संशोधनाच्या विषयांमध्ये समाजातले अंतर्गत संघर्ष आणि राज्यकर्त्यांमधील संघर्ष याऐवजी सत्तासंपादनासाठीच्या अंतर्गत संघर्षाच्या अभ्यासामध्येच अडकून पडले. त्यांच्या मते, समाजातले तंटे हे राजकीय हस्तक्षेपाने सोडवायला जायला हवेत. समाजातल्या वादविवादांचा राजकीय परिघामध्ये प्रवेश झाल्यावरच राजकर्त्यांची कार्यकक्षा सुरू होते. प्रश्नांची सोडवणूक करणे हे प्रश्नाच्या मुळापेक्षा अधिक महत्त्वाचे आहे असे या अभ्यास साहित्यावरून मानले जाते. बहुतेक राजकीय समीक्षक हे वैचारिकदृष्ट्या उदारमतवादी आहेत. स्वतंत्र भारताच्या दोन दशकांपर्यंत राज्यघटना ही सर्वोच्च अधिष्ठान म्हणूनच मानली जात होती. आजची राज्यव्यवस्था ही सर्व सामाजिक प्रश्न सोडवायला पूर्णपणे समर्थ आहे असा त्यांना आजही विश्वास वाटतो आहे (अय्यर १९६६). सामाजिक संघर्ष सोडविण्यासाठी अनेक घटनात्मक मार्ग आहेत. नागरिकांनीही आपल्या प्रश्नांची सोडवणूक करण्यासाठी थेट कृतीचा पर्याय निवडण्याऐवजी घटनात्मक मार्गाचाच पर्याय निवडावा. जेव्हा अपवादात्मक आणीबाणीच्या परिस्थितीत समाजातले मतभेद विकोपाला जातात आणि प्रश्न सोडवायला घटनात्मक चौकट अपुरी पडू लागते तेव्हाही 'सामाजिक सौहार्द' एकत्रितपणे दिसून येते आणि त्याच्याच आधाराने सामाजिक प्रश्न सोडवले जाऊ शकतात असे मानणाराही एक विचारवंतांचा वर्ग आहे. राज्याचे वर्चस्व जनतेने मान्य करून दिल्या गेलेल्या आज्ञांचे पालन करण्याची सवय लोकांनी लावून घ्यावी अशी या वर्गाची अपेक्षा आहे. जेव्हा या सर्वसामान्य लोकांच्या हातात सत्तेची सूत्रे येतात तेव्हा 'लोकशाही' संपुष्टात येते. म्हणून लोकांना नेहमीच धाकात ठेवले जायला हवे असा सल्ला राजकीय विचारवंत देत असतात (श्रीनिवासन १९६६); परंतु आता समाजातला असंतोष रोखण्यासाठी राजकीय व्यवस्था अपयशी ठरत असल्याचे बघून आता या

विचारवंतांना एक प्रकारचे नैराश्य यायला लागले आहे. पण तरीही उदारमतवादी आणि पुराणमतवादी अशा दोन्ही प्रकारच्या राजकीय संशोधकांमधील एका छोट्या गटाला या विषयाच्या संकुचित व्याख्येमुळे कोणतीही धास्ती वाटत नाही. उदारमतवादी किंवा मार्क्सवादी चळवळीच्या पुढे जाऊन एक आधुनिक समाजरचना निर्माण करण्याचा प्रयत्न त्यांनी यापूर्वीच सुरू केला आहे.

या विषयावरचा हा ऊहापोह म्हणजे भारतातल्या सामाजिक चळवळींचा चिकित्सक अभ्यास नव्हे तर राजकीय साहित्याचा आढावा आहे. त्यामुळे हे लेखन करताना माझ्या मनात नेहमी एक द्वंद्व येत असे की या अभ्यासासाठी कोणते साहित्य निवडावे आणि कोणते निवडू नये. 'सामाजिक चळवळ' कशाला म्हणावे याची समाजशास्त्रज्ञांकडून किंवा अन्य कोणत्याही सामाजिक शास्त्रांचा अभ्यास करणाऱ्या विद्वानांकडून अगदी योग्य अशी व्याख्या केली गेलेली नाही. 'लोकशाही', 'समाज', 'लोकप्रिय', 'समानता' यांसारख्या शब्दांप्रमाणेच 'चळवळ' हा शब्दही सामाजिक आणि राजकीय नेतेमंडळी आणि राजकीय विचारवंतांच्या वतीने अगदी सर्रासपणे अनेक अर्थांनी वापरला जातो. काही विचारवंत संस्थात्मक संघटनांसाठीही 'चळवळ' हा शब्द वापरत असतात. काहीजण ऐतिहासिक घडामोडींच्या विश्लेषणासाठी 'चळवळ' हा शब्द वापरतात. एखाद्या राजकीय किंवा सामाजिक गटाचा अगदी थोड्या सदस्यांच्या उपस्थितीतला एखादा कार्यक्रमही असला तरी त्या कार्यक्रमाला 'चळवळ' असे म्हणण्याची सध्या एक फॅशन रूढ व्हायला लागली आहे. एखाद्या नागरी समस्येवर काही प्रसिद्धिपत्रके प्रकाशित करून आपण 'चळवळ' करत असल्याचा भास काही नेते मंडळी करत असतात. इतर अनेक शब्दांप्रमाणे 'चळवळ' हा शब्दही अर्थ न समजून घेता अगदी सर्रासपणे वापरला जात असतो असे टी. डी. वेल्डनच्या वर्गीकरणात नमूद केले गेले आहे (वेल्डन १९५५).

एकोणिसाव्या शतकाच्या सुरुवातीला युरोपियन भाषांमधून 'सोशल मुव्हमेंट' हा शब्द अगदी चलनी नाण्याप्रमाणे वापरला गेला. मोठ्या प्रमाणावरच्या सामाजिक स्थित्यंतराचा हा कालावधी होता. शोषितवर्गाच्या उद्धारासाठी काम करणाऱ्या राजकीय व्यक्तिमत्त्वांकडून प्रथम या शब्दाचा वापर केला गेला. नवीन समाजरचना अस्तित्वात आणण्यासाठी ध्येयधोरणे आणि आर्थिक गणिते बदलणे हे त्यांच्या कामाचे स्वरूप होते. त्यांची विचारधारा त्यांच्या व्याख्येमधून प्रतिबिंबित होत होती. दरम्यान १९५० च्या अगदी प्रारंभीच्या काळात काही विचारवंतांनी 'सामाजिक चळवळ' या शब्दाची व्याख्या करण्याचा प्रयत्न सुरू केला होता. रुडॉल्फ हेर्बेल (१९५१, १९६८), नील स्मेल्सर (१९६३) आणि जॉन विल्सन (१९७३) यांनी सर्वप्रथम हा शब्द वापरायला सुरुवात केली. या सर्वांनी केलेल्या राजकीय व्याख्येमध्ये अडचणी होत्या. तरी त्यांनी

केलेले काम निश्चितच महत्त्वाचे होते. पॉल विल्किन्सनने 'सोशल मुव्हमेंट' या शब्दाच्या सध्या चालू असलेल्या अर्थाची मांडणी केली आहे.

> समाजाच्या कोणत्याही थरात मोठ्या प्रमाणावर सामूहिक बदल घडवण्यासाठी साम, दाम, भेद, दंड असे कोणतेही धोरण स्वीकारण्याची तयारी ठेवून केलेले काम म्हणजे 'चळवळ' असे म्हणता येईल. या चळवळीला हिंसा आणि कायद्याचे बंधन असू शकत नाही. स्वप्नवत वाटावी अशी समाजरचना करण्यासाठी क्रांती करणे हे या चळवळकर्त्यांचे उद्दिष्ट असते. म्हणूनच सामाजिक चळवळीचे स्वरूप हे इतिहासातल्या चळवळींपेक्षा खूपच वेगळे असते. सामाजिक चळवळींवर परिणाम करणाऱ्या व्यक्तीच्या गुणांना म्हणूनच जरा अधिक आणि विशिष्ट महत्त्व प्राप्त झालेले असते.
>
> सामाजिक चळवळींमध्ये थोड्या प्रमाणात का होईना पण संघटनात्मक कार्याचा सहभाग असायला हवा. हा सहभाग कदाचित अनौपचारिक किंवा संस्थात्मकही असू शकतो किंवा नोकरशाहीच्या माध्यमातून एखाद्या मोठ्या संघटनेच्या आणि व्यावसायिक स्वरूपातही असू शकतो. सामाजिक चळवळींशी संबंधित असलेले बहुतेक साहित्य हे चळवळींच्या इतिहासावर, चळवळींसाठी उपयोगी प्रारूप आणि सिद्धान्तांशी संबंधित आहे. या प्रारूपांचा चळवळीच्या कार्यपद्धतीमधील बदलावर आणि संघटनांच्या संरचनेवरही परिणाम होतो. याशिवाय समाजातली असंतोषाची भावना, चळवळीला प्रेरणा देणारी परिस्थिती आणि गती देणारे नेतृत्व यांचाही चळवळीवर परिणाम होतो. चळवळीमागची प्रेरणा, मुख्य उद्देशांविषयीची श्रद्धा आणि संघटनेमधील कार्यकर्त्यांची मनोभूमिका आणि कामावरची निष्ठा या मुद्द्यांनाच सर्वाधिक महत्त्व दिले आहे. हर्बेलनेही याच सामूहिक भावनांच्या प्रकटीकरणावर भर दिला आहे. संघटना बांधणे हे व्यक्तिगत आकांक्षांना सामुदायिकरीत्या प्रकट करण्याचे साधन आहे आणि समाजासाठी ते अत्यंत प्रभावी माध्यम आहे असे त्यांचे म्हणणे आहे. व्यक्तीच्याच इच्छाआकांक्षांना एकत्रितपणे व्यक्त करण्याचे कार्य म्हणजे सामाजिक चळवळ असे दुसऱ्या शब्दात म्हणता येईल.

सध्याची संघटनांची कार्यपद्धती ही सामाजिक चळवळीची योग्य व्याख्या करायला असमर्थ ठरते आहे. सध्याच्या व्याख्येनुसार समाजात कोणत्याही क्षेत्रात बदल घडवून आणणाऱ्या कार्याला चळवळ म्हणून संबोधले जाते. कायदेशीर मार्गाने, (निवडणुकीत मतदान करणे किंवा एखाद्या विषयावर निवेदन सादर करणे) किंवा घटनात्मक कार्यकक्षेच्या बाहेर जाऊन सामुदायिकरीत्या घडवल्या जाणाऱ्या कृतीलाही 'चळवळ' म्हणून ओळखले जाते. संघटनेची प्राथमिक अवस्था नेहमीच त्रासदायक

असते. ही 'प्राथमिक अवस्था' म्हणजे नक्की काय हे सांगता येणार नाही. संघटना निर्माण झाल्यावरच चळवळ करता येऊ शकते का? चळवळीच्या उद्दिष्टाचे कार्य सुरू असताना त्याचाच एक भाग म्हणून संघटना अस्तित्वात येते याबाबत एखाद्याच्या मनामध्ये संदेह निर्माण होऊ शकतो. या व्याख्येमध्ये निदर्शने आणि आंदोलनांना काहीही स्थान नाही. कारण ते करण्यासाठी कोणत्याही संघटनेची गरज असत नाही. विल्किन्सनच्या संकल्पनेमध्ये त्रुटी असल्याने त्यांचा पाठपुरावा करता येणार नाही. भारतातल्या सामाजिक चळवळींचा म्हणावा तेवढा व्यवस्थित अभ्यास आतापर्यंत तरी झालेला नाही असे म्हणावे लागते आहे (चंद्रा १९७७). भारतीय सामाजिक व्यवस्थेमध्ये 'सामाजिक चळवळ' या शब्दाला अगदी तात्कालिक आणि सांस्कृतिक मथितार्थ प्राप्त करून दिला गेला आहे.

पर्याय, विचारधारा, कार्यक्रम, नेतृत्व आणि संघटना हे चळवळीचे मुख्य घटक आहेत.[२] हे सर्व घटक एकमेकांवरच अवलंबून आणि एकमेकांना पूरक आहेत. पण रणजीत गुहा यांनी या संदर्भात दिलेल्या एका चेतावणीकडे दुर्लक्ष करता येणार नाही. हे सर्व घटक सर्व प्रकारच्या चळवळींमध्ये आपल्याला बघायला मिळतात. बंडखोरी, संप यांसारख्या सुनियोजित कार्यक्रमांपासून ते काहीही नियोजन नसलेल्या प्रतिक्षिप्त बंडामध्येही हे सर्व घटक बघायला मिळतात. मात्र त्यांचे स्वरूप प्रत्येक चळवळीमध्ये वेगवेगळे असते. कामगारांच्या चळवळींमध्ये सुसूत्रता नसते. त्यात राजकीय सामंजस्य नसते अशा काही निरीक्षकांच्या म्हणण्याला त्यांचा आक्षेप आहे. कामगार चळवळींचे नेतृत्व आणि ध्येय दोन्हींमध्ये कोणत्याही प्रकारची कमतरता नव्हती. या चळवळी अपरिपक्कही नव्हत्या. तरीही या कामगार आणि कष्टकऱ्यांच्या चळवळींचा उल्लेख विसाव्या शतकातल्या कोणत्याही तुलनेने अधिक यशस्वी, सुनियोजित चळवळींमध्ये केला गेला नव्हता (१९८३ अ, १०).

या निबंधामध्ये १९७० च्या कालखंडाचा आढावा घेण्यासाठी मी जर एखादी साचेबद्ध व्याख्या वापरली तर या व्याख्येमध्ये अव्याप्तीचा आणि अतिव्याप्तीचा धोका संभवतो. त्यामुळे माझ्या शब्दात मी अडचणीत आलो असतो. खूप अभ्यासपूर्ण, प्रयत्नपूर्वक जमवलेला महत्त्वाचा माहितीचा साठा मला गमवायला लागला असता. यामुळे भारतातल्या सामाजिक चळवळींचे स्वरूप समजावून घ्यायलाही अडचण आली असती आणि या कालखंडातले बदल समजून घ्यायलाही ते अपायकारकच झाले असते. पण या निबंधाचा हेतू म्हणजे मी जमा केलेल्या संग्राह्य माहितीचे पृथक्करण तुमच्यापुढे मांडणे किंवा सामाजिक चळवळीशी संबंधित शोधनिबंध सादर करणे हा नक्कीच नाही. तर सामाजिक चळवळींशी संबंधित अधिक विस्तृत दृष्टिकोनाची वाढ करणे आणि अभ्यासासाठी नवीन पैलू मांडणे हा आहे. परंतु आपल्या जवळच्या

निबंधाच्या विस्ताराच्या भयामुळे आपल्याला अन्य विषयांकडे दुर्लक्ष करून काही निवडक मुद्द्यांवरच आपले लक्ष केंद्रित करायला लागणार आहे.

या निबंधाचा विषय हा संस्थांच्या कायदेशीर राजकीय चळवळींशी संबंधित आहे. या अशा घडामोडी आहेत ज्यांच्यामुळे सामाजिक आणि राजकीय पटलावर मोठ्या प्रमाणात बदल घडून आले. ज्या घटनांमुळे समाजात होणारे बदल समाजाने मान्य केले असतात अशा नेहमीच्या घडामोडींना इथे वगळण्यात आले आहे. अशा ज्या घटनांना समाजमान्यता असते त्या एका अर्थाने समाजातल्याच घटना असतात (जॉन्सन १९६६; २१). अशा घटनांमध्ये कायदेशीर दावे, शिष्टाचार, गटबाजी, निवडणुकांमध्ये केलेले मतदान आणि कायद्याच्या आधाराने लढवलेल्या खटल्यांचा समावेश होतो. काही वेळा या प्रकारच्या कायदेशीर घटनांमध्ये काही रणनीतीही असते. अशा परिस्थितीत त्या घटनांचा समावेश आपण सामाजिक घडामोडी, चळवळींमध्ये करू शकतो. या चळवळी आपल्या विषयामध्ये समाविष्ट करता येऊ शकतात. काही वेळा एखाद्या गटाचा, समूहाचा किंवा प्रसंगी सरकारी दडपशाहीच्या विरोधात लोकांनी केलेला प्रतिकारही सामाजिक चळवळ म्हणूनच ओळखला जातो. पण जोपर्यंत हा प्रतिकार एकट्यादुकट्याचा असतो आणि त्याला समाजातल्या अन्य गटांची साथ मिळत नाही तोपर्यंत त्या प्रतिकाराला 'सामाजिक चळवळ' म्हणता येणार नाही (स्कॉट १९८५; गुहा १९८९). आताचा विषय हा प्रस्थापितांच्या विरोधातल्या थेट कृतीशी संबंधित आहे. डेव्हिड बॅलीच्या म्हणण्यानुसार ''हा बेकायदेशीर सामाजिक निषेध आहे'' (१९६२). यातल्या 'बेकायदेशीर' या शब्दाचा अर्थ कायद्याच्या अंमलबजावणी आणि घटनात्मक कृतीशी संबंधित सापेक्ष असू शकतो. त्यामुळे हा शब्द वादात सापडू शकतो. राज्यकर्ते आणि घटनात्मक चौकटीला मान्यता देणारा गट या थेट कृतीला 'बेकायदेशीर' म्हणू शकतो. पण ज्या सामाजिक गटांना समाजामध्ये बदल घडवून आणायचा आहे त्यांच्यासाठी हीच कृती कायदेशीरही असू शकते. रजनी कोठारी यांच्या मते ''थेट कृती ही अति घटनात्मक राजकीय खेळी असते. त्यामुळे राजकीय बदल होऊ शकतात. सत्तेवर असणाऱ्या राजसत्तेच्या विरोधातले हे थेट आव्हानच असते.'' (१९६०; २७) 'अति घटनात्मक' ही कल्पना अगदी सापेक्ष असू शकते. १९६० साली कोठारींनी मांडलेली ही संकल्पना सरकारमध्ये बदल घडवून आणण्यापुरती मर्यादित, काहीशी संकुचित होती. पण राजकीय शक्ती ही केवळ सरकारच्याच ठायी असते असे नाही. समाजातही शक्ती वेगवेगळ्या रूपामध्ये विखुरलेली असते. ज्यांना राजकीय बदल हवा असतो ते केवळ सरकारशीच संघर्ष करतात असे नाही तर दडपशाही करणाऱ्या संस्कृती, जात, वर्ग आणि विचारधारेशीही त्यांचा संघर्ष सुरू असतो.

संघटनाबाह्य सामूहिक कृतीमध्ये निषेध, निदर्शने, संप, सत्याग्रह, हरताळ, घेराव आणि दंगलींसारख्या कृतींचा समावेश होतो. पूर्वी नमूद केलेल्या व्याख्येचा विचार केला तर आंदोलन आणि निदर्शनांना थेट सामाजिक चळवळ म्हणता येणार नाही. खरं तर कोणतीही सामाजिक चळवळ अशा तऱ्हेने ठरावीक कालावधीत वाढीला लागत नाही. एखाद्या मुद्द्यावरून केलेल्या निदर्शने आणि आंदोलनांद्वारे सामाजिक चळवळीची सुरुवात होऊ शकते. पण या आंदोलन आणि निदर्शनांना कोणत्याही विचारप्रवाहांचा आणि संघटनेचा आधार असतोच असे नाही. उदाहरणच द्यायचे झाले तर गुजरातमधल्या अभियांत्रिकी विद्यार्थ्यांनी मेस बिलच्या विरोधात केलेले आंदोलन हे तुलनेत अगदी स्वयंस्फूर्तीने केलेले आंदोलन होते. पण त्या छोट्या आंदोलनातूनच १९७४ सालच्या 'नवनिर्माण आंदोलना'सारखे मोठे आंदोलन जन्माला आले (शहा (१९७७). एखादी सामूहिक कृती काही विचारवंतांसाठी केवळ एक आंदोलन असू शकते तर बाकीच्यांना ती सामाजिक चळवळ वाटू शकते. घटनेचे विश्लेषण करताना त्याकडे कोणत्या दृष्टिकोनातून बघितले जाते त्यावर हे अवलंबून आहे. उदाहरणार्थ, १९५० साली भाषावर प्रांतरचना व्हायला हवी म्हणून केली गेलेली सामुदायिक आग्रहाची मागणी ही काही जणांना 'आंदोलन' वाटत होती तर काही जणांसाठी ती एक सामाजिक चळवळ होती. जे विचारवंत पूर्वी या कृतीला 'आंदोलन' म्हणत होते तेच नंतर तिला 'सामाजिक चळवळ' म्हणायला लागले. या लेखामध्ये आपण निदर्शने, आंदोलन, निषेध, संप या सगळ्यांचा विचार 'सामाजिक चळवळ' म्हणूनच करणार आहोत. 'सामाजिक चळवळ' किंवा चळवळीचा भाग म्हणून या घटनांकडे बघितले जाऊ शकते. दंगलीचा अभ्यास या अभ्यासातून पूर्णपणे वगळला गेला नाही. काही सामुदायिक कृतींना प्रस्थापित वर्गाकडून 'दंगल' जरी म्हटले जात असले तरी त्यांचा सुरू असलेल्या सामाजिक चळवळींशी काहीही संबंध नसतो. एकोणिसाव्या शतकात सरकारच्या जमीनधारणा संबंधीच्या धोरणाला विरोध म्हणून झालेले 'डेक्कन दंगल' हे त्यासंबंधीचे सर्वात चांगले उदाहरण म्हणून देता येईल. अशासारख्या दंगलींवरची निरीक्षणे या अभ्यासामध्ये समाविष्ट करण्यात आली आहेत. कारण महाराष्ट्रातल्या मोठ्या कष्टकरी चळवळीचा एक भाग म्हणूनच ही दंगल झाली होती.

बहुतेक वेळा समाजशास्त्रज्ञ आणि राज्यशास्त्राचे अभ्यासक 'सामाजिक' आणि 'राजकीय' चळवळींमध्ये कोणताही बदल करत नसल्याचे लक्षात येते. सामाजिक शास्त्राच्या अभ्यासकांच्या निरीक्षणानुसार सामाजिक चळवळींचा थेट उपयोग राजकीय बदल करण्यासाठी केला जात असतो. समाजशास्त्रज्ञ एम. एस. राव यांच्या संपादनाखाली सामाजिक चळवळीच्या अभ्यासावरचे दोन संदर्भ ग्रंथ प्रसिद्ध आहेत. त्यात

राज्यशासनाला शह देणारी नक्षलवादी चळवळ आणि प्रगत जीवनमान मिळवण्यासाठी मागासवर्गीय जातीच्या जनतेने केलेल्या चळवळीचा आढावा घेतला आहे. रुडॉल्फ हर्बेल (१९५१) यांच्या मते, प्रत्येक आंदोलन हे जरी त्यांच्या नेत्यांकडून राजकीय कारणासाठी सुरू केले गेले नसले तरी ते केवळ राजकीय हेतूनेच प्रेरित असते. राजकीय समीक्षकांना 'सामाजिक चळवळ' असे म्हणण्याची सवय लागलेली नसते. 'कन्सेप्ट ऑफ पोलिटिकल सायन्स' या मालिकेतले विल्किन्सन यांनी लिहिलेले सामाजिक चळवळीवरचे पुस्तक याच मुद्द्यावर प्रकाश टाकणारे आहे. इंडियन कौन्सिल ऑफ सोशल सायन्सेस ॲण्ड रिसर्चच्या 'राज्यशास्त्र अभ्यास समिती'नेच 'सामाजिक चळवळ' या विषयाचा अभ्यास केला आहे. यावरूनच 'सामाजिक चळवळ' या विषयाकडे बघण्याचा राज्यशास्त्राच्या अभ्यासकांचा दृष्टिकोन दिसून येतो.

'नूतन सामाजिक चळवळ' ही संकल्पना समाजशास्त्रज्ञांमध्ये आणि राजकीय नेत्यांमध्ये विशेष लोकप्रिय व्हायला लागली आहे. त्यांच्यासाठी नवीन असलेल्या अलीकडच्या काळातल्या सामाजिक चळवळींसाठी ही परिभाषा सर्रास वापरली जाते. महिला, पर्यावरण, व्यक्तिस्वातंत्र्यविषयक, शांतताप्रक्रियाविषयक चळवळींना 'नवीन' म्हटले जात असते. आधुनिकोत्तर विषयांशी संबंधित चळवळींना 'नूतन सामाजिक चळवळी' म्हटले जाते (सिंग २००१). या चळवळी म्हणजे वर्गसंघर्ष नाहीत आणि आर्थिक मुद्द्यांवरही या चळवळी प्रेरित नसतात. सत्तासंपादनाच्या कार्यासाठीही या चळवळी नसतात. सर्व वर्गांच्या हितांच्या मुद्द्यांना बगल देत मानवतावादी मुद्दा हा या चळवळींचा गाभा असतो. त्यामुळे 'नूतन सामाजिक चळवळी' या राजकीय नसतात तर सामाजिकच असतात. आता खरा प्रश्न उपस्थित होऊ शकतो, पाश्चात्त्यांप्रमाणे भारतीय समाज किती प्रमाणात 'आधुनिकोत्तर' आहे असा प्रश्न उपस्थित केला जाऊ शकतो. आधुनिकीकरणाच्या पूर्वी अस्तित्वासाठी संघर्ष झालाच नाही का? महिला, दलित आणि पर्यावरणाशी संबंधित लढ्यांमध्ये आर्थिक हितसंबंध नव्हतेच का? या चळवळी सरकारच्या समोर येतच नाहीत का? सध्याच्या जागतिक पुंजीवादाच्या परिणामामुळे जगातल्या वर्गांमध्ये आणि वर्गसंबंधांमध्ये खूप मोठ्या प्रमाणावर स्थित्यंतरे झाली आहेत. तरी या वर्गाचा व्यक्ती आणि त्यांच्याशी संबंधित विचारप्रवाहांशी आणि शक्तिस्थानांशी काहीही संबंध नाही का?

या 'नूतन सामाजिक चळवळीं'च्या पार्श्वभूमीवर अँड्रे गुंदर फ्रँक आणि मार्ता फ्युएंटिस (१९८७) यांनी सामाजिक आणि राजकीय चळवळींमध्ये फरक करायला सुरुवात केली. त्यांच्या मते, सामाजिक चळवळी या सत्तासंपादनासाठी नक्कीच केल्या जात नाहीत. सामाजिक चळवळींना सत्तेपेक्षा स्वायत्तता मिळवण्यातच अधिक रस असतो. सामाजिक आणि राजकीय चळवळींमध्ये आणखी एक मोठा फरक असतो

तो हा की राजकीय चळवळ केवळ राज्यांच्या पातळीवरच असते. या दोन लेखकांच्या मते, सामाजिक स्थित्यंतर हेच सामाजिक चळवळीचे उद्दिष्ट असते. या चळवळीतले कार्यकर्ते सामाजिक न्यायासाठी प्रयत्न करत असतात. या सिद्धान्तामध्येही काही त्रुटी जाणवतात. समाज आणि राज्य, सामाजिक शक्ती आणि राजकीय शक्ती या कधीच एक नसतात. पण आजच्या काळात या दोन्हींमध्ये भेद करायचे ठरवल्यास ते वस्तुस्थितीकडे दुर्लक्ष केल्यासारखे होईल. राजकीय प्रक्रियांमध्ये असलेल्या गुंतागुंतीकडे डोळेझाक केल्यासारखे होईल. राजकारण हे केवळ राजकीय पक्षांपुरतेच मर्यादित नसते. राज्यकर्त्यांच्या न्याय्य किंवा अन्याय्य धोरणावर चळवळींचे धोरण ठरत असते याकडे लेखकमहोदयांनी दुर्लक्ष केले आहे. धनागरे आणि जॉन (१९८८) यांनी या धोरणाची चिकित्सा करत असा निष्कर्ष काढला की या लेखकद्वयांनी सामाजिक विषयांमधून राजकारण वजा करण्याचा प्रयत्न केला आहे. कोणत्याही प्रकारचे सामाजिक स्थित्यंतर घडवण्यासाठी केले गेलेले सामूहिक प्रयत्न हे कामगार आणि पैसा यांच्यातले संबंध बदलवण्यासाठी, न्याय आणि हक्क यांच्या मागणीसाठी आणि राजकीयदृष्ट्या प्रेरितच असतात. कदाचित या चळवळीचा मुख्य उद्देश 'राजकीय' नसेलही. त्यामुळे सामाजिक आणि राजकीय चळवळींच्या विषयांमध्ये फरक करण्याची कल्पना सध्याच्या परिस्थितीत तरी नुसतीच कल्पना आहे.

बहुतेकवेळा सामाजिक चळवळींशी संबंधित संशोधन हे 'मार्क्सवादी' आणि 'बिगर मार्क्सवादी' अशा दोन विभागांमध्येच विभागले जाते. पण सगळ्या प्रकारचे संशोधन या दोन प्रकारांत विभागले जाऊ शकत नाही. प्रामुख्याने त्याची तीन कारणे सांगता येऊ शकतील. त्याचे पहिले कारण म्हणजे अनेक संशोधक पूर्वकल्पनांच्या पार्श्वभूमीवर प्रत्येक चळवळीचा वेगळा अभ्यास करायला तयार होत नाहीत. त्यांच्यापाशी सिद्धान्तांचे चांगले पाठबळ नसते. दुसरी गोष्ट म्हणजे जेव्हा त्यांच्यावर प्रत्यक्ष अनुभव घेण्याची वेळ येते तेव्हा 'मार्क्सवादी' आणि 'बिगर मार्क्सवादी' या दोन्ही दृष्टिकोनांमध्ये अगदी सहजासहजी सरमिसळ केली जाते. तिसरी गोष्ट म्हणजे प्रत्येक सिद्धान्ताच्या चौकटीत बऱ्याच वेळा खूप फरक असतात. मार्क्सवादी विचारांचा प्रभाव असलेले संशोधक नेहमीच क्रांतीच्या माध्यमातून समाजात 'समाजवादी' समाजरचना आणायला उत्सुक असतात. त्यांच्या मते, समाजात होणारे वादविवाद हे केवळ आर्थिक कारणांमुळेच होत असतात. 'आहे रे' आणि 'नाही रे' या दोन्ही वर्गांमधील संघर्षच समाजात नेहमी होत असतो. आपली समाजावरची पकड अधिकाधिक घट्ट करण्यासाठी 'आहे रे' वर्ग राज्यसंस्थेचा अतिरेकी वापर करून घेत असतात. धर्म, शिक्षण, प्रसारमाध्यमे या इतर संस्थांचाही पीडितांचे शोषण करण्याच्या कामी उपयोग करून घेतला जात असतो. या शोषणाच्या विरोधात 'नाही रे' वर्ग

तक्रार करतो, आंदोलन करतो प्रसंगी आपल्या शोषणाच्या विरोधात बंड करून उभा राहतो. दडपशाही करणाऱ्या वर्गाची सत्ता उखडून फेकून देणे यासाठी हा 'नाही रे' वर्ग नेहमीच क्रांतीची स्वप्ने बघत असतो. मार्क्सवादी विचारांचा गाभा हा जरी आर्थिक विषयांशी संबंधित असला तरी अनेक मार्क्सवादी संशोधकांनी परंपरावादी, धार्मिक आणि सांस्कृतिक कारणांचा अभ्यास करायला सुरुवात केली. त्यांच्यापैकी काही विचारवंतांनी शोषित समाजाच्या मानसिकतेवरही संशोधन करायला सुरुवात केली आहे. काही कट्टर मार्क्सवादी विचारवंतांच्या मते, एकाच वर्गातल्या लोकांना समान इच्छा आकांक्षा असतातच. त्याशिवाय त्यांना समाजातल्या आपल्या स्थितीबाबत एकसमान जाणीव असते. यामुळे प्रस्थापित वर्गाच्या विरोधात क्रांती करण्यासाठी आवश्यक ती सामूहिक मानसिकता आवश्यक असते ती तयार होते. पण काही निरीक्षकांनी 'वर्ग' आणि 'वर्गसंबंध' या शब्दांची उत्पादनसाहित्याच्या मालकीच्या आधारे पुन्हा एकदा व्याख्या करायला सुरुवात केली आहे. एखाद्या समुदायाप्रमाणेच 'वर्ग' ही खूप किचकट आणि गुंतागुंतीची अवस्था आहे. या वर्गातील सदस्य, त्यांची ओळख, त्यांच्या समान इच्छा आकांक्षा आणि शोषण करणारा वर्ग यांच्या परस्परसंबंधांची नेहमी एकमेकांशी गल्लत केली जात असते.

सिद्धान्त आणि व्यवस्थावादाच्या विषयांमध्ये मार्क्सवादी विचारवंतांमध्ये खूप चांगला वैचारिक संवाद सुरू आहे. मध्यंतरी काही 'बिगर मार्क्सवादी' असलेल्या अभ्यासकांनी कनिष्ठ वर्गाचा नव्याने अभ्यास करायला सुरुवात केली. मार्क्सवादी अभ्यासकांनी संपूर्ण समाजाचे व्यवस्थित परीक्षण केलेले नाही अशी टीका त्यांनी केली. समाजातला दुय्यम वर्ग कधीही स्वत:हून क्रांती करत नाही. त्याला समाजातल्या प्रागतिक वर्गाचे मार्गदर्शन मिळाल्यावरच तो स्वत:ची संघटना करू शकतो. परंपरावादी मार्क्सवादी विचारवंतांनी सांस्कृतिक तत्त्वांची हानी केली आणि समाजामध्ये 'वर्गा'ची जाणीव वृद्धिंगत केली असा त्यांच्यावर आरोप केला जातो (गुहा १९८३ अ, १९८३ ब, चॅटर्जी १९८३, १९८५, हार्डीमॅन १९८७), तर दुसरीकडे अन्य अभ्यासकांनी संरचनात्मक घटकांकडे दुर्लक्ष केले आणि संरचनात्मक विरोधाभासाकडे त्रयस्थ दृष्टीने बघितल्याबद्दल मार्क्सवादी विचारवंत टीका करत असतात. 'हेगेलचे आदर्शवादी' असल्याचा त्यांच्यावर आरोप केला जातो (चोप्रा १९८२, आलम १९८३, सिंग १९८४, गुप्ता १९८५). आणखी एक मुख्य प्रश्नही विचारण्यात येतो तो म्हणजे राजकीय पक्ष आणि कामगार संघटना या क्रांतीसाठी आवश्यक सामाजिक चळवळीचे नेतृत्व करण्यास समर्थ आहेत का? कष्टकऱ्यांनाही वर्गांमध्ये विभाजित केले जाऊ शकेल का? सामाजिक क्रांती घडवून आणू शकेल अशी क्षमता नक्की कोणत्या वर्गात आहे? क्रांतीचे नेतृत्व करणाऱ्या वर्गाची संकल्पना केवळ सिद्धान्तापुरतीच मर्यादित

राहिली आहे का? बिगर मार्क्सवादी विचारवंतांच्या मते मार्क्सवादी विचारवंतांचे धोरण प्रतिक्रियावादी, तांत्रिक आणि अतिचिकित्सक असते.

बिगर मार्क्सवादी विचारवंतांमध्येही सामाजिक चळवळीच्या मुद्द्यांवर मोठ्या प्रमाणावर तफावत बघायला मिळते. सामाजिक राजकीय बदलासाठी आवश्यक विचारधारा आणि चळवळीचे उद्दिष्ट यांच्या बाबतीतही मतभिन्नता बघायला मिळते. विल्यम्स कॉर्नहॉसर (१९५९, १९६८), रॉबर्ट निस्बेत (१९५३), एडवर्ड शिल्स (१९८२) आणि अन्य विचारवंतांच्या मते, सामाजिक चळवळी या समाजहितविरोधी आणि लोकशाहीच्या विरोधात असतात. दररोजच्या राजकारणात समाजाने सहभाग घेऊ नये या मताचा या विचारवंतांनी पुरस्कार केला आहे. सततच्या सामाजिक हस्तक्षेपामुळे राज्यकर्त्यांना राज्यकारभार करणे अवघड बनून जाते. स्वातंत्र्य मिळवण्यासाठी केलेल्या आंदोलनाला भारतीय समाजशास्त्रज्ञांनी मान्यता दिली आहे. मात्र स्वातंत्र्यप्राप्तीनंतर अशा स्वरूपाच्या आंदोलनांना पाठिंबा मिळालेला नाही. याला 'बंड' आणि समाजव्यवस्थेला घातक, विघातक म्हटले गेले. काही अभ्यासकांनी आर्थिक आणि राजकीय क्षेत्रातल्या क्रांतिकारक बदलाला मान्यता दिलेली नाही. मात्र राजकीय स्वरूपाच्या बदलाला त्यांचा पाठिंबाच असतो. काहीजणांना क्रांतिकारी स्वरूपाचे बदल हवे असतात. मात्र त्यांना वर्गसंघर्षातून आलेली मार्क्सवादी क्रांतीची कल्पना पटत नाही. मूल्य, राजकीय व्यवस्था आणि संस्कृती या विषयांवर त्यांचा अधिक भर असतो. त्यांच्या सामाजिक चळवळींच्या विश्लेषणामध्ये काही वेळा कारणांचा शोध घेतला जात नाही. काहीजणांना सामाजिक चळवळीमागची कारणे पटत नाहीत. काहींना व्यक्तीची मानसिक अवस्था महत्त्वाची वाटते. तर काहींना 'आहे रे' वर्गातल्या सत्तासंघर्षाने प्रभावित केलेले असते तर काहींना सांस्कृतिक मुद्दे आर्थिक विषयांपेक्षा अधिक महत्त्वाचे वाटतात.

भारतात हिंसा का उसळली हा प्रश्न १९६० च्या सुमारास काही अभ्यासकांना पडला होता (अय्यर १९६६). ही हिंसा म्हणजे आंदोलन होते हे मानण्यास त्यांचा विरोध होता. 'पारतंत्र्यात असताना परकीयांच्या सत्तेची प्रतीके पुसून टाकण्यासाठी केली गेलेली हिंसा एकवेळ समजली जाऊ शकेल. पण लोकांचे वर्तन अजूनही तसेच आहे जणू ते अजूनही पारतंत्र्यातच राहत असावेत. हे वर्तन अनाकलनीय आहे.' अशा स्वरूपाचे मत व्यक्त केले जात होते (फडके १९६६, ५२). विरोधी राजकीय पक्ष, राजकीय नेते आणि कामगारचळवळी लोकांना थेट कृती करायला उद्युक्त करतात अशी टीका या विचारवंतांकडून केली जात होती (अय्यर १९६६, श्रीनिवासन १९६६).

मार्क्सवाद्यांसह काही विचारवंतांचे म्हणणे असे आहे की बहुआयामी आणि बहुस्तरीय समाजरचनेमुळे भारतीय समाजजीवनात सामाजिक चळवळ अगदी

अनावश्यक झाली आहे. समाजजीवनावर ब्राह्मणांचे वर्चस्व अधिक असल्याने अन्य वर्गांना नमते घेण्याची सवयच लागली आहे (मूर १९६७, चंद्र १९७७, बद्रीनाथ १९७७).[३] पण या मताला आक्षेप घेत अन्य काही विचारवंत स्वातंत्र्यपूर्व आणि स्वातंत्र्योत्तर कालखंडांतल्या काही सामाजिक चळवळींकडे लक्ष वेधतात (गॉफ १९७४, दामले १९७७, थापर १९७७, धनागरे १९८३). काही जणांच्या मतानुसार स्वातंत्र्योत्तर कालखंडात झालेली आंदोलने म्हणजे आधुनिकतावाद आणि परंपरावाद यांच्यातल्या संघर्षातून उद्‌भवली होती. त्यांच्या मते संसदीय लोकशाही भारतात आयात केली गेली आहे. भारतात कोणतीही गोष्ट स्वयंस्फूर्तीने करण्याची प्रथाच नाही. नापसंत राज्यकर्त्यांशी जुळवून घेण्याची मानसिकता इथल्या समाजामध्ये वाढली आहे. राजकीय व्यवस्थेकडून दिली गेलेली संधी इथल्या समाजाकडून उचलली जाते मात्र त्याच वेळी त्याचा योग्य वापर करण्याची कुवत या समाजामध्ये नाही. मॉरिस जोन्सच्या म्हणण्यानुसार, ''स्वातंत्र्यप्राप्तीनंतरही सरकारवर अवलंबून राहिले जाते आहे. त्याच वेळी त्याच सरकारबद्दलच्या गैरकारभाराबद्दल तक्रारही केली जाते. एका क्षणी एक व्यक्ती सरकारबद्दल आशावाद व्यक्त करत असते तर दुसऱ्याच क्षणी तीच व्यक्ती सरकारच्या विरोधातल्या उग्र निदर्शनांमध्ये, आंदोनलांमध्ये सहभागी झालेली असते. अशा आंदोलनांमध्ये सरकारचे काम व्यवस्थित चालणे केवळ अशक्य झालेले असते.''

लोकांच्या राजकीय महत्त्वाकांक्षांना सध्याच्या अकार्यक्षम आणि जटिल राजकीय व्यवस्थेमध्ये म्हणावा तेवढा वाव दिला जात नाही असे राजकीय प्रक्रियांच्या अभ्यासकांचे मत तयार झाले आहे. राजकीय अस्थैर्य आणि अव्यवस्था यांच्यामुळे समाजातला असंतोष वाढत जातो (हॅटिंग्टन १९६८, जॉन्सन १९६६). रजनी कोठारींच्या मते, सध्याच्या भारतातल्या संसदीय राजकीय लोकशाहीच्या काळात 'थेट कृती' ही अगदी अपरिहार्यच आहे.

> वाढता असंतोष, संवादाच्या साधनांमधील परिणामहीनता, एकटेपणाची भावना, यांत्रिकीकरण, साचेबद्धपणा आणि सातत्याने तोंड द्यायला लागणारे राज्यकर्ते आणि नागरिकांच्या संघर्षाची भावना यांमुळे गुणवत्तेला योग्य न्याय मिळत नसल्याची भावना निर्माण होतो. या सगळ्यामुळे स्वयंशासनाची शक्यता कमी होत जाते आणि संसदीय सरकारचे स्थैर्यही नष्ट होत जाते आहे (१९६०; २६-२७).

डेव्हिड बॅले (१९६२) यांच्या मते संसदीय शासनप्रकारातही नागरिकांचा विरोध हा काही ठरावीक मर्यादेपर्यंत उपयुक्तच असतो. त्यांच्या मते, स्वातंत्र्यप्राप्तीनंतर सर्व प्रकारची अव्यवस्था, अशांतता आणि गैरकृत्यांना आपोआपच आळा घातला जाईल असे काही जणांना वाटत होते. पण त्यांचा भ्रमनिरास झाला. १९६० च्या सुमारास

कोठारींनी सर्व प्रकारच्या 'थेट कृती'चे समर्थन केलेले नाही. सध्याच्या राजकीय व्यवस्थेपेक्षा अधिक सक्षम आणि योग्य राजकीय पर्याय उपलब्ध असेल तरच राजकीय बदल केला जावा (१९६०; २). कोठारी आणि बॅले हे सरकारविरुद्धच्या थेट कृतीच्या मुद्द्यावर आपली चर्चा संपवतात. राज्यातले सामाजिक, आर्थिक शोषण आणि सत्तासंरचना यांचा विचार त्यांच्या 'थेट कृती'मध्ये समाविष्ट होत नाही. (ए. आर. देसाई १९६५) यांनीही 'थेट कृती'शी संबंधित या चर्चेमध्ये सहभाग घेतला. त्यांचा मुद्दा असा आहे की ''या दोघांची थेट कृतीवरची विवेचने अगदी औपचारिक आहेत आणि त्यातून प्रश्न समजावून घेण्यासंबंधीचे कोणतेही मुद्दे प्रकाशात येत नाहीत.''

> देसाई म्हणतात, ''राजकीय संरचना म्हणून संसदीय सरकार हे लोकांना त्यांचे न्याय्य अधिकार मिळवून देण्यासाठी अपुरे आहे. ही व्यवस्था राज्यकर्त्यांसाठी एखाद्या कवचाप्रमाणे काम करत असते. जिच्या आतमध्ये बसून राज्यकर्ते सामान्य जनतेसाठी सक्रिय राजकारणात भाग घेण्याची संधी कमी अधिक प्रमाणात नियंत्रित करत असतात. याचाच लाभ घेत हे राज्यकर्ते हुकूमशाही लादण्याचा प्रयत्न करत असत. लोकशाहीतल्या काही फसव्या नियमांचा आधार घेऊन हे राज्यकर्ते लोकांना फसवत असतात आणि बिनबुडाचे अधिकार गाजवत असतात. ज्या देशांमध्ये अशी हुकूमशाही अजूनही अस्तित्वात आहे तिथली राजसत्ता संपुष्टात येईपर्यंत लोक विरोध करत राहतील. नोकरशाहीची मक्तेदारी असलेल्या राज्यव्यवस्थेच्या विरोधातही ते आपले आंदोलन कायम ठेवतील. अशा व्यवस्थेलाही नागरिकांचा विरोधच असेल जिथे काही विशिष्ट कारणांमुळे राजसत्तेचा लोप झाला असेल आणि स्टॅलिनवादी नोकरशाही, दहशतवादी राज्यव्यवस्था अस्तित्वात आली असेल. जोपर्यंत स्थिर आणि शाश्वत लोकशाही व्यवस्था अस्तित्वात येत नाही तोपर्यंत नागरिक या शासनव्यवस्थेला विरोधच करत राहतील.' (१९६५; ३२३)

नागरिकांचे नागरी आणि लोकशाही अधिकार हे संसदीय शासनव्यवस्थेमध्ये सुरक्षित नाहीत याचा देसाई पुनरुच्चार करतात. म्हणूनच नागरिकांच्या मूलभूत हक्कांच्या सुरक्षिततेसाठीच्या चळवळींमध्ये वाढ झाली आहे.

''भारतातील लोकशाही म्हणजे वाढणाऱ्या भ्रष्टाचार, गुन्हेगारी, दडपशाही आणि दहशत पसरवणाऱ्यांसाठी हक्काचे कुरण बनले'' असल्याची टीका १९८० च्या सुमारास रजनी कोठारी यांनी केली होती. राज्यव्यवस्थेमधील पारदर्शकता आता नाहीशी झाली आहे. पहिल्या विश्वयुद्धानंतर आता नवी उदारमतवादी आर्थिक व्यवस्था अस्तित्वात आली. आता लोकांनी आपले अधिकार आंदोलनांच्या माध्यमातून मिळवायला सुरुवात केली आहे.

सध्याच्या राजकीय व्यवस्थेबाबत एकूणच एक प्रकारचे असमाधान, धूसर, छिन्न आणि नियोजनशून्य चित्र बघायला मिळते आहे. पण हक्कांबद्दलची जाणीव अधिक प्रमाणात निर्माण व्हायला लागली आहे. जेव्हा केव्हा व्यक्त करायची संधी उपलब्ध होते तेव्हा आपल्या हक्कांबद्दलची जाणीव अधिक तीव्रपणे प्रकट होते. खूप विरोधी वातावरणात आणि ठामपणे अस्तित्वात असलेल्या हितसंबंधांच्या विरोधातही मते नोंदवली जातात. तीव्र मतभेदांच्या पार्श्वभूमीवर लोकांच्या नशिबी बेघर, भूक आणि कंगाल अवस्था लादणाऱ्या राज्यकर्त्यांच्या विरोधातली ही भूमिका असते. (कोठारी १९८४; २१४)

कोठारींच्या मते, तळागाळातल्या लोकांना क्रांतीसाठी उद्युक्त करणे हे गरजेचे आणि अत्यंत आवश्यकही आहे. त्यांच्या मते,

उदारमतवादी राजकीय धोरण आणि मानवतावादी धोरण यांच्यामधील पोकळी भरून काढण्यासाठी राज्यव्यवस्थेला विरोधी प्रवृत्तीचा जन्म होतो. राज्यव्यवस्थेच्या विरोधातली ही प्रतिमा केवळ पक्षीय राजकारणातून, निवडणुकीतल्या मतदानातून, राज्यव्यवस्थेत आलेल्या शासनयंत्रणेकडून किंवा 'आहे रे', 'नाही रे' या वर्गाच्या संघर्षातून आकाराला येते असे नाही. संपूर्ण राज्यव्यवस्थेला पर्याय म्हणून ही प्रतिमा आकाराला येते. विरोधी कृती, विरोधी प्रवृत्ती, विरोधी सांस्कृतिक चळवळ आणि प्रत्यक्ष कृतीच्या माध्यमातून विरोधी मतप्रवाहांची निर्मिती असे या विरोधी वातावरणाचे स्वरूप असते. (१९८६; २१४)

अमेरिकेतल्या काही विचारवंतांनी दबावतंत्राच्या संबंधाने केलेल्या अभ्यासाच्या माध्यमातूनही चळवळींशी आणि आंदोलनांशी संबंधित काही मते व्यक्त केली आहेत (गुर्र १९७०); पण या अभ्यासकांच्या संशोधनामधील त्रुटी बऱ्याच भारतीय संशोधकांनी नमूद केल्या आहेत. एम. एस. ए. राव यांच्या मते, दबावतंत्र हे काही अंशी आवश्यक आहे पण विरोधी चळवळ उभी करण्यासाठी ते पुरेसे नाही. त्यांच्या मते, 'चळवळींमध्ये सहभागी होणाऱ्या कार्यकर्त्यांच्या ठायी मोठ्या प्रमाणावर समजूतदारपणा आणि प्रतिक्रिया देण्याची क्षमता असली पाहिजे. सामाजिक आणि सांस्कृतिक परिस्थितींचे अवलोकन आणि त्यामधील फरक मोजण्याची क्षमताही त्यांच्या ठायी असायला हवी. याशिवाय शोषितांच्या दुःखनिवारणासाठी काय केले जाऊ शकते हे त्याच्या ध्यानात असायला हवे.' (१९७९; २०७) शाह (१९७९) यांनी मात्र या मताला आपला आक्षेप नोंदवला आहे. त्यांच्या मते दबावतंत्राची नीती ही कार्यकर्त्यांच्या क्रांतीला उद्युक्त करणाऱ्या मानसिकतेकडे दुर्लक्ष करते. या धोरणामुळे निषेध आणि चळवळीचे महत्त्व समजावून सांगितले जाते पण क्रांतिकारी चळवळीचे विश्लेषण याद्वारे होत नाही. आंदोलन हे चळवळ असलेच पाहिजे असे नाही. टी. के. ओम्मन

(१९७७) यांच्या मतेही दबावतंत्राने केली गेलेली चळवळ ही तात्पुरती खेळी ठरते. त्यामध्ये कायमस्वरूपी बदलासाठीची शक्ती नसते. त्यामुळे दबावतंत्राच्या आकर्षणाला ते बळी पडत नाहीत. गुर्र यांच्या मते ''दबावतंत्र हे प्रामुख्याने मानसिक असते. त्यामुळे सामाजिक आर्थिक रचनेशी त्याचा काहीही संबंध येत नाही.'' (पान २८)

१९७० च्या कालखंडातल्या या सामाजिक चळवळींशी संबंधित संकल्पना या बऱ्याच उपप्रकारांमध्ये मोडणाऱ्या होत्या. या चळवळींचे विश्लेषण करताना एक गोष्ट ध्यानात येते ती म्हणजे बदल घडवून आणण्यासाठी या घडवल्या गेल्या होत्या. शाह यांनी या सामाजिक चळवळींना बंड, बंडखोरी, सुधारणावादी चळवळ आणि राजकीय पटलावर बदल घडवून आणणारी क्रांती म्हणूनही संबोधले आहे. व्यवस्थेमधील त्रुटी निर्माण करणाऱ्या घटकांना बदलून व्यवस्था अधिक कार्यक्षम आणि प्रभावी करण्याचा प्रयत्न या चळवळींमधून केला गेला होता. बंड हा राजकीय व्यवस्था उखडून टाकण्याचा सुरुवातीचा इशारा असतो. बंडखोरी ही सध्याच्या राजकीय व्यवस्थेवरचा अचानक केलेला हल्ला असतो. ज्याच्यातून सावरण्याची व्यवस्थेला जराही संधी दिली गेलेली नसते. क्रांतीच्या माध्यमातून समाजातला एक घटक किंवा समाज पूर्णत: सध्याची राज्यव्यवस्था उखडून टाकण्यासाठी सामुदायिकपणे संघर्ष करतो. या संघर्षातून केवळ राज्यव्यवस्थाच नव्हे तर त्या व्यवस्थेला पोसणारे सामाजिक आर्थिक घटकही नष्ट केले जातात. एक संपूर्ण सामाजिक व्यवस्थाच नव्याने निर्माण केली जाते.

पार्थ मुखर्जी यांच्या म्हणण्यानुसार, सामाजिक चळवळ ही समावेशक, पर्यायी आणि आमूलाग्र बदल घडवून आणण्यास सक्षम असते. समावेशक बदल हे प्राप्त परिस्थितीतल्या घटकांमध्येच बदल करत असतात. एम. एस. ए. राव (१९७८) यांनी काही चळवळींच्या संकल्पना मांडल्या आहेत. सुधारणावादी, आमूलाग्र बदल घडवणाऱ्या आणि क्रांतिकारी बदल हे त्यांनी सांगितलेले चळवळींचे प्रकार आहेत. पण टी. के. ओम्मेन यांच्या मते, जुनी व्यवस्था पूर्णपणे बदलून टाकण्यासाठी ही चळवळ सक्षम असते आणि जुन्या परंपरांना पूर्णपणे शरणही जात नाही. म्हणूनच नवीन आणि जुन्या रचनेमधील संगमावर 'सामाजिक चळवळ' एक समन्वयक व्यासपीठ म्हणून आकाराला येते (१९७७; १६). त्यांच्या संकल्पनांमध्ये चळवळ विकेंद्रीकरणाची प्रक्रिया, जीवनप्रक्रिया आणि सामाजिक चळवळीमधील वेगवेगळे टप्पे बघायला मिळतात. त्यांच्यासाठी चळवळ म्हणजे लोकांना आकर्षित करण्याचे साधन, वैचारिक आणि संघटनात्मक गोष्ट आहे.

या सर्व संकल्पना जरी उपयोगी असल्या तरी बदलत्या काळातल्या चळवळीमधील ऊर्जास्रोताचा शोध घेण्यास त्या अकार्यक्षम आहेत. या चळवळींधमील

उद्दिष्टे प्रगतीच्या बरोबर बदलत जातात याचा विचार केला गेलेला नाही. कायम स्वरूपातले उद्दिष्ट काही चळवळींच्या ठायी दिसतच नाही. मात्र खुलेपणाने स्वीकारलेले उद्दिष्ट, नेतृत्वामधील वैचारिक दृढता, कार्यकर्त्यांची चळवळीच्या दरम्यानची मानसिकता आणि चळवळीमध्ये सहभागी होण्याची त्यांची स्वत:ची आकांक्षा नेहमीच सारखी असू शकणार नाही.

डेव्हिड बॅले (१९६२) यांनी 'सामान्यांच्या विरोधी भूमिके'चे कायदेशीर आणि बेकायदेशीर विरोधामध्ये विभाजन केले आहे. हे दोन्ही प्रकार पुढे जाऊन हिंसक आणि अहिंसक आंदोलनामध्ये विभाजित केले जातात. काहीजण चळवळींचे पृथक्करण करताना मूलगामी चळवळीमध्ये त्याचे विभाजन करण्यात येते. चळवळीमध्ये सहभागी होणारे कोणत्या गोष्टींनी प्रभावित होतात त्याच्या आधारेही चळवळींचे पृथक्करण करण्यात येते. 'जंगल सत्याग्रह,' 'नागरी हक्क', 'अस्पृश्यताबंदी', 'भाषावार', 'राष्ट्रीयत्व' या चळवळी यांपैकीच आहेत. चळवळींमध्ये सहभागी होत असलेल्यांच्या आधारेही चळवळींचे विभाजन केले जाते. कष्टकरी, आदिवासी, विद्यार्थी, महिला, दलित इत्यादी चळवळी त्याचे उदाहरण म्हणून सांगता येऊ शकते. बऱ्याच वेळा सहभागी कार्यकर्ते आणि त्यांचे प्रश्न एकमेकांच्या बरोबरच समोर येतात. सामाजिक चळवळींचे पुढील आठ प्रकारांमध्ये विभाजन करता येऊ शकते. सामाजिक, आर्थिक घटकांच्या बरोबर त्यात सहभागी होणाऱ्या कार्यकर्त्यांच्या बरोबर त्यांच्या प्रश्नांचाही त्यासाठी विचार केला गेला आहे.

१. कामगार चळवळ
२. आदिवासी चळवळ
३. दलित चळवळ
४. मागासवर्गीयांची चळवळ
५. महिला चळवळ
६. वैयक्तिक कष्टकरी चळवळ
७. विद्यार्थी चळवळ
८. मध्यमवर्गीय चळवळ

यांमध्ये आता आणखीन एक प्रकार समाविष्ट करायला लागेल. मानवी हक्क आणि पर्यावरणवाद्यांची चळवळ. या चळवळी काही विशिष्ट विषयांशी संबंधित आहेत. सर्व सामाजिक आणि आर्थिक गटांना समाविष्ट करण्याची क्षमता या चळवळींच्या विचारधारेमध्ये आहे. या चळवळींचे नेतृत्व हे मध्यम वर्गातूनच पुढे येते. शोषित समाजातल्या प्रश्नांना सर्वप्रथम ऐरणीवर आणले जाते. या वर्गवारीमध्ये सर्वसमावेशकता नाही. त्यामुळे काही अन्य चळवळींचा या यादीमध्ये समावेश झालेला नाही. इथे

केले गेलेले वर्गीकरण हे पूर्णत: समाधान करणारे नाही याची आम्हाला पूर्ण कल्पना आहे. यातल्या चळवळींमध्ये भाग घेणारे कार्यकर्ते वेगवेगळ्या सामाजिक आर्थिक गटातील असल्याने त्यांची संख्याही वेगवेगळी आहे. जर पर्यावरणाशी संबंधित एखाद्या विषयावर आदिवासींनी मोठ्या संख्येने भाग घेतला असेल तर त्या चळवळीला 'आदिवासी चळवळ' म्हणून संबोधण्यात आले आहे. पण जर चळवळीचा विषय बौद्धिक असेल आणि त्यातल्या सहभागी कार्यकर्त्यांमध्ये मध्यमवर्गीयांची संख्या लक्षणीय असेल तर आणि तो विषय प्रत्यक्षपणे किंवा अप्रत्यक्षणे सर्वच गटांवर प्रभाव करत असेल. उदाहरणार्थ, जर ती चळवळ भाषिक राज्यनिर्मितीसाठी असेल तर त्या चळवळीला 'मध्यमवर्गीयांची चळवळ' म्हटले जाईल. त्याचप्रमाणे सामाजिक आणि आर्थिक विषयांच्या बाबतीतही सांगता येईल. हे विषय आणि त्यांच्याशी संबंधित ठरावीक सामाजिक घटक प्रत्येकवेळी एकत्र असतीलच असे नाही. मागासवर्गातील एखादी व्यक्ती हा कष्टकरी कामगारही असू शकतो. याशिवाय त्याच्याशी संबंधित अन्य काही मुद्द्यांचाही त्याच्यावर परिणाम होत असतो. आदिवासींच्या बाबतीतही असेच म्हणता येऊ शकेल. अशा वेळी चळवळीमध्ये सहभागी होणाऱ्या कार्यकर्त्यांवर परिणाम करणाऱ्या विषयांच्या आधारे एक किंवा दोन वेगळ्या गटांमध्ये चळवळींचे वर्गीकरण करायला लागते. यामुळे चळवळींचे वर्गीकरण करताना किती अडचणी येऊ शकतात याची आपल्याला कल्पना करता येऊ शकते.

नोंदी

१. ह्यामध्ये १९७५ ते १९७८ ह्या काळाचा समावेश नाही. ही माहिती पुढील गोष्टींवर आधारित आहे. सोशल सायन्सेस : A Bibliography of Doctoral Dissertations (इंडियन युनिव्हर्सिटीज्, १८५७-१९७० (युनिव्हर्सिटी ग्रँट्स कमिशन १९८०a), Bibliography of Doctoral Dissertations 1970-1975 (युनिव्हर्सिटी ग्रँट्स कमिशन १९८०b), आणि A Bibliography of Doctoral Dissertations (इंडियन युनिव्हर्सिटीज, १९७९-१९८० (असोसिएशन ऑफ इंडियन युनिव्हर्सिटीज १९८०).

२. अमेरिकेतील काही अभ्यासकांनी सामाजिक चळवळींना राष्ट्रीय निवडीच्या तत्त्वातील साधनसंपत्ती एकत्रीकरणाचा आदर्श मानले आहे. ती काही उद्योजकांची एक बौद्धिक कृती आहे की जे उद्योजक स्वत:हून पुढाकार घेतात, यंत्रणा आणि बांधणीचा ढाचा प्रगत करतात, एकत्रीकरणाची किंमत आणि फायदे यांचा हिशेब करतात. उपलब्ध असलेली साधनसंपत्ती, अनुकूल बांधणीची

आधीच अस्तित्वात असलेली संघटना आणि लोकांच्या मागण्या पूर्ण करण्यासाठी उद्योजकांचे प्रयत्न, यांच्यामधील ती एक नमुनेदार क्रिया–प्रतिक्रिया असते. (मॅक–कार्थी आणि सैद १९८७; रूले १९८९).

३. प्रतापचंद्र भारतीय समाजाला स्थिर समजतात असे म्हणणे म्हणजे अतिसरळ करून सांगितल्यासारखे होईल. भारतीय समाजात 'विरोध' किंवा 'मतभेद' या संकल्पना किती प्रमाणात लागू पडतात यासंबंधी ते प्रश्न उपस्थित करतात. ते म्हणतात, प्राचीन भारतात आपल्याला ह्याच कारणांसाठी एकही विरोध, मतभेद किंवा सुधारणा (ह्याच कारणांसाठी) आढळून येत नाहीत की त्याही संस्कृतीमध्ये बौद्धिक आखडलेपणा, एकखांबी तंबू, सत्याची आग्रही मक्तेदारी, आदर्शवादी एकजिनसीपणा किंवा प्रत्यक्ष–अप्रत्यक्ष ह्यांपैकी कशाचीही मागणी केलेली आढळून येत नाही. (१९७७;९७).

२ ग्रामीण चळवळी

स्वातंत्र्य मिळून पाच दशके झाली आणि जरी औद्योगिक वाढ ही नोंद घेण्याजोगी झाली तरीही देशातील ६३ टक्के जनता ही अजूनही जगण्यासाठी शेती-उत्पादनावरच अवलंबून आहे. शेतजमिनीच्या मालकी हक्कांच्या नियमावलीत बदल झाले आणि भाडोत्री जमीन कसणारे किंवा तत्सम मालकी हक्काची वाटचाल खाजगी करण्यात आली. १९६० सालापासून शेती उत्पादन हे मुख्यत: बाजाराच्या मागणीनुसार वाढायला लागले. शेती उत्पादनावर अवलंबून नसलेल्या आर्थिक चळवळी ग्रामीण भागात जोर धरू लागल्या. या कालावधीत ग्रामीण आणि शहरी यांची विभाजनरेषा अस्पष्ट झाली. एवढेच नव्हे तर ग्रामीण समाजाची रचना, त्यांची वर्गवारी / स्तर, सारासार विचार करायची वृत्ती यांत जाणवण्याइतका फरक पडला.

शेती उत्पन्नावर अवलंबून असणाऱ्यांचीसुद्धा त्यांच्या शेतजमिनीशी असणाऱ्या मालकी हक्काच्या संबंधानुसार वर्गवारी करण्यात आली. जसे की, फक्त जमीन-मालक, देखरेख करणारे, शेतीतज्ज्ञ, स्वत:ची जमीन स्वत: कसणारे, करण्यासाठी घेणारे, जमीनमालक नसलेले शेत कामगार, स्थानिक बोलीमध्ये त्यांचा उल्लेख 'किसान' किंवा 'खेडूत'असा होतो. पाश्चिमात्य विद्वानांचे आभार मानायला पाहिजेत कारण त्यांच्या प्रभावामुळे शैक्षणिक, इंग्रजी साहित्यामध्ये 'किसान'चा अर्थ ग्रामीण असा घेतला गेला. 'ग्रामीण' हा संदर्भ संभ्रमात पाडणारा आहे. याचा वापर वेगवेगळ्या अभ्यासकांनी वेगवेगळ्या तऱ्हेने लावला. आणि कधी कधी एकाच अभ्यासकाने हा संदर्भ वेगवेगळ्या अभ्यासांत वेगवेगळा लावला.[१] एका अर्थाने या संदर्भाखाली स्वत:ची थोडी जमीन असणारे - एकत्र कुटुंबातले शेतकरी आणि मुख्यत: स्वत: कष्ट करणारे - असे शेतकरी येतात; पण दुसऱ्या अर्थाने पूर्णवेळ शेतीवर अवलंबून असणारे - यामध्ये मालकीची शेतजमीन नसणाऱ्यांचा तसेच देखरेख करणाऱ्या शेतीतज्ज्ञांचादेखील समावेश होतो.[२] शेतीवरील कामगार आणि ग्रामीण जनता यांच्या एकत्रीकरणात काही

अडचणी उद्भवतात. सध्याच्या काळात शेतमजूर हा एकाच मालकाचा सर्व काळ नोकर नसतो. पण वसाहतींच्या काळात, वसाहतवादाच्या पूर्व काळात किंवा खाजगीकरणापूर्वी तसे होते. खाजगी शेतीउद्योगांमध्ये बरेचसे शेतमजूर हे कायमस्वरूपी किंवा वेठबिगार नव्हते. वेठबिगार शेतमजुरांची संख्या ही गेल्या काही दशकांतच वाढली. त्यांचे राहणीमान सुधारण्याच्या दृष्टीने कोणतीही जादा आर्थिक मदत त्यांच्या मालकाने (नव्या/जुन्या) न केल्यामुळे त्यांना जगण्यासाठी फक्त त्यांच्या कष्टावरच अवलंबून रहावे लागत असे (कन्नन १९८८ : १२).

मग लहान आणि अल्पभूधारक असलेल्या शेतकऱ्यांचे – जे शेतमजूर म्हणून पण काम करतात – त्यांचा विचार आपण कुठे करणार आहोत? आणि वेठबिगार नसलेल्या परंतु शेतमजूर असलेल्यांचे काय? असे करणे किचकट नसेल पण भावनाशून्य असेल. आणि वसाहतीच्या काळातले शेतमजूर हे, ग्रामीण आणि स्वातंत्र्योत्तर काळातले हे वेठबिगार असे स्थूलमानाने समजणे हेसुद्धा. एवढेच नाही तर विचारांची ही शाखा जशी संघटनेचा विचार करते, कामगार आणि ग्रामीण जनता हे अनेक वेळा शेतीविषयक चळवळीत संघटित झाले आहेत. इरफान हबीब (१९८३) यांच्या म्हणण्यानुसार ग्रामीण इतिहासामध्ये शेतमजुरांचा इतिहास हा एक घटक आहे. आजपर्यंत झालेल्या अनेक अभ्यासांमध्ये शेतमजुरांना ग्रामीण जनतेचा एक घटकच मानले आहे. अनेक अभ्यासांचा विचार करताना आपण 'ग्रामीण जनता' असा शब्दप्रयोग – आपल्या सोयीनुसार – थोडा व्यापक अर्थाने वापरतो. पण मनापासून नाही. खरं तर – उपखंडातले शेतीविषयक परस्परसंबंधाचे विश्लेषण करताना – ग्रामीण हा शब्द टाळण्याकडेच आमचा कल आहे. कारण या विश्लेषणात त्याचा फारसा उपयोग नाही. १९८० च्या नंतरच्या काळामध्ये अनेक विद्वान ग्रामीणऐवजी शेतकरी असा उल्लेख करायला लागले. शेतकरी हे त्यांच्या खरेदीविक्रीच्या व्यवहारातील सहभागामुळे – उत्पादनामुळे – त्यांना कराव्या लागणाऱ्या खरेदीमुळे वेगळे ओळखले जाऊ लागले (बापरस् १९९४).

भारतातील अनेक ग्रामीण चळवळींना १९७४–७५ नंतर प्रसिद्धी मिळायला लागली. चीनमधील क्रांती, तसेच लॅटिन अमेरिकन देशांतील विविध शेतीविषयक प्रश्नासंबंधित चळवळींमुळे अनेक पाश्चिमात्य राजकारणी समाजशास्त्रज्ञ तसेच मानववंशशास्त्राचे अभ्यासक ग्रामीण चळवळींचा अभ्यास करायला उद्युक्त झाले (वुल्फ१९६६). एका बाजूला असे बुद्धिवादी प्रोत्साहन आणि एका बाजूला १९६० नंतरची नक्षलवादी चळवळ – यांमुळे भारतातील विद्वानांना, वेगवेगळ्या ग्रामीण चळवळींचा अभ्यास करण्यास स्फूर्ती मिळाली. बॅरिंग्टन मूर (क्ल्यू) या त्याच्या गाजलेल्या Social Origins of Dictatorship & Democracy : Lord & Peasant in the Making of the Modern World (1966) लिखाणामध्ये भारतातील ग्रामीण

जनतेच्या क्रांतिकारी शक्तीचा ऊहापोह करतो. त्याच्या म्हणण्यानुसार इंग्लंडमधील तसेच फ्रान्समधील मध्यमवर्गीयांची खाजगीकरणाचा पुरस्कार करणारी चळवळ, जर्मनी आणि इटलीमधील बंडखोर मध्यमवर्गीयांची एकाधिकारशाहीचा पुरस्कार करणारी चळवळ, चीन आणि रशियामधील साम्यवादाचा पुरस्कार करणारी ग्रामीण चळवळ – या सर्वांमध्ये उच्चवर्णीय जमीनधारक आणि ग्रामीण जनतेने महत्त्वाची भूमिका बजावली. पण ग्रामीण चळवळीचे कार्यकर्ते हे आधुनिक भारताच्या पूर्व काळामध्ये संख्येने फारच कमी आणि निष्क्रिय होते आणि आधुनिकीकरणामुळे या ग्रामीण जनतेची अवस्था अत्यंत दरिद्री अगदी चीनमधील ग्रामीण जनतेसारखी झाली आणि तशीच ती बराच काळ टिकली. मूरच्या मते, भारतीय ग्रामीण जनता ही पूर्वीपासून दबावापुढे झुकणारी आणि वाचाळ आहे.

एरिक स्ट्रोक (१९७८) च्या मते, भारताच्या इतिहासात ग्रामीण चळवळीतल्या कार्यकर्त्यांचे प्रमाण आश्चर्यकारकरीत्या नगण्य आहे. या परिस्थितीला कारणीभूत आहे ती भारतातील वैशिष्ट्यपूर्ण समाजव्यवस्था. म्हणजेच जातीनुसार वर्गीकरणपद्धत आणि ग्रामीण भागातली समाजव्यवस्था. मूर आपले म्हणणे मांडताना म्हणतो :-

> शेतीउत्पन्न हे तोट्याचे, कसेबसे तग धरणारे झाले होते याला थोड्याफार प्रमाणात मोगलांची शेतीविषयक करपद्धती तसेच थोड्याफार प्रमाणात ग्रामीण समाजव्यवस्थेची चौकट – जी जातिव्यवस्थेवरच आधारित होती, जबाबदार होती. स्थानिक ग्रामीण जनतेसाठी सामाजिक कार्यक्रम ठरवताना – अगदी त्याचा विचार झाल्यापासून ती कार्यरत होईपर्यंत – जातिव्यवस्थेमुळे केंद्र सरकारचे प्रयत्न फोल ठरले. त्यामुळे चीनप्रमाणे एक सशक्त ग्रामीण चळवळ ग्रामीण जनतेच्या विरोधामुळे होण्याची शक्यता दुरावली (१९६७ : ३११).

जातिव्यवस्थेमध्ये एका व्यक्तीच्या त्या जातिव्यवस्थेत असलेल्या कर्तव्यावर भर दिला पण समाजात राहून त्याला मिळू शकणाऱ्या हक्काविषयी तेवढा भर दिला गेला नाही. खालच्या वर्गातील लोकांना समाजातील त्याचे स्थान हे सामाजिक व्यवस्थेनुसारच मान्य करण्यास सांगितले. खालच्या जातीतल्या पुढाऱ्यांना त्यांच्या जातीतल्या लोकांनी केलेल्या मजुरीवर दलाली मिळत असे. तसेच जातिनियमांचा भंग केल्यास आकारण्यात येणाऱ्या दंडाची रक्कमपण मिळत असे. हे त्याचे जातिव्यवस्थेवरील आणि एकूणच सर्वसामान्य मत फक्त अभ्यासावर आधारित होते, संशोधनाच्या निकालावर नव्हते. तरीही मूरच्या मतांचा अनेक विद्वानांनी विपरीत अर्थ लावला, अयोग्य वापर केला. भारतातील सत्ताधीशांच्याविरुद्ध ग्रामीण चळवळ ही सर्वव्यापी किंवा परिणामकारक नव्हती असे तो कधीच म्हणाला नाही. ग्रामीण जनतेच्या चळवळी करणाऱ्या ताकदीविषयी त्याने कधीच मतभेद व्यक्त केले नाहीत. त्याला

असे म्हणायचे असावे, की एखाद्या वर्गाची चळवळीची ताकद ही मुख्यत: त्या सामाजिक, त्या वेळच्या त्या वर्गातील संघटितपणा आणि सत्तेच्या सहभागावर आधारभूत असते.

भारतातील ग्रामीण जनतेची मूरने केलेली 'वाचाळ' आणि 'दबावापुढे झुकणारी' अशा प्रतिमेला कॅथलीन लोग (१९७४), जे. आर. देसाई (१९७९), डी.एन. धनागरे (१९८३), रणजित गुहा (१९८३) यांनी तसेच इतर अनेकांनी आक्षेप घेतला. त्यांच्या म्हणण्यानुसार इतिहास अभ्यासकांनी ब्रिटिश काळातील तसेच ब्रिटिशपूर्व काळातील अनेक ग्रामीण चळवळींकडे दुर्लक्ष केले. कॅथलीन लोगच्या मते, सद्य:स्थितीतील भारतामध्ये असणाऱ्या अनेक राज्यांत गेल्या दोन शतकांत ग्रामीण चळवळी या होतच होत्या. तिने अशाप्रकारच्या ७७ चळचळींचा दाखला दिला.

> सर्वात लहान मानल्या जाणाऱ्या चळवळीतसुद्धा हजारो ग्रामीण लोकांचा कृतिशील सहभाग होता – त्यांचा पाठिंबा होता. सुमारे ३० चळवळींमुळे कैक हजार लोकांवर परिणाम झाला तर सुमारे १२ चळवळींचा कैक लाख लोकांवर परिणाम झाला. या चळवळींमध्ये १८५७-५८ च्या उठावाचापण अंतर्भाव होतो. या बंडामध्ये सुमारे पाच लाख चौरस मैलांतील ब्रिटिश राज्यकर्त्यांना हुसकून लावण्यासाठी अनेक ग्रामीण लोकांनी लढा दिला – त्या लढ्याला मदत केली (१९७४ : १३१९).

ग्रामीण जनतेच्या सुधारणेला जातिव्यवस्थेमुळे अडथळा होतो या मूरच्या विधानाशी ती असहमती दर्शवते. ती म्हणते की बऱ्याचशा चळवळी या खालच्या वर्गातील हिंदूंच्याच पुढाकाराने झाल्या. त्यामुळे ग्रामीण चळवळींना आपत्तिकारक काळात – जातिव्यवस्थेमुळे परिणामकारक होता आले नाही असे म्हणणे धाडसाचे ठरेल.

ए. आर. देसाईंच्या निरीक्षणानुसार, ब्रिटिश काळातील किंवा त्या नंतरसुद्धा भारतातील ग्रामीण जनता संघर्ष करीत, उठाव करीत, तर कधी सशस्त्र उठाव करीत होती व त्यामध्ये शेकडो ग्रामीण अनेक वर्षं सहभागी होत होते. (१९७९ : xii), रणजित गुहा (१९८३) यांच्या म्हणण्यानुसार, १९व्या शतकाच्या अखेरीपर्यंत म्हणजे ब्रिटिश सत्ताधीशांच्या सुमारे पहिल्या पाऊणशे वर्षात ग्रामीण शेतकी चळवळी या त्या भागांपुरत्या किंवा ठरावीक वर्गापुरत्या वेगवेगळ्या तऱ्हेने, तीव्रतेने केल्या जात होत्या. ११७ वर्षांत किमान ११० बंडांची गणती केली गेली. विरोधाची पद्धत वेगवेगळी होती. धनागरे मूरच्या निष्कर्षावर म्हणतात :-

> हा निष्कर्ष शास्त्रशुद्ध पद्धतीने चाळणी लावून काढलेला नाही तर तो भारतीय ग्रामीण चळवळींचे साचेबंद पूर्वकथन आहे, त्यामुळे वेगवेगळ्या वर्गांचे

एकत्रीकरण करून काढलेला निष्कर्ष शंकास्पद आहे. मूरचा हा प्रबंध भारतातील वेगवेगळ्या ग्रामीण चळवळी, आणि उठाव यांचा सखोल अभ्यास करून त्यावर पुन:चर्चा करण्याची आवश्यकता भासते.

गरिबांना, शोषितांना त्यांना शोषणाऱ्यांविरुद्ध एकत्रित येण्यामध्ये जातिव्यवस्था, हिंदू धर्म यांचा अडथळा होतो का? या प्रश्नावर अनेक विद्वानांनी चर्चा केली. त्याचा वर्गव्यवस्थेनुसार अभ्यास केला. भारतामध्ये अनेक ग्रामीण चळवळी झाल्या हे जरी मान्य केले तरी त्यांना चीन किंवा युरोपमधील चळवळींसारखे यश का मिळाले नाही हा प्रश्न संशोधनासाठी राहतोच. चीनमधील किंवा युरोपमधील ग्रामीण जनतेची चळवळींची ताकद जास्त होती म्हणून? का चीन, युरोपमधील ग्रामीण जनतेला त्यांच्या ताकदीबरोबरच आणि काही बाहेरच्या घटकांची मदत झाली.

भारताचा आणि विभागवार भारताचा अभ्यास

स्वातंत्र्यपूर्व ब्रिटिश काळातील आणि स्वातंत्र्योत्तर काळातील संपूर्ण भारताचा अभ्यास करण्याचा प्रयत्न अनेक अभ्यासकांनी केला. कॅथलीन लोग, एक समाजशास्त्रज्ञ यांनी सर्वप्रथम ग्रामीण जनतेच्या प्रथमपासून पोषणासंबंधीचा एक सर्वंकष अभ्यास १९७४ मध्ये एका लेखाद्वारे केला. त्याच धर्तीवर सुनील सेन (१९८२) – एक इतिहासतज्ज्ञ – यांनी एकोणिसाव्या शतकाच्या मध्यादरम्यान आणि २० व्या शतकामध्ये झालेल्या ग्रामीण चळवळींचा एकत्रित अभ्यास करायचा जोरदार प्रयत्न केला. ए. आर. देसाई यांनी त्यांच्या अभ्यासांचे एकत्रीकरण (१९७९, १९८६) केले. एक स्वातंत्र्यपूर्व काळातील ग्रामीण जनता आणि दुसरे स्वातंत्र्योत्तर काळातील ग्रामीण जनता, हा त्यांचा अभ्यास ग्रामीण जनतेच्या अभ्यासामध्ये महत्त्वाचे योगदान करतो. धनागरे (१९८३) आणि एरिक स्ट्रोक (१९७८) तसेच अनेकांनी नमुन्यादाखल बऱ्याच वसाहतवादी काळातील चळवळींचा सखोल अभ्यास केला आणि भौतिक माहिती दिली. हे अभ्यास बरेचसे लिखित घटनेवरच आधारित होते. आपण त्याचा ऊहापोह पुढील चर्चेत करणारच आहोत.

बिहार, बंगाल, आंध्रप्रदेश आणि मलबार यासारख्या विभागवार साहित्यामध्ये बरेचसे अभ्यासपूर्ण लेख आहेत. नमुन्यादाखल काही विशेष चळवळींचा अभ्यास यात आहे. त्याचप्रमाणे गेल्या काही दशकांतल्या, शतकांच्या चळवळींच्या यशापशाचा ऊहापोह त्यात आहे. काही ठरावीक चळवळी उदाहरणार्थ बंगाल बिहारमधील इंडिगो मुव्हमेंट (मिश्रा 1968, Kiling 1977, Mitter 1978, Natrajan 1979 c). मलबारमधील Moplan rebellion केरळा (गोपालन 1921, Date 1975, Hardgrave 1977, Chaudhay 1979, Hitchook 1983, Word 1992) बंगालमधील Tebhaga चळवळ

(Dhanagre 1976,Sarkar 1979, Castas 1987) आंध्रप्रदेशमधील तेलंगणा चळवळ (Rao 1972, YZmJao 1974, Elliott 1974, Pavier 1981) वेस्ट बंगाल, बिहार आणि आंध्रप्रदेशातील नक्सलाइट चळवळ यांचा स्पष्ट रोख कम्युनिस्ट पार्टीच्या आदर्शवाद, आडाखे आणि डावपेच यांवर होता. (Marxist Leninist) (CPI (ML)). शोषितांना एकत्रित करणारे पुढारी आणि त्यांचा डाव्या पार्टीबरोबर सहभाग यावर होता.

ग्रामीण चळवळींचे वेगवेगळ्या मुद्द्यांनुसार केलेले विश्लेषण, इ.इ. Chaudahri (1973 a, 1973 c) Kavita 1972, Sunil Sen 1972 यांचे प.बंगालवर, अरविंद दास १९८३ आणि Henningham १९८२ यांचे बिहारवर, एन.जी. रंगा आणि एस. सरस्वती (१९७९) आंध्रप्रदेशावर आणि नंबुद्रीपाद (१९४३), Oommen (१९८५) आणि कन्नन (१९८८) केरळावर, आता स्वातंत्र्यपूर्व आणि स्वातंत्र्योत्तर काळातील अनेक ग्रामीण चळवळींचा देशातील वेगवेगळ्या भागांत झालेल्या चळवळींचा सखोल अभ्यास मिळू शकतो. त्यामध्ये उत्तर प्रदेशातील ग्रामीण जनतेची चळवळ – लेखक मजिद हयात सिद्दिकी (१९७८) कपिलकुमार (१९८४) आणि पॉल ब्रास (१९८०), पंजाबमधील चळवळी : लेखक – बेरिअर (१९६७), एस. जी. गिल (१९८०) आणि शर्मा (२०००); राजस्थानमधील चळवळी : लेखक – राम पांडे (१९७४), पुष्पेंद्र सुराणा (१९८३), राम (१९८६) आणि शर्मा (१९९०); गुजरातमधील चळवळी : लेखक – डेव्हिड हर्डीमन (१९८१ अ), घनश्याम शाह (१९७४), शिरीन मेहता (१९८४) आणि जान ब्रेमेन (१९७४, १९८५); महाराष्ट्रामधील चळवळी : लेखक – जी. परुळेकर (१९७५), गेल ओमव्हेट (१९७३) अशोक उपाध्याय (१९७९, १९८०), ओरिसामधील चळवळी : लेखक – विनोद दास(१९८५) आणि सदाशिव प्रधान (१९८६). पण याबरोबर याचीही नोंद घ्यायला पाहिजे की उत्तरपूर्व भागातील राज्ये आसाम, नागालँड, मणिपूर, मिझोराम, त्रिपुरा आणि मध्यप्रदेश, ओरिसामधील ग्रामीण चळवळी या बऱ्याच कमी आहेत; तशाच फारशा विचारायोग्य नाहीत. या भागाकडे खास लक्ष देणे भाग आहे. धनागरे (१९८३), पीटर कस्टर (१९८७), रॉय (१९९२) आणि दीपंकर गुप्ता यांनी सुरुवात जरी चांगली केली असली तरी सर्वंकष विचार करता विभागवार चळवळींचा तुलनात्मक अभ्यास राहिला आहे असे वाटते.

हाती आलेल्या साहित्यानुसार स्वातंत्र्यपूर्व काळात तसेच स्वातंत्र्योत्तर काळात ग्रामीण चळवळ ही चांगलीच फोफावली होती असे दर्शवते. चळवळीमागची ऊर्मी आणि त्याची पद्धत यांत फरक दिसतो. तरी कांही भागांमध्ये अशा चळवळीमागे एक मजबूत परंपरा दिसते. Katnleen Gough म्हणते.

ब्रिटिश सत्तेच्या आधीपासून बंगाल म्हणजे ग्रामीण आणि शहरी

चळवळींचे आगर होते. मायमेनसिंग, दिनाजपूर, रंगपूर आणि पबना हे बंगाल देशातील, बिहार आणि बांगला देशातील संथाल भाग अशा काही जिल्ह्यांमध्ये ग्रामीण चळवळी कायम होत होत्या आणि होत आहेत. आंध्र प्रदेशातील आदिवासी भाग, आणि केरळामधील काही भाग यात अनेक वर्षांपासून चळवळी होत राहिल्या. डोंगराळ भागातील आदिवासी, तसेच इतर अल्पसंख्याक यांचा एक प्रकारच्या स्वातंत्र्याचा, नैतिकदृष्ट्या झालेल्या संघटितपणाचा प्रभाव होता. आणि तो डोंगराळ भाग त्यांच्या गनिमी काव्याच्या लढाईला साथ देणाराच होता. पण या प्रकारची चळवळ ही तंजावरसारख्या दाट लोकवस्तीत झाली. तंजावरमध्ये भाडोत्री गुंडांकडून मारझोड, वेठबिगार, भूकबळी आणि बेकारीमुळे जनता त्रस्त झाली होती.

Andre Neteille (१९७४) च्या मते, शेतीविषयक चळवळी या मुख्यत: भातशेती असणाऱ्या भागांमध्ये प्रथमपासून मूळ धरून होत्या. या भागामध्ये शेतमजुरांची संख्या तुलनेने जास्त होतीच; पण जे कसणारे होते – कूळ किंवा मालक – त्यांच्यामध्ये जमिनीची वाटणी हीपण विषम प्रमाणात होती. या अनुमानाचा खोलवर अभ्यास होणे जरूर आहे.

वर्गीकरण

भारतातील ग्रामीण चळवळीची विभागणी साधारणपणे काळानुसार केली जाते. ब्रिटिशपूर्वकाल, ब्रिटिश किंवा वसाहतकाळ आणि स्वातंत्र्योत्तर काळ. काही अभ्यासकांच्या मते, स्वातंत्र्योत्तर काळातील चळवळ दोन भागांत विभागली गेली एक म्हणजे नक्षलवादीपूर्व आणि नक्षलवादी चळवळीनंतरचा काळ किंवा हरित क्रांतीच्या आधीचा व नंतरचा काळ (देसाई १९८६), हरित क्रांतीनंतरचा काळ हा पुन्हा दोन भागांत केला गेला एक म्हणजे आणीबाणीपूर्व काळ आणि आणीबाणीनंतरचा काळ. (बालगोपाल १९८३, Oomman (1985)), यांच्या मते, काही चळवळी अशा होत्या की त्यांच्यावर राजकीय स्थित्यंतराचे परिणाम झाले नाहीत. त्या चालूच राहिल्या. अशा चळवळी स्वातंत्र्योत्तर काळातील परिस्थितीत चालू झाल्या आणि आजपर्यंत चालूच आहेत. अर्थात, त्यांची उद्दिष्टे (ध्येये) बदलली आहेत. शेतकीविषयक नियमांच्या चौकटीत काळानुसार फरक पडत गेला त्यामुळे ग्रामीण चळवळींचे वर्गीकरण हे मुख्यत: कालानुसार केले गेले. ए.आर. देसाई (१९८६) हे ब्रिटिशकालीन भारताचे वर्गीकरण करताना ब्रिटिश राजवटीखालील प्रतवारी जमीन, संस्थानिकांच्या आधिपत्याखालील जमीनदारीचा भाग आणि आदिवासी भाग असे करतात. या भागातील चळवळींचे स्वरूप, गुणधर्म वेगवेगळे होते तसेच उद्दिष्टेपण

वेगळी होती. ज्यामध्ये अनेक स्तरांवरील ग्रामीण जनतेचा आणि आदिवासींचा सहभाग होता, देसाई हे ब्रिटिश काळातील चळवळीला 'ग्रामीण जनतेची चळवळ' असे म्हणणे योग्य समजतात तसेच स्वातंत्र्योत्तर काळातील चळवळींना ते 'शेतीविषयक चळवळ' असे म्हणतात. या चळवळीत फक्त ग्रामीण जनताच नाही तर इतर अनेक सहभागी होते असे सुचवायचे आहे. यापुढे ते स्वातंत्र्योत्तर चळवळीचे दोन भाग करतात. नवीन मालकी हक्क मिळालेल्या नवश्रीमंत जमीनदारांचा वर्ग, मूळ धरू लागलेल्या मध्यमवर्गीयांचा वर्ग आणि प्रस्थापित जमीनदारांचा वर्ग यांची चळवळ एका भागात आणि दुसऱ्या भागात शेतीसंबंधात वेगवेगळ्या प्रश्नांमधील गरीब आणि त्यातल्यात्यात कष्टकरी जनतेला प्राधान्य दिलेली चळवळ. गेल ओमव्हेट यांचे वर्गीकरण जुन्या चळवळी आणि नवीन चळवळी असे आहे. जुनी चळवळ ही ग्रामीण जनतेची आणि नवीन चळवळ ही शेतकऱ्यांची असे वर्गीकरण त्यांनी केले आहे. यावर जास्त विचार पुढे करू.

अनेक अभ्यासकांनी या वर्गीकरणासाठी वेगवेगळ्या पद्धती कालानुरूप आणि उद्दिष्टानुसार वापरल्या. ब्रिटिश सत्ताधीशांच्या अंमलाखाली किंवा संस्थानिकांच्या अंमलाखालीदेखील समाज शेतीविषयक नियमांची चौकट नव्हती. त्याचप्रमाणे जरी स्वातंत्र्योत्तर काळामध्ये मध्यवर्ती राजकीय सत्ता आणि उत्पादकांची भांडवलशाही वृत्ती या प्रगतिपथावर नेणाऱ्या असल्या तरी अद्याप शेतीविषयक नियमांची समान चौकट अस्तित्वात आली नाही. बिहार, ओरिसा आणि उत्तरप्रदेशपेक्षा गुजरात, महाराष्ट्र आणि पंजाब या राज्यांनी मजबूत, सूक्ष्म सर्वंकष अशा भांडवलदारी शेतीचा विकास केला. हे वर्गीकरणसुद्धा एखाद्याच्या फक्त लेखी अभ्यासानुसार बदलू शकते. कॅथलीन गॉगसह (१९७४) या ग्रामीण जनतेच्या उठावाची विभागणी त्यांचे साध्य, त्यांचे आदर्श आणि त्यांचे व्यवस्थापन यांवर करतात. त्यांच्या मते, पाच प्रकारच्या ग्रामीण जनतेच्या चळवळी झाल्या :

१. ब्रिटिशांना हाकलून लावून त्याठिकाणी जुने सत्ताधीश आणि तसे सामाजिक नातेसंबंध प्रस्थापित करू इच्छिणारे बंडखोर.
२. एखाद्या भागांना स्वातंत्र्य मिळवून देण्यासाठी धार्मिक चळवळ किंवा एखाद्या जातीयवादी कंपूची नवीन सरकार स्थापण्यासाठी केलेली चळवळ.
३. सामाजिक बंडखोरी.
४. सूडबुद्धीने वागणारे दहशतवादी. त्यांची मागणी सर्वमान्य न्यायदानाची होती.
५. एखाद्या मागणीसाठी राज्यकर्त्यांच्या विरोधातला उठाव.

वरीलप्रमाणे झालेले वर्गीकरण हे उपयोगी आहे, पण समाधानकारक नाही. यामध्ये चळवळीत भाग घेतलेल्या जनतेची वर्गवारी किंवा त्यांचे उद्दिष्ट साधण्यासाठी

केलेले डावपेच यांवर भर न देता सर्वसाधारण क्रांतीच्या ध्येयाला महत्त्व देण्यात आले. अनेक महत्त्वाच्या ग्रामीण चळवळी ज्यांचा देशांतील महत्त्वाच्या चळवळीबरोबर या ना त्या प्रकारे संबंध होता – अशा चळवळी दुर्लक्षित राहिल्या.

के.पी. कन्नन हे जातीच्या आधारावर फोफावण्याच्या इतिहासकालीन ग्रामीण कष्टकऱ्यांच्या चळवळीचे तीन भागांत वर्गीकरण करतात :

१. नवभांडवलदारांच्या उत्पादनपद्धतीच्या विरोधातील चळवळ जी जात, धर्म, विवेकबुद्धी या विचारसरणीवर आधारित होती, पण त्याची दिशा सामाजिक आणि सांस्कृतिक जाचक पद्धतीविरुद्ध होती.
२. वरील चळवळीतून होणाऱ्या पण धार्मिक पार्श्वभूमी नसणाऱ्या चळवळी – जातिव्यवस्था आणि विवेकबुद्धी यांना न मानणारे – परंतु बंधुभाव आणि एकात्मतेचा पुरस्कार करणारे.
३. राष्ट्रवादी चळवळीमध्ये जहाल विचारसरणीचा उत्कर्ष – ज्यामध्ये वर्गवार विचारसरणी आणि वर्गाधारित चळवळी होत्या. त्यांचा उगम वरील क्रमांक २ मध्ये पाहावयास मिळतो.

या प्रकारामध्ये सरमिसळ होत आहे याची कल्पना यांना होती. वर्गीकरण हे जरी महत्त्वाचे असले तरी वर्गीकरणाचा विचार आणि वर्गीकरणाच्या चळवळींना चालना मिळण्यासाठी त्याचा कसा वापर होईल यांची एखाद्याला शंका वाटणे साहजिक होते. पुष्पेंद्र सुराणा (१९८३) ग्रामीण चळवळींची आठ प्रकारांत विभागणी करतात. मुख्यत: एकाच प्रकारचे पीक घेण्यासाठी केलेली सक्ती, त्यावरील आंदोलन, सावकारांची दडपशाही, भाववाढ, गैर हस्तक्षेप, राजघराणे अशी होते. अशा प्रकारच्या वर्गीकरणाला मर्यादा पडणार हे निश्चित. कारण एक वादग्रस्त विषय हा अनेक वेळा अनेक चळवळींमध्ये केला गेला होता.

रणजितसुद्धा त्यांच्या Elementary Aspects of Peasant Insurgency in Colonial India (1983 a) या पुस्तकामध्ये या ग्रामीण चळवळीकडे बघण्याचा एक वेगळाच दृष्टिकोन मांडतात. ते ग्रामीण चळचळीच्या बंडखोरवृत्तीचे ग्रामीण चळवळींना उद्युक्त करण्याऱ्या विचारसरणीच्या दृष्टीने अभ्यासतात. ते ग्रामीण विचारसरणींच्या मागे असलेल्या स्वरूपाचा आलेख ठरवतात. जसे काही नकारात्मक विचार, एकसंधपण, बदलाव, प्रांतीय अतिक्रमण वगैरे. याची मदत आपल्याला ही ग्रामीण जनता उठाव कशी करते हे समजण्यासाठी होईल. ज्यामध्ये मध्यस्थाची भूमिका ही महत्त्वाची आहे. अशा चळवळींचे वर्गीकरण करण्यास गुहा आणि इतर अभ्यासक हे सहमत नाहीत. सामाजिक वास्तव हे गुंतागुंतीचे आहे त्याची अशी कृत्रिम वर्गवारी ही चुकीच्या मार्गाला नेते. त्यांच्या म्हणण्याप्रमाणे गुंतागुंतीचे विश्लेषण करण्यासाठी

नमुनापद्धत ही महत्त्वाची आहे. जरी गुंतागुंतीच्या वास्तवाचे आकलन होण्यासाठी ही पद्धत चांगली असली तरी त्यात मूळ प्रश्नाचे आकलन होणार नसले तरी अभ्यासाला अजूनही महत्त्वाची आहे.

मुद्दे

ब्रिटिश अधिकारी आणि इतिहास अभ्यासक यांची एक पद्धत होती की ते काही बंडखोरीचे चित्र जातीय दंगल किंवा किरकोळ बंडखोरी असे रेखाटायचे. एकोणिसाव्या शतकातील मोपल्यांचे बंड किंवा १९२० सालातील मलबार, बदानी आणि फरायदी यांचे बंगालमधील १९३० सालांतील उठाव यांचे चित्रण हिंदू - मुस्लिम दंगा असेच करण्यात आले; पण खरे तर ते जमीन कसणारे आणि जमीनदार यांचे आर्थिक संबंधावर होते. पण हे दोन्ही गट योगायोगाने वेगळ्या जमातीचे होते. सुदीन अहमद खान यांचा फरियादी (किंवा फराशी) यांचा लेख (१९६५). त्यात ते म्हणतात, मुस्लीम ग्रामीण जनतेला जो त्रास होत होता त्याचे कारण हिंदूंच्या कारवाया असेच होते. या विचारांवर आधारित अभ्यासकांच्या मते, फरझीचं बंड हे मुस्लीम आणि गैर मुस्लीम उच्चवर्णीय जमिनदार यांच्यामधील होते व त्याचे कारण मुस्लिमांच्या त्यांच्यावरील जातीविषयक अन्यायाचा स्फोट हा होता. मलबार येथील मोपल्यांच्या बंडावरील स्टीफन यांचे मतपण याच प्रकारचे होते. त्यांच्या मते, मोपल्यांच्या बंडाचीही प्रेरणा ही आर्थिक विषमतेत नव्हती तर - धर्म संरक्षणासाठी हुतात्मा होऊन स्वर्गात अढळ स्थान मिळविणे ही होती. (कुड १९९२) Control थेव हे डेक यांच्याशी सहमत नव्हते तरी मलबारमधील क्रांतीत धार्मिक प्रभाव, त्याचे विस्तारित जाळे याचे समर्थन करतात. विचारांची देवघेव नसलेल्या आणि एकतर्फी निर्णय घेण्यात आलेल्या अनेक भागांमध्ये मुस्लिमांमुळे एकसंघता आली. मशीद ही एकत्रित येण्याची जागा झाली (१९९२). अशा मुद्द्यांवर बराच वाद झाला. अनेकांचे असे म्हणणे होते की, जरी ग्रामीण जनतेला एकत्रित करण्यामध्ये धर्मप्रभावाचा महत्त्वाचा भाग असला तरी - फक्त धर्माला बंडाच्या केंद्रस्थानी कल्पून - समाजातील सामाजिक प्रश्नांकडे आणि सामाजिक तसेच आर्थिक बाजूकडे दुर्लक्ष करणे हा ग्रामीण चळवळींचा चुकीचा अर्थ लावण्याचा प्रयत्न होता. धनागरे (१९८३), अर्नोल्ड (१९७९ अ), पणीकर (१९७९) आणि नंबुद्रीपाद (१९४३) यांच्या मोपल्यांच्या बंडावरील अभ्यासात म्हणतात, बंडातील जमीनदार हे हिंदू आणि जमीन कसणारे मुस्लीम असले तरी या बंडाचे मूळ हे शेतीविषयक संघर्षातच होते. मोपला बंडखोरांचे काही नेते हे हिंदू होते यांचीपण नोंद घेतली पाहिजे. पणीकर लिहितात,

जातीयतेवर आधारित फाटाफूट ही क्रांतिकारकांमध्ये होतीच हे पूर्णपणे

मानता येत नाही. अनेक गावांमध्ये बाहेरून आलेल्या बंडखोरांपासून हिंदूंचे रक्षण हे अनामिक मोपल्याने केले. पुन्नानीमध्ये हिंदू आणि मोपल्यांनी एकत्रित होऊन बंडखोरांना तनूरातून हुसकावून लावले. एवढेच नव्हे तर Eranad मध्ये क्रांतिकारक सक्रिय असताना हिंदू आणि मुस्लिम एकत्रित शांततेने रहात होते.

१९२१ च्या उठावाचा अर्थ तो जातीय दंगा होता असे म्हणता येणार नाही. या उलट त्या ग्रामीण जनतेची आर्थिक पार्श्वभूमी लक्षांत घेता, आणि त्या कार्यकर्त्यांची भूमिका आणि त्यात भाग घेणाऱ्यांच्या वर्गाचा विचार करता हा उठाव हा १९ व्या शतकातील वारंवार होणाऱ्या शेतकीविषयक उठावांपैकीच होता असे मानणे सयुक्तिक ठरेल (१९७९ : ६२३).

गेल्या शतकातील वहाबी आणि फराझी लोकांच्या उठावाबद्दल नरहरी कविराज यांचे दाखलेपण तसेच आहेत. त्यांनी लिहिले आहे –

एक गोष्ट स्पष्ट आहे की बरसातचा उठाव किंवा फराझींचा उठाव हा कधीच जातीय भावनेच्या उद्रेकातून झाला नाही. हा उठाव नक्कीच मुस्लीम धर्मवेड्यांनी हिंदू धर्मवेड्यांविरुद्ध केलेला विरोध नव्हता. लढ्याचे लक्ष जमीनदार असेच होते. त्यापैकी बरेचसे हिंदू होते. पण त्याचबरोबर संख्येने कमी असणारे मुस्लीम जमीनदारपण सुटले नाहीत. युरोपियन मळेवाले जे ग्रामीण जनतेचे खरे शोषक होते त्यांच्यावरसुद्धा कोणताही दुजाभाव न दाखवता हल्ला झाला. या संपूर्ण घटनेमध्ये शेतीविषयक मुद्दा हा मुस्लिम जातीयतेपेक्षा वर्चस्वाचा ठरला. प्रथमपासून शेवटपर्यंत या उठावांची खूण शेतीविषयक उठाव अशीच झाली.

जसे अनेक अभ्यासकांनी हे उठाव जातीय भावनेवर आधारित होते असे सरळ अनुमान नाकारले असले तरी या बंडांना जातीयतेची किनार होती हे ते मान्य करतात. (अरनॉल्ड १९७९, वुड १९९२) हार्डग्रेव्ह (१९७७) हे अनेक महत्त्वाच्या मुद्द्यांवर भर देतात. जसे की शेती उत्पादकांचे असमाधान, इस्लामला होऊ पाहणारा धोका, काँग्रेस खिलाफत चळवळ. वर्तमानपत्रांतील प्रक्षोभक बातम्या, सरकारी अधिकाऱ्यांची चिथावणी आणि पोलिस कारवाई या सर्वांचा प्रक्षोभक सहभाग आणि त्याचा परिणाम म्हणजे १९२१ मधील मोपल्यांचे बंड जे मलबारमध्ये झाले.

पार्थ चटर्जी (१९८२, १९८३, १९८६) आपले म्हणणे मांडताना म्हणतात की, बंगालमधील ग्रामीण जनता ही धर्मभावनेवरच संघटित होती. जातीय हक्कांची जाणीव आणि जातीय हिताचा दृढ संबंध भाग घेणाऱ्यांमध्ये होता. या अशा समाजामध्ये प्रत्येकजण स्वत:ला एक साखळीतला दुवा, समाजाच्या अधिकारी वर्गापैकी किंवा ती चालविण्यापैकी एक असा वागत होता (१९८२ : १२). या सर्वांचा एकत्रित

अधिकार असल्यासारखी राजकीय सत्ता संघटित होत आहे. 'जातीयतेवर केलेल्या सत्तेचा' विचार मांडताना चटर्जी म्हणतात की, जातीयतेची दृढ भावना आणि शेतकऱ्यांनी स्वयंघोषित राजकीय सत्ताधीशाची समज या दोन्हीतले फरक जाणवण्याइतका प्रखर नव्हते. त्यांच्या म्हणण्याप्रमाणे जातीयतेवर आधारित सत्ता ही अस्तित्वात येणे जिथे एका व्यक्तीचे किंवा काही व्यक्तींचे हक्क, अधिकार किंवा जबाबदाऱ्या या त्या संपूर्ण समाजाच्या म्हणजे जातींच्या अधिकाऱ्यावर टाकल्या जातात. पूर्व बंगालमध्ये बहुसंख्याक मुस्लीम असलेले ग्रामीण आणि राज्य – ज्यामध्ये जमीनदारांचा जास्त सहभाग होता तसेच सावकार आणि शहरी व्यापाऱ्यांचा सहभाग होता.– यांच्यामधील तणावाची परिणती म्हणजे १९२६ ते १९३५ या काळातील दंगे, अशा दंग्यांमध्ये –

> जो आदर्शवाद जोपासला गेला आणि ग्रामीण जनतेच्या एकत्रित उठावाला जो कारणीभूत झाला तो मूलत: धार्मिक होता. ग्रामीण जनतेची सारासार विवेकबुद्धी, ग्रामीण जनतेच्या कृतिशील मनामध्ये – वरवर एकसंध दिसणारी – निसर्ग आणि माणसावरील असणाऱ्या विश्वासाची एक शक्ती ही धर्मावर आधारित होती. अशा समाजाला धर्म हा एक अस्तित्वाचा मार्गदर्शक, उपदेशपर मार्गदर्शन, नीतीपर आचरणांचा संग्रह ज्यामध्ये राजकीय नीतीचा पण समावेश होतो अशी धारणा होती. हा समाज जेव्हा राजकीय कार्य करतो – तेव्हा एखाद्या विशिष्ट कृत्याचा लाक्षणिक अर्थ – अभिप्रेत अर्थ त्या धर्माच्या घटनेत सापडलाच पाहिजे (१९८२ : ३१).

पार्थ यांच्यावतीने डेव्हिड हार्डमन स्पष्ट करतात की, 'जात' याचा अर्थ सामाजिक गट असा नाही (१९९२ अ). तो एक सामजिक विचारसरणींचा भाग आहे. त्या जातीचे हे आहेत ते आणि त्या जातीचे नसणारे ते यांच्यातील संबंधाचा तो भाग आहे. जातींच्या मर्यादेवर सांगताना हार्डमन मांडतात :–

परिवर्तन आणि बदल हा मागील पुढील संदर्भावरून किंवा वातावरणानुसार. त्यामुळे ग्रामीण जनता आणि सावकार यांच्या संघर्षामध्ये 'ग्रामीण जनता' ही एक 'जात' बनली आणि त्यामध्ये सावकारांकडून नाडले गेलेले सर्व सामील झाले. त्याच भागामध्ये एखादेवेळेस 'ग्रामीण पण जमीनदार असलेला आणि शेतमजूर यांत पण संघर्ष होऊ शकतो.'

या अशा प्रकारचे एकत्रीकरण हे अशा अभ्यासकांना – ज्यांच्या मते या सर्व उठावांचे एकमेव कारण हे फक्त आर्थिक विषमता हे आहे – अत्यंत महत्त्वाची आणि धोक्याची सूचना देणारे आहे. या अभ्यासकांनी मांडलेल्या जातीविषयक कल्पना आणि वर्गीकरण/आर्थिक निकष यांचा त्या स्थळाच्या आणि काळाचा संदर्भ याच्यावर

बारकाईने विचार व्हायला पाहिजे. धर्माचा प्रामुख्याने विचार करता दुसऱ्या बाजूला झुकते माप द्यायची शक्यता जास्त असते. एवढेच नाही तर जसे जसे उत्पादनांच्या आशयात बदल होत गेले तसे तसे जातीमध्ये वर्गविभागणी होऊन जातीय ऐक्याला तडे जाऊ लागले. जावेद अहमद हे सत्ता मिळवण्याच्या काल्पनिक योजनेलाच आव्हान देतात. यात मूलभूत चूक अशी आहे की हा कल्पनाविकास अशा कल्पनेतून उगम पावला आहे ज्यात ऐतिहासिक प्रगतीमुळे जे काही तगून राहिलेले घटक आहेत त्यांना भांडवलशाहीच्या काळातील राजकीय सत्तेमध्ये तेवढेच महत्त्व दिले जावे जेवढे भांडवलशाहीच्या सुरुवातीच्या आधीच्या काळात होते (१९८३ : ५१).

बऱ्याच अभ्यासकांनी असे ठामपणे सांगितले आहे की, ग्रामीण जनतेने त्यांच्या शोषणाविरुद्ध दडपशाहीविरुद्ध तेव्हाच उठाव केला जेव्हा त्यांची आर्थिक परिस्थिती गंभीर होती. हे बदल खालीलप्रकारे तीन गटांत विभागता येतात :

१. भाववाढ, दुष्काळ यामुळे झालेली आर्थिक दुर्दशा.
२. रचनात्मक बदल – ज्यामुळे शोषण वाढले आणि त्याचा परिणाम आर्थिक दुर्दशेत झाला.
३. ग्रामीण जनतेची आपले राहणीमान उंचावण्याची प्रखर इच्छा.

ग्रामीण जनतेविषयीचा बराच अभ्यास स्वातंत्र्यपूर्व किंवा स्वातंत्र्योत्तर काळात झाला. आणि खात्रीपूर्वक सांगतात की एका विविक्षित वेळी जेव्हा ग्रामीण जनतेचा उठाव झाला त्यांची आर्थिक अवस्था डबघाईला आली होती. एल. नटराजन, १८७५ च्या मराठा बंडाविषयी म्हणतात :–

> या काळात शेतकऱ्यांची अवस्था झपाट्याने चिंताजनक होत होती. अमेरिकन सिव्हिल वॉर च्यावेळी कापसाच्या किमती आकाशाला भिडल्या होत्या. त्या साठाव्या दशकांत कोसळल्या. याबरोबरच बाकी शेती–उत्पादनांच्या किमतीपण झपाट्याने खाली येऊ लागल्या. सर्वसामान्य शेतकऱ्यांवर दडपशाही चालू झाली. शेतकऱ्यांच्या नगद उत्पन्नावर फार मोठा तडाखा बसला.

मजिद दयाल सिद्दीकी (१९७८) यांच्या मते, उत्तर भारतातील १९१८ ते १९२२ च्या दरम्यान झालेल्या शेतीविषयक चळवळीचे मुख्य कारण म्हणजे भाडोत्री जमीन कसणारे आणि शेतमजूर यांना वापरायला लागणाऱ्या कमी प्रतीच्या धान्याची झालेली भाववाढ हे होते. कपिलकुमार हेपण त्यांचे निरीक्षण नोंदविताना म्हणतात अवधमधल्या ग्रामीण जनतेमध्ये जो तणाव झाला त्याला मुख्य कारण म्हणजे युद्धाच्या काळामध्ये जीवनोपयोगी वस्तूंमध्ये झालेली भाववाढ हे होते (१९८४ : ५८). गुजरातमधील खेडा येथील ग्रामीण जनता सत्याग्रहात सामील झाली याचे कारण म्हणजे पहिल्या महायुद्धाच्या काळात त्यांचे अतोनात हाल झाले. १९१७ मध्ये

खरीप उत्पादन अपेक्षित झाले नाही आणि अनेक जीवनोपयोगी वस्तूंचे भाव तसेच मजुरीचे भावपण वाढले. (Hardiman 1981 a). आंध्रप्रदेश आणि प. बंगालमधील तेलंगणा (१९४६-५१) आणि तेभागा (१९४६-४७) या भागांतील चळवळींचे मुख्य कारण ही ग्रामीण जनतेची होत असणारी गंभीर अवस्था हे होते. (एस. बॅनर्जी १९८०, धनागरे १९८३). १९६० च्या उत्तरार्धातील आणि १९७० मधील वारंवार होणाऱ्या कुळांच्या आणि शेतमजुरांच्या चळवळी याला बरेचसे कारण हे जीवनोपयोगी वस्तूंची भाववाढ हेच होते.

तरीसुद्धा अनेक अभ्यासकांच्या मते, भाववाढ आणि ग्रामीण जनतेचे आंदोलन यांच्यातील संबंध म्हणावा तसा महत्त्वाचा नव्हता. एवढेच म्हणता येईल की या दोन्हीचा संबंध थोड्याफार फरकाने होता. (Heningtan 1982, Oommen 1988). खरे तर सुनील सेन यापुढे जाऊन म्हणतात की वाड्या वस्तीवर खेडेगावात राहणारी ग्रामीण जनता नेहमी परिस्थिती सुधारते असे वाटले की उठाव करी, हे दाखवणारा पुरावा आहे. त्यांनी खूप टोकाची दैन्यावस्था असताना क्वचितच उठाव केला आहे (१९८२ : २४२) तरीपण Heningtan सुनील सेन यांच्या म्हणण्याला पुष्टी देताना दिसत नाही. प्रामाणिक मनाने, सारासार हेतूपूर्वक चळवळीचा धोका ते लक्षात आणून देतात. आणि संघटनांचा आणि आदर्शवादाचा अशा चळवळींच्या सुरुवातीपासून आणि चळवळींच्या काळातील हस्तक्षेपावर भर देतात. ते म्हणतात :-

> शोषण हेच जर उठावाचे पुरेसे कारण असेल तर आधुनिक भारताच्या इतिहासाचे वर्णन अखंडित दंग्याचा काळ असेच करावे लागेल. पण खरे तर तो प्रदीर्घ शांततेचा काळ ज्यामध्ये मधून मधून लोकभावनेचा उद्रेक होत होता आणि किरकोळ गोष्टींवर अल्पकाळ टिकणाऱ्या चळवळी होत होत्या असे आहे. आर्थिक शोषणाबरोबरच, राजकीय संघर्षातून जे खालच्या वर्गाच्या लोकांचे गट उदयाला आले त्यांना त्यांच्या हिंसक मार्गाचा वापर करायला योग्य संधी आणि त्याला नैतिक पाठबळ स्पष्टपणे देणारी विचारसरणी हवी होती.

बालगोपाल यांनी (१९८८) स्वातंत्र्योत्तर काळातील ग्रामीण जन आंदोलनाचे विश्लेषण करताना त्यातील 'वस्तुनिष्ठ परिस्थिती' समजल्या जाणाऱ्या अवस्थेवर आवश्यकतेपेक्षा जास्त भर दिला आहे आणि आत्मनिष्ठ विवेकबुद्धी आणि जनतेच्या राजकीय पक्षांच्या हस्तक्षेपाकडे दुर्लक्ष केले आहे असे म्हणतात. १८ व्या आणि १९ व्या शतकामध्ये ग्रामीण भारतात दुष्काळ हा नेहमीचाच होता. आणि तसा तो स्वातंत्र्योत्तर काळामध्येसुद्धा काही प्रमाणात राहिला. पण त्यांचे नंतरचे नामकरण 'अवर्षण' असे झाले दुष्काळ नाही. गरीब जनता ही दुष्काळी परिस्थितीत

राहिल्यासारखीच राहते. कारण धान्यखरेदी ही त्या वेळेसारखीच कष्टप्रद आणि खर्चिक आहे. काही अभ्यासकांच्या मते, भारतीय ग्रामीण जनतेने – अत्यंत टोकाच्या दैन्यावस्थेत – त्यांचे जीवित धोक्यात असतानासुद्धा – अधिकाऱ्यांविरुद्ध उठाव केला नाही. एन. सी. रंगा आणि स्वामी सहजानंद सरस्वती त्यांचे निरीक्षण नोंदवताना म्हणतात :

> समाजाला अनेक प्रकारचे भयानक त्रास, त्यातून ग्रामीण जनता आणि मजुरांचे होणारे सामूहिक मृत्यू, कॉलरासारख्या रोगाचे थैमान, अती भुकेमुळे होणारे धोकादायक गोष्टींचे सेवन (कित्येकवेळा नरमांसभक्षण) याविरुद्ध कुठेही खरीखुरी सामूहिक चळवळ कुणीही केली नाही. तसेच कुठल्याही संघटनेने अशा अमानवी अवस्थेविरुद्ध उठाव केला नाही हे खरे जनतेच्या राजकीय ताकदीवरील दु:खद समालोचन आहे (१९७९:४८).

बंगालमधील १९४३-१९४४ च्या दुष्काळाचे विश्लेषण करताना Paul Greenough (१९८२) मुद्दा मांडतात : ग्रामीण जनतेतील मालक आणि मजूर यांच्या एकमेकांना मदत करायच्या वृत्तीमुळे ग्रामीण जनतेतील मालकवर्गाने अडचणींच्या काळामध्ये मजुरांना मदत करायची नैतिक जबाबदारी घेतली होती. जरी दुष्काळामध्ये हे नातेसंबंध संपुष्टात येत असले तरी भुकेली ग्रामीण जनता त्यांच्या गरीब, सालस स्वभावामुळे कधी विरोधात उभी ठाकली नाही. 'एकमेकांना मदत करायच्या, देवाणघेवाणीच्या वृत्तीला' महत्त्व देऊन अलीकडच्या काळात बऱ्याच अभ्यासकांनी चर्चा केली. तरीसुद्धा ग्रामीण जनतेच्या उठावासंबंधीच्या अनेक अभ्यासांत ग्रामीण जनतेच्या अशांततेला, अस्वस्थतेला दुष्काळ हे एक सक्रिय कारण ठरले आहे (कुमार १९८४, Custas १९८७). रयत आणि मजूर यांच्यामध्ये दुष्काळामुळे एक खोल दरी निर्माण होते. अशा विभागणीचा परिणाम म्हणजे वेगळ्या वर्गाचे हितसंबंध तयार होतात. दुष्काळी परिस्थितीमध्ये – शेतमजूर आणि खालच्या वर्गाचे लोक – ज्यांत स्त्रियापण आल्या – संघटित होऊन हिंसक मार्गाचा अवलंब करतात. इतिहासतज्ज्ञ आणि समाजशास्त्रज्ञ जरी दुष्काळाचा उल्लेख एक कारण म्हणून करत असले तरी दुष्काळाचा ग्रामीण जनतेच्या बंडामधील भूमिकेचा सखोल अभ्यास अद्याप झाला नाही. दुष्काळावरील David Arnold यांचा प्रबंध ग्रामीण जनतेच्या दुष्काळी परिस्थितीमधील सामूहिक कृतीचा ऊहापोह करतो. दुष्काळाच्या सुरुवातीच्या काळामध्ये ग्रामीण जनता आणि मजूर यांनी एकत्रितपणे – पण छोट्या गटांनी – गावातील श्रीमंतांवर, सावकारांवर आणि व्यापाऱ्यांवर हल्ले केले. पण जसे अवर्षण तीव्र झाले, दुष्काळाचे परिणाम दूरगामी होऊ लागले. तसे मध्यम श्रेणीच्या अधिकाऱ्यांच्या समुदायाने अधिक जुलूमजबरदस्ती सुरू केली ती वैयक्तिक निराशा, हतबलता आणि अविचार यांनी अपहार व हिंसाचाराचे रूप घेईपर्यंत (१९८४ : ९०).

बिगार, वेठ किंवा वेठी म्हणजे वेठबिगारी ही स्वातंत्र्य मिळेपर्यंत मोठ्या प्रमाणात प्रचलित होती. अजून वेठबिगारी अस्तित्वात आहे; पण त्याचे स्वरूप वेगळे आहे. १८९७ ते १९४१ मध्ये राजस्थानमधील वेगवेगळ्या ग्रामीण चळवळींविषयी चर्चा करताना सुराणा सांगतात – मेवाडच्या सत्ताधीशांसाठी अनेक ग्रामीण त्यामध्ये काही उच्चवर्गीयसुद्धा होते – वेठबिगार म्हणून राबत होते. शेतमजूर आणि खालच्या जातीचे लोक यांना असे राबणे सक्तीचे होते. अशा लोकांना सत्ताधीशांकडे पाणी भरणे, घरे, रस्ते, धरणे बांधणे, युद्धकाळामध्ये आणि नंतरसुद्धा मृत आणि जखमी सैनिकांना त्यांच्या गावी पाठवणे अशी कामे करावी लागत.

> वेठबिगार करणाऱ्या लोकांना अनेकवेळा मार खावा लागे, त्यांची उपासमार करण्यात येई, बिगारकाम करणाऱ्या महिलांना अपमानित जिणे जगावे लागे, त्रास सहन करावा लागे. वाईट हवामान असले तरी त्याचा विचार करण्यात येत नव्हता. तसेच वेळेचे बंधनपण अशा कामांसाठी नव्हते. अशा प्रकारची गंभीर दुष्कृत्ये त्यावेळच्या व्यवस्थेचा एक भाग होता. एवढेच नाही तर या कार्यप्रक्रियेत अनेकांचा मृत्यू झाला (सुराणा १९८३ : ३३–३४).

व्ही. राघवैय्या आपले निरीक्षण नोंदवताना म्हणतात – नरसिपटनम ते चित्रापल्ली हा घनदाट जंगलातून आणि डोंगराळ भागातून जाणारा हमरस्ता बांधताना आंध्र एजन्सीमधील आदिवासी लोकांना रोजगार न देता सक्तीने काम करण्यास भाग पाडले – आणि हे १९२२–१९२३ काळामधील आंध्रप्रदेशातील ग्रामीण जनतेच्या बंडाचे प्रमुख कारण होते.

अवध (Oudh) मधील (१९१९–१९२२) काळातील ग्रामीण जनतेच्या चळवळीमध्ये ग्रामीण जनतेने रोजगार मिळाल्याशिवाय मजुरीकाम करणार नाही अशी शपथ घेतली आणि ज्या मजुरांनी या शपथेचा भंग केला त्यांना वाळीत टाकले. तेलंगणामधील ग्रामीण जनतेने आणि मजुरांनी वेठबिगार प्रथेविरुद्ध चळवळ केली. (Ram १९७३), गुजरातमधील बनासकांठा येथील गरीब राजपुतांनी १९५० च्या पूर्वार्धात वेठबिगारीविरुद्ध आंदोलन केले (शहा १९७५). भारतातील पूर्वभागात ही प्रथा १९६० च्या उत्तरार्धापर्यंत रूढ होती. त्याच्याविरुद्ध ग्रामीण जनतेने आवाज उठवला. त्या चळवळीची सर्वमान्य ओळख 'नक्सलाइट चळवळ' अशी झाली. (मुखर्जी १९७९, एस. बानर्जी १९८०, टी. बानर्जी १९८०).

अनेक जमीनदारांनी आणि संस्थानिकांनी स्वतःच्या आणि कुटुंबाच्या ऐषारामी, विलासी जगण्यासाठी ग्रामीण जनतेवर अनेक प्रकारचे कर लादले. पूर्वीच्या प्रथेप्रमाणे आधीचे कर होतेच पण संस्थानिकांना जेव्हा अधिक पैशाची गरज भासे तेव्हा नवनवीन कर शोधून आकारण्यात येत. या त्यांच्या गरजा कायम बदलत्या आणि तऱ्हेवाईक

असत. उत्तरप्रदेशातील एका जिल्ह्यामध्ये एका जमीनदाराने एक नवीन कर लादला त्याचे नांव 'ग्रामोफोनिंग'. कारण त्या जमीनदाराच्या मुलाला ग्रामोफोन घ्यायचा होता. एका तालुक्यातील अधिकाऱ्याने ग्रामीण जनतेकडून पैसे मिळविण्यासाठी 'पक्कवान कर' लावला कारण त्यांच्या बायकोला पायावर एक गळू झाले आणि ते चिघळले. अवधमधील उठाव (कुमार १९८४) आणि मेवाडमधील १८९७ ते १९१५ (सुराणा १९८३) मधील ग्रामीण चळवळींचे मुख्य कारण मन मानेल तसे कर लादणे हेच होते. तेलंगणा चळवळीचे एक कारण म्हणजे निझामाची अवास्तव करआकारणी हे होते. राजस्थान आणि उत्तर प्रदेशात (सिद्दीकी १९७८, सुराणा १९८३, कुमार १९८४) ग्रामीण चळवळीचे महत्त्वाचे मुद्दे हे करआकारणीबरोबर जमीनदारांकडून जमिनीच्या भाडेपट्ट्यांत झालेली वाढ हेपण होते. आंध्रप्रदेशातील एकोणिसाव्या शतकाच्या पूर्वार्धातील चळवळींचे कारणपण हेच होते (रंगा आणि सरस्वती १९७९).

मागील शतकामध्ये फोफावलेल्या अशांततेचे महत्त्वाचे कारण म्हणजे भाडोत्री जमीन करणाऱ्यांचे उत्पादनाचे हक्क कायदेशीररीत्या सावकार, जमीनदार किंवा सरकारी अधिकाऱ्यांनी रद्द केले. १८७० मध्ये 'ईस्ट इंडिया कंपनी'ने जमिनीवरील कराची वसुली करण्यासाठी जमिनीची लिलाव पद्धत सुरू केली आणि बिहार आणि बंगालमधील सरकारी अधिकारी, व्यापारी हे जमीनमालक बनले. या नवीन जमीनमालकांनी जमिनीचे भाडे वाढवले आणि वाढीव भाडे मिळवण्यासाठी जमीन कसणाऱ्यांची हकालपट्टी केली. १८५७ मधील उठाव हा ब्रिटिश अधिकारी आणि सावकार यांच्या कराचा एक भाग होता. ज्यामुळे शहरी भागांतील व्यापारी – जे आता सावकार झाले – त्यांना जमीन बळकावणे सोपे झाले (एस. बी. चौधरी टिप्पणी).

> जमिनीच्या जाहीर विक्रीपद्धतीमुळे सर्वसामान्यलोकांकडे असलेल्या मालमत्तेचा समूळ नाश झालाच पण देशातील एका संस्कारित वर्गाचा–पण अंत झाला. या दोन्ही हुकुमांमुळे ब्रिटिश दिवाणी कायद्याला बळी पडलेले १८५७–५८ च्या क्रांतियुद्धामध्ये – आजपर्यंत त्यांनी जे गमावले ते परत मिळविण्यासाठी एकत्र होऊन लढले (१८५७ : २१).

यापुढे ते म्हणतात, असे नव्हते की ग्रामीण वर्गाला धार्मिक भीतीची चिथावणी मिळाली आणि त्यांच्या नेत्यांना बंड करणे भाग पडले. प्रश्न त्यांच्या हक्काचा आणि मातीशी असलेल्या नात्याचा होता तसेच वडिलोपार्जित मालमत्तेचा होता. आणि त्यांचा क्षोभ धोकादायक पातळीवर गेला (चौधरी १९६५ : १३६).

सहराणपूर आणि मुजफ्फरनगर या उत्तरप्रदेशातील जिल्ह्यांचे अभ्यासक एरिक स्ट्रोक (१९७८) हे चौधरींचे म्हणणे खोडून काढतात. ते या दोन्ही जिल्ह्यांचा विस्तारपूर्वक केलेला संख्यात्मक अभ्यास सादर करतात आणि सुचवतात की,

१८५७ च्या बंडाची मुख्य कारणे ही जाती आणि असा भूभाग जिथे महाजन संख्येने अगदी कमी पण जमिनीवरील करभरणा मात्र सर्वोच्च. जरा जास्त विशद करून सांगायचे तर कदाचित हा मागासलेला रूक्ष भाग होता. एरिक स्ट्रोक यांचा प्रबंध बरोबर की चौधरींचा हे जाणून घेण्यासाठी बाकीच्या भागांचा अभ्यास करणे भाग आहे.

१८७३ मध्ये पबना येथे झालेल्या ग्रामीण जनतेच्या चळवळीचा मुख्य मुद्दा म्हणजे १८५९ च्या बंगाल रेंट ॲक्ट १० अन्वये भाडेकरूंना दिले गेलेले मालकी हक्काचे कलम. सेनगुप्ता लिहितात,

> जमीनदारांनी वारंवार जाणूनबुजून केलेली – मालकी हक्कामुळे नवीन अशा शेतकरीवर्गाची – पायमल्ली, मालकी असलेला शेतकरी जो १८५९ च्या बंगाल रेंट ॲक्ट १० नुसार दहशतीखालीच अस्तित्वात होता, ही प्रामुख्याने शेतीविषयक अशांततेची, प्रक्षोभाची मुख्य कारणे होती. पूर्व आणि मध्य बंगालमधील शेतीविषयक चळवळी या जास्त करून एका ठरावीक प्रकारच्या कुळांच्या– त्यांचे त्या भागात पुरेसे प्राबल्य आहे – त्यांच्या होत. ही ठरावीक प्रकारची कुळे म्हणजे ज्यांनी – नवीन मालकी हक्काच्या अधिकारामुळे भावी काळात ग्रामीण समाजात महत्त्वाची पदे आणि जमीनधारणेमध्ये परिणामकारक हिस्सा मिळेल असे दिसते. (१९७९ : १७९)

त्याचप्रमाणे, रेंट ॲक्ट – जो Imperial Act XIX of 1868 म्हणून अवधमध्ये प्रचलित आहे – त्यामुळे अशा कुळांना ज्यांना ह्या पुरवणीच्या ३० वर्ष आधीपर्यंत जमिनीची मालकी होती आणि ते तसे सिद्ध करू शकले तर अशा कुळांना या कायद्यानुसार वारसाहक्काने मालकीचा हक्क दिला जात होता. पण जमीनदारांची कुळांवर पकड एवढी मजबूत होती की जमीनदार कुळांची हकालपट्टी सहज करू शकले.

अशा परिस्थितीत आणि तशा कारणांनी १९२० आणि १९३० मध्ये अवध (Oudh) मध्ये तणाव निर्माण झाला आणि त्याचा परिणाम बंडात झाला. (सिद्दीकी १९७८). अशाच प्रकारच्या मुद्द्यावर मलबार येथील १८८० आणि १९२० चे मोपल्यांचे बंड झाले. तसेच विसाव्या शतकांतील पूर्वार्धातील, राजस्थानमधील ग्रामीण जनतेचा उठाव झाला आणि १९४६ ते १९५१ च्या दरम्यान तेलंगणा येथे चळवळ झाली (राम १९७३, हार्डग्रेव्ह १९७७, धनागरे १९८३). भारतामध्ये स्वातंत्र्योत्तर काळात कुळं, भागीदारी करून शेते पिकवणारे आणि शेतमजूर हे अनेक वर्षे पिकवत असलेल्या जमिनीवरच्या हक्कावर ठामपणे उभे राहिले. १९४० च्या उत्तरार्धात आंध्र प्रदेशातील तेलंगणा येथे झालेल्या चळवळीमध्ये सर्व शेती करणाऱ्या लोकांना जमिनीचे समप्रमाणात वाटप झाले, हा मुख्य मुद्दा होता (सुंदरय्या १९७२, पेव्हियर १९७७, धनागरे १९८३). १९४६–४७ मध्ये बंगालमधील तेभागा चळवळ (सेन १९७२,

धनागरे १९७६, सरकार १९७९, कास्टर्स १९८७), गुजरातमधील १९५० चा पार्डी सत्याग्रह (देसाई एन.डी., देसाई आणि देसाई १९९७, देसाई २००२), जमीन बळकाव आंदोलन (प्रसाद १९८६, सेनगुप्ता १९८६, सेनगुप्ता १९८६, सुखीत १९८६) आणि नक्षलवादी चळवळ (एस. बॅनर्जी १९८०, जी. बॅनर्जी १९८०, मोक्ष १९९२, मुखर्जी १९७९) १९६० च्या उत्तरार्धात देशाच्या वेगवेगळ्या भागांत झाले. आणि भूमिसेना आणि प्राथिक संघटना हे महाराष्ट्रात १९७० मध्ये झालेले आंदोलन (Micr 1976 a, 1976 c, डी सिल्वा et.al 1979 a.) १९५० च्या पूर्वार्धात श्री. विनोबा भावे यांनी उभारलेली भूदान चळवळ ही डाव्या पक्षाला त्यांच्या चळवळीला प्रत्युत्तर म्हणून केली, तसेच जमीनवाटप हा दृष्टिकोन ठेवूनच केली गेली. यामुळे शांततेने, अहिंसकमार्गाने जमीन मिळवण्याची एक चळवळ झाली. ज्यांच्याकडे जास्त जमीन आहे ती शांततेने, अहिंसक मार्गाने घ्यायची आणि तिचे वाटप गरीब शेतकरी आणि जमीन नसणाऱ्या मजुरांमध्ये करायचे (भावे १९५३, जाशप १९७०, Ostergaard 1985 Roy 2002, Ses 2002). अपक्ष कार्यकर्त्यांच्या काही संघटनांनी जमीन, जंगल, पाणी यावर जमातीचा / सामाजिक गटाचा हक्क मागितला. मध्यप्रदेशात त्यांची घोषणा 'जल, जंगल, जमीन – ये ही जनता से अधीन' (पाणी, जंगल, जमीन हे सर्वसाधारण जनतेच्या आधिपत्याखाली यावे) (रामागुंदाम २००१, सेस २००२), छत्तीसगड मुक्ती मोर्चा ही ग्रामीण जनता, आदिवासी, खाणकामगार, औद्योगिक कामगार यांची संघटना किमान रोजगार दर, जमिनीवरील हक्क आणि समाज– प्रबोधनासाठी लढली (जॉन १९९६). राजस्थानमध्ये १९९० मध्ये स्थापन झालेली मजदूर किसान शक्तिसंघटना (एम.के.एस.एस.) गरिबांसाठी किमान वेतन, जमीन– हक्क, रोजगार आणि विकासासाठी लढली. विकासयोजनांचा कार्यक्रम राबवताना होणाऱ्या भ्रष्टाचाराचा मुद्दा त्यांनी उचलून धरला. या चळवळींचा महत्त्वाचा परिणाम म्हणजे जनतेला माहितीचा अधिकार मिळून द्यायच्या मोहिमेची सुरुवात (MKSS 2002). अशा अर्थपूर्ण चळवळीमध्ये ग्रामीण गरीब जनतेबद्दल बरेचसे फक्त बोलले गेले पण समाजशास्त्रज्ञांनी त्याचा अभ्यास केला नाही.

शेती उत्पादनाच्या वेगवेगळ्या नवीन पद्धतींमुळे पारंपरिक शेती उत्पादकांमध्ये नाराजी झाली. त्याचा परिणामसुद्धा ग्रामीण जनतेच्या उठावाला कारणीभूत झाला. ब्रिटिशांच्या काळामध्ये जमीन ही एक खरेदी–विक्रीची वस्तू झाली होती. आणि एकोणिसाव्या शतकाच्या उत्तरार्धात शेतीच्या व्यापारीकरणावर भर दिला गेला. लॅरिंगन मूर यांच्या मते, जेव्हा जेव्हा शेतीच्या व्यापारीकरणामुळे ग्रामीण जनतेची अवस्था आणखी बिकट झाली तेव्हा पारंपरिक बंधनांचा प्रभाव कमी झाला आणि त्यामुळे बंडाची शक्यता वाढली. मजिद सिद्दीकीच्या मते, शेतीचे व्यापारीकरण १८६० ते

१९२० च्या काळात वाढत गेल्यामुळे जमीनदारांनी जमिनीचे भाडे रोख घेण्याऐवजी धान्याच्या रूपाने घेण्यास सुरुवात केली कारण धान्याच्या किमती जास्त होत्या.

> १९८६ मधील रेंट ॲक्टमुळे जमीनदारांच्या जमिनीचे भाडे वाढवण्याच्या हक्कावर बंधने आली. त्यामुळे त्यांनी रोख पैशात जमिनीचे भाडे ही पद्धत बदलून धान्यरूपात भाडे असा बदल केला. कुळाचा कराराचा काळ संपल्यावर तो परत धान्यरूपी भाड्याऐवजी रोख भाडे असा बदल करू शकत होता. अशा प्रकारे भाववाढीतून नफा कमवायची पद्धत जास्त करून एका चळवळीच्या जिल्ह्यात अवलंबिली गेली. शेतकी उत्पादनांच्या चणचणीचे उग्र आंदोलनामध्ये भडका उडायच्या आधीचा तो काळ होता (१९७८ : ८३).

तरीही धनागरे यांच्या मते, शेतीचे व्यापारीकरण जरी झाले असले तरी त्याला मोठ्या प्रमाणात शेतीच्या आधुनिकतेची साथ मिळाली नाही. भारतामध्ये झालेल्या शेतीच्या व्यापारीकरणाच्या प्रगतीमुळे भाडेपट्ट्यावर जमीन कसणाऱ्यांच्या नातेसंबंधात कसलाच फरक पडला नाही.

> याचा परिणाम म्हणजे मध्यस्थ – मग ते सावकार असोत, व्यापारी असोत, स्थानिक उद्योगधंदेवाले असोत (त्यांपैकी बरेचसे स्वत: जमिनीचे मालकच असत) तसेच श्रीमंत ग्रामीण असोत या सर्वांनी उत्पादनाचा मोठा हिस्सा वाटला आणि प्रचंड नफा कमावला. त्यासाठी कधी जबर व्याजवसुली, जुलूम, शोषण यांचा वापर केला. शेतीच्या व्यापारीकरणाच्या अशा प्रकारच्या प्रगतीमुळे ग्रामीण जनतेवरील ओझे असह्य झाले (उदा. मलबार, बंगाल, तेलंगणा) आणि ग्रामीण उठाव झाले. त्यामुळे शेतीच्या बाजारीकरणात झालेली वाढ व खेडोपाड्यातील शेतीउत्पादनाची भांडवलशाहीची पद्धत यांत झालेल्या तफावतीमुळे ग्रामीण जनतेच्या एकत्रीकरणाला जोर आला. (१९८३ : २२५ पाहा Thorner १९५६).

तरीपण हरितक्रांती आणि त्याला मिळालेली भांडवलशाही पद्धतीची शेतीची साथ, आर्थिक बाजारातील मुसंडी तसेच जागतिकीकरणाची साथ या कारणामुळे ग्रामीण जनतेच्या चळवळीत बरेच बदल झाले. शेतकऱ्यांच्या संघटना जसे की, महाराष्ट्रातील शेतकरी संघटना, उत्तरप्रदेशातील किसान युनियन, गुजरातमधील खेडूत समाज, तमिळनाडू आणि पंजाबमधील संघटना या राजकीय पक्षांच्या आश्रयाने अस्तित्वात आल्या. त्यांनी शेतीमालाला किफायतशीर भावाची मागणी केली तसेच शेतीविषयक लागणाऱ्या वस्तूंमध्ये, वीजदर, पाणीदर यांमध्ये सवलत आणि आर्थिक साहाय्याची मागणी केली. तसेच करातपण सुधारणा मागितली (Omeat १९९३, ब्रास १९९४, गुप्ता १९९७, लिंडबर्ग १९९७). त्यांनी घोषणा केली 'भारत विरुद्ध

इंडिया'. ग्रामीण जनतेच्या इंडियाचे भारत हे स्वदेशी नाव होते. आणि इंडिया हे पाश्चिमात्य नाव होते. ज्यामध्ये औद्योगिकीकरण झालेल्या शहरांचा समावेश होता. औद्योगिकीकरणाच्या प्रगतीपेक्षा शेतीविषयक अशा प्रगतीकरणाच्या प्रयोगात बदल करण्यास त्यांनी ठामपणे सांगितले.

१९९० पर्यंत जमीनविषयक कायद्यात सुधारणा करण्याचे कोणत्याही सरकारच्या कार्यक्रमपत्रिकेवर नव्हते. अनेक राजकीय पक्षांनी आणि अपक्षांनी बांधलेल्या संघटनांनी केलेल्या जमीनविषयक कायद्यांतल्या सुधारणा अंमलात आणल्या गेल्या आणि तसेच चालू राहिले. जमीन कसणाऱ्यांसाठी त्यांनी जमिनीची मागणी केली. तसेच (संघ २००१) कमाल जमीनधारणेच्या कायद्याच्या अंमलबजावणीची मागणी केली. आणि गरीब शेतकऱ्यांसाठी जमीन नसलेल्या मजुरांसाठी जमीनवाटपाची मागणी केली. (देसाई आणि देसाई १९९७, देसाई २००२, रामागुंडम २००१, रॉय २००२) आणि इतर म्हणतात :-

विशेषत: भारतातील हरितक्रांतीनंतर भारताचा अनेक भागांमध्ये अस्तित्वातपण नसणाऱ्या ग्रामीण जनतेचे हे एक आश्चर्यकारक रूप आहे. ग्रामीण आणि शहरी यांची सीमारेषा ही अस्पष्ट होत चालली आहे. आणि बऱ्याच ठिकाणी ग्रामीण श्रीमंतांनी शेतीउत्पादनात झालेला फायदा हा कारखानदारीमध्ये आणि शहरातील उद्योगांमध्ये गुंतवायला सुरुवात केली आहे.

ग्रामीण जनतेचा एक घटक म्हणजे श्रीमंत ग्रामीण वर्ग हा सत्ताधीशांपैकी होऊ शकत नाही असा एक चुकीचा समज झाला. १९८० मध्ये आणि त्यानंतरच्या काळात, नर्मदा धरणामध्ये जमीन गमावलेल्या आदिवासींनी आपली जमीन राष्ट्रहिताचा विचार करून द्यावी असा गुजरातमधील श्रीमंत ग्रामीण जनतेने आग्रह धरला. त्यांनी हिंदुत्वाचा मुद्दा करून अल्पसंख्याकांच्या विरुद्ध खेळी केली.

स्वातंत्र्यपूर्व काळामधील डाव्या पक्षांनी संघटित केलेली 'किसान सभा' त्यांचे म्हणणे होते की शेतमजूर आणि किसान यांच्या मागण्या सारख्याच होत्या. कम्युनिस्ट पार्टी ऑफ इंडिया ने केलेल्या तेलंगणा आणि तेभागा चळवळींमध्ये यांचे प्रतिबिंब दिसते. या दोन्ही चळवळींमध्ये राज्यसत्ता बळकावण्यासाठी श्रीमंत तसेच गरीब ग्रामीण जन संघटित झाले. तरी त्यात एक वर्ग दुसऱ्यापेक्षा जास्त कार्यरत होता (Ram १९७३, Pavier १९८१, धनागरे १९८३). १९६८-६९ मधील प. बंगालमधील नक्षलाइट चळचळीत श्रीमंत ग्रामीण जनता ते शेतमजूर या सर्वांनी भाग घेतला (मुखर्जी १९७९), महाराष्ट्र, पंजाब आणि तमिळनाडू येथील श्रीमंत ग्रामीण जनतेच्या चळवळीसाठी शरद जोशी आणि नायडू यांनी श्रीमंत ग्रामीण आणि मजूर यांना संघटित करण्यासाठी असेच प्रयत्न केले (Omveat १९८०, Taalina १९८६).

लेनिन आणि माओ त्से तुंगच्या विचारांना मानणाऱ्या अनेक अभ्यासकांनी १९६० आणि नंतरच्या काळाचा अभ्यास केला. त्यात ग्रामीण जनतेची अनेक वर्गांत, स्तरांत विभागणी केली.[४] हमजा अलवी आपले म्हणणे मांडताना लिहितात :- जिथे उत्पादनाचे वेगवेगळे मार्ग एकत्रितपणे अस्तित्वात असतात तेव्हा गटांचे वर्गीकरण एका सरळसोट पद्धतीने, अधिकारानुसार शक्य नसते कारण त्यांच्यातला फरक हा रचनादृष्टीने असला पाहिजे (१९७३ : २९३). त्यांच्या म्हणण्याप्रमाणे 'परंपरागत ऐतिहासिक परिस्थिती'मध्ये ग्रामीण आर्थिक परिस्थितीचे तीन विभाग पडतात किंवा उत्पादनपद्धतीचे तीन प्रकार आहेत असे म्हणूया. प्रथम विभाग - म्हणजे असे जमीनदार ज्यांच्या जमिनी ते स्वत: कसत नाहीत, स्वत: पीक काढत नाहीत. या प्रथम विभागाचे हे महत्त्वाचे वैशिष्ट्य आहे. याची जमीन ही जमीनमालकी नसलेल्या कुळांकडून आणि बऱ्याचशा - वाटणी पद्धतीने काम करणाऱ्यांकडून - जे गरीब ग्रामीण असे ओळखले जातात - त्यांच्याकडून कसली जाते. दुसऱ्या भागामध्ये स्वत:ची पण कमी जमीन असलेल्यांचा अंतर्भाव होता. यांच्याकडे स्वत: कसून जास्त पीक घेता येईल एवढी जमीन नसते. ते कसेबसे स्वत:ची उपजीविका करतात. ते स्वत: इतरांकडील मजुरांचे शोषण करत नाहीत. तसेच त्यांच्याकडील मजुरांचे बाकी कोणी शोषण करत नाही. ते मध्यमवर्गातले ग्रामीणजन ठरतात. तिसरा भाग हा भांडवलदार शेतकऱ्यांचा होतो. ज्यांना आपण श्रीमंत शेतकरी असे म्हणू शकतो. यांच्याकडे बरीचशी जमीन असते आणि त्यांची शेतीची पद्धत हीच मजुरांच्या शोषण-पद्धतीवर आधारित असते. जरी त्यांनी शेतीकामात कधी भाग घेतला तरी असे होते. जमीनदारांपेक्षा त्यांचे वेगळेपण म्हणजे ते शेतीकडे एक धंदा म्हणून बघतात. आणि त्यात भांडवल घालतात. मध्यमवर्गातील ग्रामीण एका बाजूला आणि श्रीमंत आणि गरीब ग्रामीण एका बाजूला अशी महत्त्वाची विभागणी अभ्यासक करतात.

मध्यमवर्गीय ग्रामीण जनतेची ओळख म्हणजे त्यांच्या आर्थिक स्वातंत्र्यामुळे. (जमीनदार आणि श्रीमंत शेतकरी यांच्यापासून) हे असे असल्यामुळे बाकीचे दोन भाग - वाटणी पद्धत अवलंबणारे आणि भांडवलदार शेतकरी - यांच्या उत्पादन-पद्धतीची ओळख म्हणजे गरीब ग्रामीण जनतेचे शोषण आणि गरीब ग्रामीण जनतेचे त्याच्या मालकांवर अवलंबून असणे (१९७३ : २९४).

डॅनियल थॉर्नर (१९५६) हे स्वातंत्र्योत्तर काळातील भारतीय ग्रामीण जनतेची तीन वर्गांत विभागणी करतात. हे विभाजन ग्रामीण जनतेला मिळणारे हक्क व सेवा - त्यांना मिळणाऱ्या किंवा आश्वासन दिलेल्या - या मुद्द्यांवर केले आहे. हे तीन वर्ग म्हणजे - मालक, किसान आणि मजूर असे आहे. 'मालक' हे एक आपले उत्पन्न हे मुख्यत: त्याच्या जमिनीच्या मालकी हक्कांमुळे कमावतात. सर्व मालकांचा भर

जमिनीचा भाडेपट्टा वाढवण्यामध्ये आणि रोजंदारीचा दर कमी ठेवण्यावर असतो. ते त्यांच्या कुळांकडून – भाडेकरूंकडून, पोटभाडेकरूंकडून आणि वाटणीपद्धतीवर काम करणाऱ्यांकडून भाडे वसूल करतात. या मालकांमध्येपण दोन पोटप्रकार आहेत : (१) मोठे जमीनदार जे जमिनीकडे फिरकतपण नाहीत आणि त्यांना शेतीव्यवस्थापनेत अजिबात रस नसतो. (२) श्रीमंत जमीनदार – शेती उत्पादनावर स्वत: देखरेख करणारे आणि शेतीव्यवस्थापनेत स्वत:हून भाग घेणारे. किसान ही राबणारी ग्रामीण जनता आहे. त्यांचा जमिनीच्या मालकी हक्कात अधिकार असतो पण – तो कायदेशीर असो किंवा प्रथेनुसार असो तो 'मालकां'पेक्षा खालचा असतो – बरोबरीचा नसतो. किसानांची विभागणीपण दोन पोटप्रकारांत होते : (१) अल्पभूधारक यांच्याकडे आपल्या कुटुंबाच्या उपजीविकेपुरती जमीन असते. शेत पिकविण्यासाठी त्यांच्या कुटुंबातील लोकच काम करतात – आणि कापणीच्या हंगामाशिवाय इतरवेळी ते बाहेरचे मजूर घेत नाहीत आणि त्यांना भाडेपण मिळत नाही. (२) पुरेशी जमीन असलेली कु ळं त्यांच्याकडे असलेली जमीन गरजेपेक्षा बरीच जास्त असते. मजुरी हे त्यांच्या उपजीविकेचे प्रामुख्याने इतरांच्या जमिनीवर केल्या जाणाऱ्या मजुरीवर अवलंबून असतात. त्यांच्यामध्ये (१) गरीब कुळं (२) वाटणीपद्धतीने काम करणारे (३) जमीनच नसलेले मजूर यांचा समावेश होतो. काही अर्थतज्ज्ञांनी ग्रामीण जनतेची चार विभागांत विभागणी केली :- (१) जमीनदार (२) श्रीमंत ग्रामीण (३)मध्यमवर्गीय ग्रामीण (४) गरीब ग्रामीण आणि जमीन नसलेले शेतमजूर. ग्रामीण जनतेच्या चळवळींच्या काही अभ्यासामध्ये काहींनी या प्रकाराचा अवलंबलेला (दास १९८३) तर काहींनी थॉर्नरच्या रीतीचा आधार घेतला. (धनागरे १९८३). गेल ओमव्हेट शतकातील शेतकरी चळवळीकडे 'नवीन' आणि वर्गवारी नसलेली चळवळ म्हणून पाहते. तिच्या म्हणण्याप्रमाणे या चळवळी या उपयोगी वस्तूच्या उत्पादनाच्या मधल्या पातळीवर बेतलेल्या आहेत. एक तर त्यांना पारंपरिक अधिकारामुळे – अस्पृश्यता मानणाऱ्या भागामध्ये थोडीफार ताकद होती. (सागरकिनाऱ्याचा भाग जसे तंजावर जिल्हा) किंवा पूर्वेकडील काही अतीमागास भागामध्ये ते होते. या भागामध्ये त्यांची व्याप्ती फक्त श्रीमंत आणि मध्यमवर्गीय ग्रामीण अशी नव्हती – पण जे धान्य पिकवणारे ते त्या मर्यादेत होते. या संघटित होण्यामध्ये अगदी गरीब अशा ग्रामीण जनतेपासून (त्यात शेतमजूरसुद्धा आले) श्रीमंतांपर्यंत आणि किरकोळ व्यवसायाशी संबंधित आणि दुकानदार तसेच खालच्या वर्गातील शूद्रापासून ते वरच्या वर्गातील ग्रामीण एवढेच नाहीतर सवर्णांचादेखील सहभाग होता (१९९५ : ४५). ती पुढे म्हणते :-

> शेतकरी चळवळींच्या या पायाभूत कल्पनेमुळे मार्क्सवादापुढे एक आव्हानच उभे केले. मार्क्सवादाचे विश्लेषण हे फक्त भांडवलदाराविरुद्ध

मजूर संघर्ष – जो धान्याच्या खरेदीविक्रीपुरताच मर्यादित होता. त्यांनी भांडवल एकत्रीकरण आणि आर्थिक शोषणाच्या विस्तारित कार्यक्षेत्रात लक्ष घातले. हे करताना त्यांनी वर्गीकरणाचा – जे संकुचित मनोवृत्तीने केले होते त्याचा विचार केला. आणि बऱ्याच वेळेला त्यांचे धडाकेबाज प्रयत्न हे फोफावणाऱ्या परिस्थितिजन्य चळवळीशी मिळते जुळते होते (१९९३ : १२५).

धनागरे आणि बाकी अनेक अभ्यासक त्यात दोष दाखवतात. त्यांच्या म्हणण्याप्रमाणे 'त्यावेळची परिस्थिती' किंवा 'ग्रामीण जनता' या संदर्भाचा शेतकरी चळवळीने केलेला उपयोग हा अलंकारिक आहे. अशा प्रकारे मूळ मुद्द्यापासून बाजूला जाण्यामुळे श्रीमंत ग्रामीण जनतेला त्यांचे पुढारीपण चळवळीवर लादणे शक्य झाले (१९९५). टॉम ब्रास म्हणतात :-

> आमूलाग्र बदलाचा नवा कार्यक्रम असा जो दावा नव्या सामाजिक चळवळींकडून / चळवळींद्वारे केला जातो तो ना नवा कार्यक्रम आहे ना आमूलाग्र बदलाचा कार्यक्रम. एवढेच नाही तर तो शेतकऱ्यांच्या नव्या चळवळी, पर्यावरणीय स्त्रीपुरुष समानतावाद आणि डाव्या विचारसरणीचे काही गट यांचा वाईट कामातील साथीदार आहे. हे वाईट काम असे आहे – वांशिकदृष्ट्या विशिष्ट असा भारत देश निर्माण करण्याच्या हेतूने, भारताच्या भूतकाळाचा वापर स्वत:च्या स्वार्थासाठी करून घेणे. उजव्या राजकीय संघटनांना अनुमती देणाऱ्या तत्त्वज्ञानाच्या निर्मितीत ज्यांनी योगदान दिले होते त्या – प्रदीर्घ काळ चाललेल्या नवतावादी / राष्ट्रीय / जातीय युक्तिवादाला हा (तथाकथित) कार्यक्रम साथ देत आहे (१९९४ अ : ४८).

मार्क्सवादाला न मानणारे अभ्यासक – जसे की Andre Beteille आणि रुडाल्फ हेसुद्धा भारतीय जनतेचे वर्गीकरण आर्थिक निकषावरच करतात. जरी Andre Beteille (१९७४) हा वर्गीकरण पद्धतीच्या विरोधी नसला तरी यात मनमानीचा धोका संभवतो याची नोंद घ्यायला लावतो. वस्तुनिष्ठ वर्गीकरण व्हावे या हेतूने तो वर्गीकरणासाठी आणखी काही निकष लावायची मागणी करतो. रुडाल्फ आणि रुडाल्फ (१९८४) – हे ग्रामीण लोकसंख्येचे शेतजमिनीच्या आर्थिक परिस्थितीनुसार चार विभागांत विभाजन करतात. (क) शेतमजूर (ख) अल्पभूधारक (ग) बैल बाळगणारे आणि (घ) जमीनधारक. मार्क्सवाद्यांप्रमाणे नाही; ते असे कधी धरून चालले नाहीत की वर्गांमध्ये परस्परविरोध किंवा महत्त्वाचे परस्परविरोधी वाद अस्तित्वात आहेत. त्यांनी केलेले बरेचसे वर्गीकरण हे इतर अभ्यासकांनी केलेल्या वर्गीकरणासारखेच होते – अपवाद मध्यमवर्गीय ग्रामीण जनतेच्या वर्गाचा. त्याऐवजी त्यांनी 'बैल बाळगू शकणारे' असा शब्दप्रयोग केला. याचा अर्थ १९६० ते १९७० च्या काळात जी हरितक्रांती

झाली त्या काळात जे स्वत: शेतीव्यवसाय करत होते आणि ज्यांची आर्थिक परिस्थिती एक बैलगाडी सांभाळण्याएवढी होती आणि बी बियाणे, खत याचा उपयोग करत होते – असा होतो.

तरीही 'मध्यमवर्गीय ग्रामीण जनता' या गटवारीने अभ्यासकांचा बराच वाद झाला. कपिलकुमार (१९८४) यांच्या मते १८८६ ते १९२२ या काळात अवधमध्ये 'मध्यमवर्गीय ग्रामीण' असा वर्ग – अलवी यांच्या म्हणण्याप्रमाणे – अस्तित्वातच नव्हता. सुमारे ९८% कुळं ही वहीवटी हक्कापासून वंचित होती. त्यांचा भाडेपट्टा हा मालकाच्या इच्छेवर अबलंबून होता. अलवीप्रमाणे आणखी काही अभ्यासक सर्व कुळांना एकत्रितपणे एकाच मापात मोजतात. तरीही कपिलकुमार ग्रामीण जनतेमधील कुळांची त्यांना द्याव्या लागणाऱ्या भाड्यानुसार वर्गवारी करतात. कृष्णकांत सरकार हे वाटणीपद्धतीने शेती करणाऱ्यांची त्यांच्या दैन्यावस्थेनुसार किंवा सुधारित अवस्थेनुसार विभागणी करतात.

> 'गरीब' याचा अर्थ अशी कुटुंबे जी वर्षातील बरेचसे महिने अर्धपोटीच रहायची. बऱ्याचशा ग्रामीण जनतेकडे स्वत:ची जमीन नव्हती आणि भाडेपट्ट्याने घेतलेल्या जमिनीवरच त्यांची उपजीविका होत होती. ते स्वत: कष्ट करत होते आणि त्यांनी शेतमजुरांना कामावर ठेवले नव्हते. जमीन नसलेले आणि रोजंदारीवर काम करणारे या गटात मोडतात. 'मध्यमगट' हा मुख्यत: स्वत:पुरते अन्नधान्य कमवू शकणारा होता. काहींकडे काही मण धान्य पुरून उरलेले असे. काहींकडे थोडे कमी असे... श्रीमंत कुटुंबाचा अर्थ म्हणजे असे की ज्यांच्याकडे भरपूर जमीन (७०-१२५ बिघं म्हणजे ४० ते ७० एकर) आहे आणि भाडेपट्ट्याने जमीन कसायची त्यांना गरज भासत नसे (१९७९ : ४७८). हार्डीमन (१९८१ अ) हे ग्रामीण जनतेची वर्गवारी त्यांच्याकडील जमिनीच्या क्षेत्रफळानुसार करतात. त्यांच्या दृष्टीने श्रीमंत ग्रामीण म्हणजे ज्यांच्याकडे १५ एकरांपेक्षा जास्त जमीन आहे. ३ ते १५ एकर जमीन असणारा मध्यमवर्गीय ग्रामीण आणि गरीब म्हणजे ज्याच्याकडे तीन एकरांपेक्षा कमी आहे असा होतो. त्याचा अभ्यास हा गुजरातमधील खेडा जिल्ह्यासंबंधी १९१७ ते १९३४ यापुरताच मर्यादित होता. या काळामध्ये तेथे कुळं आणि वाटणीपद्धतीने शेती करणारे असे त्या जिल्ह्यामध्ये होते, पण त्याच्या वहिवाटीत असणाऱ्या जमिनीविषयी काहीच माहिती उपलब्ध नाही. त्यामुळे हार्डीमन त्यांची गणना वेगळ्या गटात करत नाहीत.

चीन आणि रशियामधील उठावांत वेगवेगळ्या स्तरांवरील ग्रामीण जनतेच्या सहभागाचा अभ्यास करून त्या आधारावर आणि कम्युनिस्ट पक्षाने केलेल्या तेभागा आणि तेलंगणा चळवळीच्याआधारे अलवी म्हणतात – मध्यमवर्गातील ग्रामीण वर्ग

हा आर्थिकदृष्ट्या जास्त स्वयंपूर्ण असतो आणि त्याच्यामध्ये इतर वर्गांतील ग्रामीण जनतेपेक्षा बंडात सहभागी होण्याची जास्त ताकद असते. त्यांच्या म्हणण्यानुसार गरीब जनतेमध्ये प्रथमपासून कमीत कमी विरोधक झाले कारण जमीनदार आणि श्रीमंत ग्रामीण यांच्यावरच ते पूर्णत: अवलंबून होते.

> एक गरीब ग्रामीण हा नेहमी त्याच्या मालकाच्या उपकाराखालीच असायचा. हा मालक त्याला कसायला जमीन देतो किंवा मजूर म्हणून कामाला ठेवतो. अडचणीच्यावेळी तो मालकाकडून मदतीची अपेक्षा करतो. मालक त्याच्याकडे पालकत्वाच्या भावनेने बघतो. ज्या जनावराच्या जीवावर मालक जगतो ते जनावर जगवणे हे स्वत:च्या फायद्याकरिता त्याला भाग आहे. जेव्हा टोकाच्या आणि अपवादात्मक परिस्थितीमध्ये – शोषण आणि जुलूम हा मानवी सहनशक्तीची परिसीमा गाठून मालक आपली पालकाची भूमिका विसरतो तरी हा गरीब ग्रामीण त्याचा जीव घ्यायचा बेत पुढेच ढकलतो. कारण तो स्वत:च या प्रस्थापितांविरुद्ध जाण्यास असमर्थ असतो. मालकावर तो अवलंबून असल्यामुळे आणि पालकत्वासंबंधी झालेल्या मानसिक गोंधळामुळे तो मालकात पालक बघतो. गरीब ग्रामीण जनतेचे हे मागासलेपणा म्हणजे अवलंबून राहण्याचा मूळ हेतू होता. आणि ते पूर्णपणे सापेक्ष होते सर्वार्थाने ते तसे नव्हते. उद्रेकाच्या काळामध्ये जमीनदार – विरोधी किंवा मध्यम ग्रामीण जनतेतल्या श्रीमंतांच्याविरुद्ध जेव्हा भावनांचा उद्रेक होतो – जसे की मध्यम ग्रामीण वर्गाची लढाऊवृत्ती – त्यावेळेला त्यांचे मानसिक बळ वाढते आणि ते अशा बंडाळ्यांत भाग घेण्याला उद्युक्त होतात. त्यांच्या क्रांतिकारी शक्तीला वाट सापडते. ग्रामीण जनतेतील मध्यम वर्ग याउलट सुरुवातीला अत्यंत आक्रमक बाण्याचा आहे आणि ते खालच्या वर्गाच्या खेडोपाड्यातल्या चळवळीही संधान बांधून एक शक्तिशाली होऊ शकतात. विशेषत: ग्रामीण जनतेच्या चळवळींची आवेशपूर्ण सुरुवात करू शकतात. पण या सामाजिक दृष्टिकोनाला त्यांच्या वर्गीकरणातील स्थानामुळे मर्यादा पडतात. जेव्हा खेडोपाड्यातील क्रांतिकारी चळवळ तीव्र होते तेव्हा ते त्यापासून दूरसुद्धा होऊ शकतात. पण त्यांची भीती घालवली किंवा त्यांना सामंजस्याच्या प्रयत्नात सहभागी करून घेतले तरच असे होऊ शकते (१९७३ : ३३३–३४).

केरळामधील अभ्यासाच्या आधारे – रॉबीन जेफरी सुचवतात की अशा प्रकारच्या चळवळीत सुरुवातीपासून सक्रिय असणारे मध्यमवर्गीय ग्रामीणजन – जरी त्यांच्याबरोबर नंतर गरीब ग्रामीण वर्ग सामील झाले – तरी खेड्यात या चळवळीची जबरदस्त पकड होती.

अलवी यांच्या वादाचा मुद्दा – ग्रामीण मध्यमवर्गीयजनांच्या ताकदीची क्रांतिकारी उठावातली भूमिका ही अनेक कपोलकल्पित समजुतींचे प्रतिनिधित्व करणारी आहे – असे धनागरे यांचे म्हणणे आहे. उदाहरणार्थ, अलवी आणि बल्फ यांनी मध्यमवर्गीय ग्रामीण जनतेची राजकीय सत्तांतरे आणि त्यांचे महत्त्वाचे स्थान अतिरंजितपणे मांडले. ग्रामीण मध्यमवर्गीय जनतेला भारतात अगदी आत्तापर्यंत – कर्ज देणारे सावकार, जमीनदार किंवा श्रीमंत जमीनधारक हेच होते. आणि अलवी यांनी याकडे दुर्लक्ष केले. त्याचप्रमाणे अलवी आणि कुल्फ या दोघांनी मध्यमवर्गीय ग्रामीण जनतेची जमीनविषयक असणारी जवळीक मवाळपणे घेतली आणि तसेच ग्रामीण समाजाच्या घडणीमध्ये ग्रामीण मध्यमवर्गीयांचे स्थान किती धोक्यात आहे हेपण तसेच धरले. तुस्क यांनी ग्रामीण मध्यमवर्गीय जनतेला कमी लेखून वेगळे ठेवण्यात येणाऱ्या गोष्टीचा विचारच केला नाही. तसेच त्यांना कराव्या लागणाऱ्या संघर्षाचा पण विचार केला नाही. उदाहरणार्थ, ग्रामीण जनतेची पारंपरिक जपणूक करणे आणि समाजव्यवस्थेला सुरुंग लावणे. पण कुल्फ यांनी एक तांत्रिक शक्यता लक्षात घेतली नाही – ती म्हणजे मध्यमवर्गीय ग्रामीण जनतेला संघर्षाच्या चिथावणीला सामोरे जाताना आणि अनेक तणावांमुळे विपरीत भूमिका घेताना कायम एखादी नवीन किंवा क्रांतिकारी धाडसी कल्पना अंमलात आणण्याची शक्यता नव्हती आणि त्याला नेतेपद सांभाळणे किंवा सुरुवातीची मुसंडी मारण्याची शक्यतापण कमी होती. त्यांनी पराभूतवृत्ती किंवा शरणागती दाखविण्याची शक्यता होती. त्यामुळे ग्रामीण मध्यमवर्गीय जनतेवरील प्रबंध सयुक्तिकरीत्या विचार करण्यायोग्य वाटला नाही (धनागरे १९८३ : २१९–२०).

धनागरे यांच्या मते, वर्गांमधील ऐक्यभावनांचा विचार करता मध्यमवर्गीय ग्रामीण जनता ही बाकीच्या शेतकरी वर्गांमध्ये कमजोर वाटते. जमिनीसंबंधीची त्यांची भावना ही श्रीमंत किंवा गरीब ग्रामीण जनतेच्या भावनेपेक्षा भिन्न होती.

> याउपर गतकाळाविषयी बोलताना असे दिसते की,– ग्रामीण मध्यमवर्गीय हा नेहमी बदलत जाणाऱ्या, लवचीक असा समाजाचा घटक होता. मध्यमवर्गीय ग्रामीण जनतेला नित्य होत जाणाऱ्या बदलाबरोबर सामोरे जाताना भरभराट आणि दारिद्र्य यांचेपण दडपण होते. त्याचबरोबर शेतीविषयक चळवळींमधील वाढत जाणाऱ्या विरोधामुळे त्यांचे भारतातील ग्रामीण मध्यमवर्गीय जन असे असलेले सामाजिक महत्त्वाचे स्थान नष्ट होण्याच्या मार्गाला लागले. ग्रामीण मध्यमवर्गीय जनतेची आखीव स्वातंत्र्याची कल्पना ज्यामध्ये स्वावलंबन, बाजारातील चढउतारांवर अवलंबून नसलेली, राजकीय दहशतीला तोंड देणारी ही एक काल्पनिक मांडणी होती.

अरविंद दास यांच्या म्हणण्यानुसार भारतामध्ये मध्यमवर्गीय ग्रामीण आणि

श्रीमंत ग्रामीण यांच्यामध्ये महत्त्वाचा फरक नव्हता. तो ठामपणे सांगतो, मध्यमवर्गीय ग्रामीण जनतेला बंडामध्ये आघाडीचे कार्यकर्ते म्हणताना खरंतर असे म्हणायचे असते की एरवीच अर्धवट राहिलेल्या किंवा परंपरागत अवस्थेविरुद्ध असणाऱ्या शेतीविषयक चळवळीला श्रीमंत ग्रामीण जनतेने जरा सौम्यपणेच आदरणीय म्हणण्यासारखे आहे (१९८३ : १५-१६).

हमझा अलवी यांनी ग्रामीण मध्यमवर्गीय जनतेविषयी त्यांची असणारी विचारप्रणाली अनुभवाच्या आधारे तपासून पहायचे ठरवले. त्यांच्यामते तेभागा चळवळ ही सुरुवातीला एक मध्यमवर्गीय ग्रामीण जनांची होती. त्या चळवळीनंतरच्या भागामध्ये वाटणीपद्धतीने शेती करणारे त्यात ओढले गेले. त्याच्या वादग्रस्त मुद्द्याचे समर्थन करताना तो तेभागा समितीचे पुढारी हे मध्यमवर्गीय ग्रामीण जनच होते असे दाखवून देतो. तो तेलंगणा चळवळीबद्दल अशाच प्रकारची निरीक्षणे नोंदवतो. त्या निरीक्षणाप्रमाणे सुरुवातीच्या काळामध्ये त्याच्या मागण्या या सर्वंकष आणि या चळवळीमध्ये अशा मागण्यांमुळे ग्रामीण मध्यमवर्गीय आणि गरीब ग्रामीण ओढले गेले. त्यांच्या म्हणण्यानुसार या चळवळींच्या अपयशाचे कारण म्हणजे ही चळवळ विशिष्ट गटासाठी किंवा वर्गासाठी मर्यादित राहिली आणि त्यामुळे त्यांनी मध्यमवर्गीय ग्रामीण जनतेचा पाठिंबा गमावला.

बंगालमधील किसान सभेचे बरेचसे पुढारी ग्रामीण मध्यम वर्गातले होते. हे अलवी यांचे म्हणणे धनागरे मान्य करतात. पण त्यांनी तेभागा चळवळीमध्ये सक्रिय सहभाग घेतला नाही कारण –

> किसान सभेमध्ये कार्यरत असणाऱ्या काही किरकोळ जोतेदारांनी आणि रयतेच्या खालचे समजणाऱ्यांनी त्यांची जमीन कसण्यासाठी बरगादार नेमले. आणि तेभागाच्या बऱ्याचशा मागण्या त्यांना जशा त्रासदायक ठरल्या तशा श्रीमंत ग्रामीणजनांना आणि मोठ्या जोतेदारांनापण त्रासदायक ठरल्या. यामुळे मध्यमवर्गीय ग्रामीण जनता चळवळीपासून दूर का गेली किंवा हळूहळू मोठ्या जोतेदारांच्या बाजूला का झुकली यावर प्रकाश पडतो (१९८३ : १७३)

तेभागा चळवळीमध्ये सामील असणाऱ्या दोन खेड्यांचा अभ्यास कृष्णकांत सरकारने केला. त्यानेसुद्धा अलवींच्या निष्कर्षाला पुष्टी दिली नाही. त्या दोघांचे विचार मध्यमवर्गीय ग्रामीण आणि गरीब ग्रामीण यांच्याबद्दल वेगळे असले तरी असे झाले. सरकार यांच्या संशोधनानुसार चळवळीमध्ये गरीब वर्गाचा हा सहभाग जास्तीत जास्त होता. पण मध्यमवर्गीय ग्रामीण जन हा निष्क्रियच राहिला. अर्थात केवळ दोन खेड्यांच्या अभ्यासावरून एखाद्याने सर्वसामान्य अनुमान काढू नये आणि सरकार यांच्या अभ्यासात ग्रामीण जनतेच्या कोणत्या स्तरातून पुढारीपण केले गेले याचा उल्लेख नाही.

अलवींच्या वादग्रस्त मुद्द्याला बेरी पवियार (१९८१) आणि धनागरे (१९८३) यांचे तेलंगणा चळवळीवरील अभ्यास पुष्टी देत नाहीत.

> सुरुवातीच्या काळामध्ये तेलंगणा चळवळ ही खरीखुरी अनेकवर्गीयांची देशमुखांच्या विरुद्ध एकत्रित चळवळ होती. एकत्रित या अर्थाने की त्यामध्ये प्रत्येकजण सहभागी होता ..... सुरुवातीच्या काळामध्ये आंध्र महासभा आणि सी.पी.आय चे पुढारीपण हे श्रीमंत आणि मध्यमवर्गीय ग्रामीण कुटुंबातून आले होते हे निश्चित. चळवळीचे स्वरूप बदलले हेपण खरे आहे. १९४८ पासून चळवळ चालू ठेवणारे हे शेतमजूर आणि गरीब ग्रामीण हेच होते. लढ्याची धुरा तेच सांभाळत होते, त्यांनी खालच्या वर्गातल्या लोकांबरोबर आणि ग्रामीण जनतेसह लढा दिला ते सीपीआयच्याच गटातील होते.

धनागरे म्हणतात की, तेलंगणा चळवळीमध्ये अनेक वर्गांच्या एकत्रीकरणांचे स्वरूप होते. तरीपण हा लढा चालू ठेवण्यामध्ये मुख्य सहभाग हा गरीब ग्रामीण जनतेचा आणि जमीन नसलेल्या मजुरांचाच होता. त्यांच्या मते, मध्यमवर्गीय ग्रामीण जनतेचा या चळवळीमध्ये डोळ्यात भरण्याजोगा सहभाग नव्हता याला कारण एकंदरीत पाहता तेलंगणामध्ये यांचे समाजातील स्थान हे महत्त्वाचे नव्हते तसे ते संख्येने आणि राजकीय दृष्टयापण महत्त्वाचे नव्हते (१९८३ : २०४). पीटर कस्टर्स (१९८७) यांचे अनुमानपण असेच आहे.

खेडा सत्याग्रहातील त्यांच्या अभ्यासात - डेव्हिड हार्डीमन म्हणतात, ३ ते ५ एकरांपर्यंत जमीन असणारा मध्यमवर्गीय ग्रामीण जनतेने चळवळीला हवा असणारा मोठा सहयोग दिला. श्रीमंत ग्रामीण जनतेने आपल्या शक्तींचे एकत्रीकरण मध्यमवर्गीय ग्रामीण जनतेच्या बळावर केले. ग्रामीण मध्यमवर्गीय हे कमी जमीन आणि तुटपुंज्या उत्पन्नाच्या साधनामुळे आर्थिक संकटाशी जुळवून घेण्यास असमर्थ होते. आधी आर्थिक संकटे जेव्हा विसाव्या शतकाच्या पूर्वार्धात आली तेव्हा त्यांचा बराच काळ भेडसावणारा असंतोष राष्ट्रप्रेमात प्रकट झाला (१९८१ अ : २०८). हार्डीमन आपले म्हणणे मांडताना पुढे म्हणतात, अनेक प्रसंगांत गरीब मध्यमवर्गीय ग्रामीण जनतेने राष्ट्रीय चळवळीत सामील होण्यासाठी श्रीमंत ग्रामीण जनतेवर दबाव आणला. सत्याग्रहींना अनुभवी ग्रामीण जनतेचीपण मदत मिळाली कारण ग्रामीण जनतेने विसाव्या शतकातील पहिली तीन दशके अनेक कष्टप्रद अडचणींचा अनुभव घेतला होता. हार्डीमन त्यांच्या म्हणण्याला अनुभवांचा आधार देतात. तरीसुद्धा - खेडामधील मध्यमवर्गीय ग्रामीण हे उत्पन्नाच्या तुलनेने श्रीमंत ग्रामीण वर्गाच्या किती जवळ होते याचा अभ्यास करायला हवा. एका गोष्टीची नोंद घ्यायला हवी की खेडा हा गुजरातमधला सुपीक प्रदेश होता. नील चार्लसबर्थ (१९८०) यांच्या दृष्टीने हार्डीमन यांचे खेडामधील मध्यमवर्गीय

ग्रामीण जनतेचे चित्रण अयोग्य होते कारण हे मध्यमवर्गीय ग्रामीणजन दक्षिण पश्चिम महाराष्ट्रातील श्रीमंत ग्रामीण जनतेपेक्षा तुलनेने श्रीमंत होते.

Jacques Pouchepadass (१९७४) हे आपल्या चंपारण्यातील सत्याग्रहाचा अभ्यास करताना सांगतात, या चळवळीचे मुख्य नेते हे मध्यमवर्गीय किंवा श्रीमंत ग्रामीण जनतेपैकीच होते. सिद्दिकी (१९७८) उत्तरप्रदेशातील एका चळवळीचा अभ्यास करताना म्हणतात, श्रीमंत ग्रामीण जनतेची भूमिका या चळवळीमध्ये प्रबळ होती. धनागरे (१९८३), शाह (१९७४) हे बारडोलीच्या सत्याग्रहाचा अभ्यास करताना अशाच प्रकाराला समर्थन देतात. उत्तर बिहारमधील ग्रामीण चळवळीचा अभ्यास करताना Stephen Heeningham (१९८२) दाखवून देतात की १९१७ ते १९४२ या काळामध्ये सहा प्रमुख चळवळींची वाढ ही श्रीमंत ग्रामीण आणि लहान जमीनमालक यांच्याच म्हणण्यानुसार झाली. भारतामध्ये झालेल्या वेगवेगळ्या ग्रामीण जनतेच्या चळवळींचे विश्लेषण करताना सुनील सेन (१९८२) हेसुद्धा म्हणतात की, कुळ पद्धतीने जमीन कसण्याच्या प्रथेचे निर्मूलन करण्याच्या लढ्यामध्ये श्रीमंत ग्रामीण जनतेने पुढारीपण केले कारण त्यांचा खरा कायदा हा शेतीमध्ये प्रगती आणि धान्यविक्री व नगदी पिकांच्या बाजारातील विक्रीत होता. Myron Weiner (१९६३) म्हणतात, वेस्ट बंगाल किसान सभेचे बहुतांशी पुढारी हे १९५७ पर्यंत अशा एका मधल्या वर्गाचे होते की ज्यांच्याकडे जमीन आहे पण ते ती कसत नव्हते.

कॅथलीन गॉफ (१९६८) मान्य करते की गरीब ग्रामीण जनता आणि शेतमजूर यांच्यामध्ये भारतातील क्रांतिकारक चळवळ चालवण्याची क्षमता आहे. धनागरेपण आपली सहमती दर्शवतात. ते म्हणतात, ग्रामीण समाजामध्ये त्यांनी एक प्रचंड असा गट स्थापन केला पण त्यांनी वेळोवेळी त्यांच्या ताकदीचे बदलते स्वरूपपण समोर आणले (१९८३ : २२२). १९२१ मधील मोपल्यांच्या बंडाविषयी लिहिताना रॉबर्ट हार्डग्रेव्हा (१९७७) दाखवून देतात की केरळामधील गरीब कुळं, भाडेपद्धतीवर जमीन कसणारे हे स्वत:ची जमीन कसणाऱ्या श्रीमंत ग्रामीण लोकांपेक्षा जास्त लढाऊवृत्तीचे होते. टी.के. जेपाशप हेसुद्धा म्हणतात की, मलबारमधील ग्रामीण जनतेच्या एकत्रित करण्याची मोहीम सर्वप्रथम बेरूमपट्टोमड यांच्यात सामोरी आली. बेरूमपट्टोमड यांचे वर्णन एक लहान ग्रामीण गट असे होईल आणि नंतर चळवळीच्या पुढच्या भागात लानमोडार – ज्यांना मध्यमवर्गीय ग्रामीण म्हणता येईल – यांचा सहभाग झाला (१९८५ : ४५). ते पुढे ठामपणाने सांगतात की स्वतंत्र भारतातील ग्रामीण जनतेच्या चळवळीमध्ये गरीब ग्रामीणजन आणि शेतमजुरांनी महत्त्वाची भूमिका निभावली. अवध येथील आपल्या अभ्यासाबद्दल कपिलकुमार (१९८४)लिहितात – जमीनदारांच्या विरोधी चळवळीमध्ये गरीब ग्रामीण जनतेने महत्त्वाची भूमिका निभावली. ते आपले

निरीक्षण नोंदवताना म्हणतात, अवधमधील गरीब ग्रामीण जनता एका ताकदवान क्रांतिकारी समूह गटात उदयाला आली. अरविंद दास यांनासुद्धा असे वाटत होते की गरीब ग्रामीणजन आणि शेतमजूर यांच्यात क्रांतिकारी लढ्याच्या नेतृत्वाची ताकद आहे. आधी म्हणल्याप्रमाणे ते तेलंगणा चळवळीचे खंदे कार्यकर्ते होते. आणखी काही अभ्यासांमध्येपण शेतमजुरांनी अनेक चळवळींमध्ये लढाऊ भूमिका घेतली हे उघडपणे मान्य केले आहे. १९४६-१९४८ या काळामध्ये महाराष्ट्रातील ठाणे येथे शेतमजुरांनी जास्त मजुरी मिळण्यासाठी चळवळ केली (परुळेकर १९७९). १९६० च्या उत्तरार्धात त्यांच्या 'जमीन बळकाव' मोहिमेतपण सक्रिय सहभाग होता. १९७० ते १९८० या काळामध्ये अनेक शेतमजूर आणि शेतमजुरांचे गरीब वर्गात मोडलेले असे - यांच्या जमीनदार, मध्यमवर्गीय ग्रामीण आणि श्रीमंत ग्रामीण आणि सरकार यांच्या विरुद्ध देशाच्या वेगवेगळ्या भागांमध्ये अनेक चळवळी झाल्या. शेतीविषयक आराखड्यात क्रांतिकारी बदल करण्याच्या ध्येयाने त्यांपैकी अनेक चळवळी झाल्या.

स्वस्ती मित्तर (१९७७) म्हणतात, पश्चिम बंगालमध्ये ताकदीचा आलेख जो जमीनधारणेवर अवलंबून होता तो कमजोर व्हायला लागला. आणि त्याऐवजी विस्तारित मध्यमवर्गीय ग्रामीण जनतेची अर्थव्यवस्था उदयाला आली. त्यामुळे मध्यमवर्गीय ग्रामीण आणि शेतमजूर यांच्यातला वाद उजेडात आला. प्रधान प्रसाद लिहितात, बिहारमधील गरीब ग्रामीण जनतेच्या शिस्तबद्ध चळवळीमुळे - जमीनदार आणि श्रीमंत ग्रामीण वर्गावर दबाव आणला व दबाव आणण्यात यश येण्यासाठी त्यांनी वाढीव रोजगार, लोकांच्या सभा, बेकायदेशीर आणि शोषण करणाऱ्या ग्रामीण श्रीमंतांविरुद्ध मिरवणुका अशा मार्गांचा अवलंब केला. कधी कधी वाटणीपद्धतीने पीक घेणाऱ्यांना हुसकून लावणाऱ्यांच्या विरुद्ध हिंसक मार्गाचा अवलंब केला (१९७५ : १९३४). शेतकरी समाजामध्ये आहे-रे आणि नाही-रे यांच्यामध्ये बिहार आणि आंध्रप्रदेशात १९७० ते १९८० या काळामध्ये कायम झगडे चालू होते. ((CPICML) १९८६, दास १९८७, बालगोपाल १९८८).

स्वातंत्र्यपूर्व काळातील अनेक ग्रामीण चळवळींचे स्वरूप निरनिराळ्या वर्गांचे होते, ज्या वर्गांमध्ये श्रीमंत, मध्यमवर्गीय त्याचबरोबर गरीब ग्रामीण जनतेचा सहभाग होता. १९८३ मधील धनागरे यांच्या अभ्यासानुसार तेलंगणामधील उठावात तेथील श्रीमंतांनी त्या चळवळीत वरचष्मा राखला आणि असा बनाव रचला की त्यांचे संबंध सुरक्षित राहिले. त्यांच्या म्हणण्याप्रमाणे जोपर्यंत मूळ मुद्दे जसे की जमीन बळकावणे, जमीनधारणेवर बंधन आणि जमीनवाटप हे त्यांच्या एकीला धोका पोहोचवत नव्हते तोपर्यंत ही एकमेकांच्या आधारावरील एकी कार्यरत होती. तेलंगणामध्ये बळकावलेल्या जमिनीचे वाटप करण्यामध्ये तेथील श्रीमंत आणि मध्यमवर्गीय ग्रामीण जनतेने स्वत:च्या

प्रबळ शक्तिस्थानाच्या जोरावर कायदा करून घेतला. Swasti Mitter (१९७७) यासुद्धा त्यांच्या संशोधनानुसार म्हणतात की पश्चिम बंगालमधील लोकसंख्येनुसार तुलनेने मोठ्या असलेल्या वाटणीपद्धतीने शेती करणाऱ्याविरुद्ध गरीब बरगादार यांच्या वादामध्ये वाटणीपद्धतीने शेती करणारे यांचाच फायदा झाला. त्याच धर्तीवर केरळमधील अभ्यासाविषयी टी.के. ओमेन म्हणतात :-

> चळवळीच्या प्राथमिक अवस्थेमध्ये ग्रामीण जनता आणि शेतीतल्या स्वत:च्या जातीच्या लोकांनी एकत्र येऊन वेठबिगार किंवा जमीन कसणाऱ्याविरुद्ध आपले बळ एकवटण्याची खूप शक्यता होती. एकदा का कायदेशीरमार्गाने किंवा चळवळीच्या परिणामामुळे ग्रामीण जनतेचे (कुळ असोत, वाटणीपद्धतीवर शेती करणारे असोत) सबलीकरण झाले की त्यांची आघाडी टिकण्याची शक्यता फारच कमी होती. सर्व शक्य- अशक्यांचा विचार करता नुकतीच सांपत्तिक स्थिती सुधारलेले जमीनमालक, शेतकरी यांची खालच्या वर्गातील शेतकऱ्यांकडे बघायची वृत्ती शत्रुत्वाची होण्याची दाट शक्यता होती. अर्थात, जर खालच्या वर्गातील शेतकऱ्यांनी एकत्र येऊन त्यांच्या सुधारित परिस्थितीकरिता मागणी केली तरच ही शक्यता होती.

कपिलकुमार खात्रीपूर्वक सांगतात की ग्रामीण जनतेच्या एकत्रीकरणाचा आणि राजकीय हालचालींचा उगम वेगवेगळ्या ठिकाणांहून झाला होता.

ग्रामीण जनतेच्या एखाद्या गटाला आपल्या मागण्या मान्य करून घेण्यात जर यश मिळाले की एकतर चळवळीमधून अंग काढून घेत, नाही तर त्यांच्याहून गरीब असलेल्या ग्रामीण जनतेच्या लढ्यावर हक्क गाजवत. स्वातंत्र्यपूर्व काळात कुळांनी किंवा मध्यमवर्गीय ग्रामीण जनतेने अनेक चळवळी केल्या; पण कुळांना जसा जमिनीचा ताबा मिळाला किंवा श्रीमंत आणि मध्यमवर्गीय ग्रामीण जनतेची सांपत्तिक स्थिती सुधारली की ते लगेच चळवळीतून माघार घेत. बऱ्याच वेळेला श्रीमंत ग्रामीण जनता किंवा जमीनदार हे स्वत:च्या फायद्यासाठी गरीब ग्रामीण जनतेचा आणि मजुरांचा पाठिंबा मिळवण्यात यशस्वी होत. तेलंगणाची चळवळ, जमीन बळकाव आंदोलन आणि भूमिसेना चळवळीत आलेल्या अनुभवावरून आहे त्या अवस्थेत राहणारे अनेक गट यांना चळवळीतून जमिनी मिळाल्यावर त्यांनी चळवळीतून माघार घेतली, ह्या गोष्टी उघड झाल्या. (अलेक्झांडर १९७५ अ, पेवियर १९८१). नक्सलाइट चळवळींच्या अभ्यासातपण हीच गोष्ट दिसते (CPI [ML] 1986, Das 1987, Duyker 1987).

नक्सलाइट चळवळीवर मुख्य टीका होते की या चळवळीमध्ये (Mass Line) बहुजन समाजाची संरक्षक फळी ते सुधारू शकले नाहीत. या चळवळींचे नेते गरीब

आणि जमीन नसलेल्या ग्रामीण जनतेला एकत्रित करून संख्येने एक मोठा गट स्थापण्यात अयशस्वी झाले (एस. बानर्जी १९८०). आणि त्यामुळे त्यांचे धोरण आणि निवडणुकांच्या राजकारणात हा बदलाव आला (मुखर्जी १९८७, हौसूर १९९३, एस.बॅनर्जी २००२). मारियामाइस महाराष्ट्रातील शाहदा चळवळीच्या अभ्यासात म्हणते – बहुजन समाजाची संरक्षणफळी लहान लहान गटांत उभारण्याच्या बाबतीत कोंडी झाली. ती म्हणते की या पद्धतीमध्ये चळवळीने ग्रामीण जनतेची आणि शेतमजुरांची एक शिस्तबद्ध संघटना बांधून लढा दिला. पण ही शिस्तबद्ध संघटना – जेव्हा सत्ताधीशांनी एकत्रित येऊन पद्धतशीरपणे त्यांच्यावर दडपण आणले – तेव्हा कुचकामी ठरली (१९७९ अ : ४८०-८१).

ब्रिटिश काळात अशा लढ्याचे स्वरूप इतके संमिश्र होते की अशा लढ्यामध्ये एकाच शेतकरी गटाचा बंडखोर सहभाग होता असे अनुमान काढणे अवघड आहे असे अनेक अभ्यासकांचे मत आहे. पार्थ चटर्जी म्हणतात :-

> ब्रिटिश काळातील वसाहतवाद्यांच्या सत्तेखालील – शेवटच्या दशकात – बंगालमधील शेतकरी वर्गाच्या चळवळीचे विश्लेषण करताना असे लक्षात येते की एखाद्या स्पष्टीकरणाचा सरळ, साधा अर्थ लावणे योग्य नाही. अगदी सर्वच खालच्या वर्गातील जनतेचा एकत्रितपणे केलेला ब्रिटिशांविरुद्धचा झगडा असो किंवा भांडवलदार जमीनदार विरुद्ध दरिद्री मजुरांचा असो; अगदी संकुचितपणे विचार करण्यासाठी जरी आपण या लढ्यातील मूळ तत्त्वांचा, त्यांच्याशी असलेल्या परस्पर संबंधांचा विचार केला तरी विविध प्रकारच्या शक्यतांचा, त्यांच्या एकत्र येण्याचा विचार वेगळ्या नियमानुसार, काळानुसार आणि त्या काळातील प्रसंगानुसार झालेल्या परिस्थितीचा, असे अनेक विचार राहूनच जातात (१९८६ : २०१).

डाव्या पक्षांतर्फे आणि इतर अनेक संघटनांद्वारे ग्रामीण जनता आणि औद्योगिक कामगारांना एकत्र आणण्याचे प्रयत्न झाले. केरळामधील काही भागांत शहरी औद्योगिकीकरणातील कामगार संघटनांनी शेतकरी चळवळीला पाठिंबा दिल्याचेपण काही अभ्यासात दिसून आले आहे (कन्नन १९८८). गिरणी कामगार आणि शेतमजूर यांच्यात संघटना बांधायचे प्रयत्न तेलंगणा आणि नक्सलाइट चळवळीमध्ये झाल्याचे त्या चळवळींचा अभ्यास करताना कळते. असे असले तरी ही संघटना फार काळ चालली नाही. अशा चळवळींचा या भूमिकेतून सखोल अभ्यास होणे जरुरीचे आहे.

अशा ग्रामीण चळवळींमध्ये महिलांचा सहभाग हा बहुसंख्येने होता तरीपण त्यांचे या चळवळीतले कर्तृत्व हे बऱ्याच पुरुष विद्वानांनी दुर्लक्षित केले किंवा त्यांचे महत्त्व कमी केले आहे असे बऱ्याचवेळा दिसून येते. महिलांचा तेलंगणा चळवळीतल्या

सहभागाचा मुद्दा मांडताना पी. सुंद्रेचा हे चळवळीतले एक नेते म्हणतात :-

> ''महिलांनी स्वत:ची प्रतिष्ठा जपण्यासाठी, त्यांना होणाऱ्या त्रासाविरुद्ध, शारीरिक छळ आणि बलात्काराविरुद्ध तडफेने केलेला कडवा प्रतिकार हा स्फूर्तिदायी होता. महिलांच्यात झालेली जागृती ही एका लिंगभेद नसलेल्या समाजाची, नैतिक आणि सांस्कृतिक अधिष्ठान असलेल्या समाजाची, तसेच त्यांच्या कडव्या प्रतिकाराची, अफाट क्रांतिकारी शक्तीची आणि धुमसणाऱ्या ऊर्मींची झलक आपल्याला या महिलांवर सामाजिक आणि आर्थिक दडपण आणणाऱ्या समाजात दिसून आली (१९७२ : ३२८)''

अवध ग्रामीण चळवळीवर श्री. कपिलकुमार (१९८४) आणि केरळमधील शेतमजुरांच्या चळवळीवर श्री. के.पी. कन्नन (१९८८) आपल्या अभ्यासात या चळवळीत असलेल्या महिलांचा सहभाग अधोरेखित करतात. पीटर कस्टर्स (१९८७) हे एकमेव अभ्यासक असे आहेत की त्यांनी तेभागा आणि तेलंगणा येथील ग्रामीण जनतेच्या उठावामध्ये महिलांनी घेतलेली सक्रिय भूमिका केंद्रस्थानी मानली. कन्नन यांच्या मते, महिलांचा सहभाग हा व्यवस्थापननेतृत्व आणि अंतिम ठराव या प्रक्रियांमध्ये फारच मर्यादित होता (१९८८ : १३४). १९९० च्या सुमारास अनेक अभ्यासकांनी ग्रामीण जनतेच्या चळवळींचा अभ्यास स्त्री आणि पुरुष यांच्या सहभागाचा दृष्टिकोन ठेवून केला त्याच्यावर आपण सातव्या प्रकरणात चर्चा करणार आहोत.

नेतृत्व

चळवळींच्या हेतूंची जाणीव प्रत्येकाला करून देऊन त्यांच्यात जागृती करणे आणि त्यायोगे ग्रामीण जनांचे संघटन करणे ही चळवळींच्या नेत्यांची जबाबदारी होती. ग्रामीण जन हे स्वत:हून कुठल्याही क्रांतिकारी चळवळीचे नेतृत्व करू शकत नव्हते असा वादग्रस्त मुद्दा अनेक अभ्यासकांनी मांडला. शाहिन (१९७२) आपले म्हणणे मांडताना लिहितात, परंपरागत ग्रामीण चळवळी या अस्सल राजकीय चळवळीचे प्रतीक झाल्याच नाहीत. जोपर्यंत समाजातील अनेक स्तरांमधील राजकारणी – जे ग्रामीण जनतेपेक्षा जरा सुधारलेल्या स्थितीतले होते – त्यांनी या चळवळींची धुरा वाहिली नाही तोपर्यंत. उत्तर प्रदेशातील चळवळींचा अभ्यास करून काढलेल्या अनुमानात कपिलकुमार म्हणतात, कुळ पद्धतीच्या प्रथेचे निर्मूलन करण्यात ग्रामीण जनतेतल्या नेत्यांना अपयश आले. कारण त्यांच्या मागणीची बांधणी सुसंगत नव्हती. चळवळींच्या मूलभूत कल्पनांचा सर्वार्थाने विचार नसल्याने आणि आपत्तिकाळात त्याची अधिक गरज असल्याने त्यांना अपयश आले (१९८४ : २५३). Jacques Pauchpadasi (१९७४ : ८१) आपले निरीक्षण नोंदवताना म्हणतात, राष्ट्रीय

चळवळींच्या वेळी अनेक सुशिक्षित विद्वानांनी ग्रामीण जनतेच्या चळवळीचे नेतृत्व स्वीकारले. त्यांची चंपारण्य चळवळीतली भूमिका महत्त्वपूर्ण होती.

शहरी विद्वानांनी कधी बंडखोर विचार केले नाहीत कारण ते (नेहमीप्रमाणे) ग्रामीण जनतेला तळागाळापर्यंत चेतवण्यास असमर्थ होते. पण या वेळेला प्रक्षुब्ध ग्रामीण जनतेने त्यांना आपणहून बोलावून घेतले आणि चळवळ व्यापक करायचा प्रयत्न केला. या स्थानिक मध्यस्थीचे खरोखरच आभार मानायला पाहिजेत कारण त्याचे रूपांतर जिल्हा पातळीवर व्यापक चळवळीत झाले आणि त्याचा प्रसार शेजारील जिल्ह्यात (नीळविषयक) झाला. आणखी महत्त्वाचे म्हणजे या चळवळींमधील मध्यस्थामुळे या चळवळीच्या मूळ हेतूमध्ये अनेक सुधारणा करणारे बदल झाले. मळेवाल्यांविरुद्ध किंवा कारखानदारांविरुद्ध व्यक्तिगत होणारे तुरळक हल्ले आणि त्यापासून या चळवळीचे रूपांतर जागतिक पातळीवरील वादग्रस्त अशा चंपारण्य (नीळविषयक) प्रश्नावर झाले.

पार्थ चटर्जी असेपण म्हणतात की अनेक मध्यमवर्गीय बुद्धिमान – ज्यांचा जमिनीतील आर्थिक हितसंबंध संपला होता – त्यांनी सर्व घटकांचे शिस्तबद्ध संघटन करून नवीन पक्ष तयार केले. त्यांच्या हस्तक्षेपामुळे जमीनदारी, विरोधाची कुळांची चळवळ जी होती तिला एक सुधारित धार आली. पण पूर्वीपासून चालत आलेल्या वादाचे स्वरूप – परस्परविरोधी वृत्ती – याचे प्रदर्शन होतच राहिले (१९८६–२०३ : ४). कपिलकुमार यांनी आणखी असे म्हटले आहे की शहरी नेत्यांनी ग्रामीण जनतेचा असमाधानाचा फायदा करून घेतलाच पण पुढे स्वत:च्या राजकीय आणि पक्षांच्या कामाकरतासुद्धा केला. नक्सलाइट लोकांचे नेते हे शहरात शिकलेले मध्यमवर्गीय तरुण होते. स्वाती मिट्टर (१९७१) म्हणतात, शहरातीलच पण समाजातील वंचित लोकांमधून जमीन बळकाव चळवळीचे नेतृत्व झाले. आणि तरीसुद्धा बोलवून आणलेल्या नेत्यांना त्यांचे प्रश्न होतेच. पार्थ मुखर्जी आपला शेरा देतात :-

> ''एका बाजूला शहरातून आलेल्या नेत्यांच्या नेतृत्वावर स्थापलेल्या चळवळी त्यांच्या मूलभूत कल्पना व्यवहारी, अनुभवी अशा स्वरूपात होत्या, आधुनिक ज्ञान असण्याचा दावा करीत होत्या आणि त्यामुळे त्या चळवळीला योग्य दिशा देऊ शकत होत्या. त्यांचा असा आग्रह होता की इतरांनी त्यांचे अनुकरण करावे म्हणजे त्या चळवळीपासून होणारा निकाल हा परिणामकारकच असेल.(१९७९ : ७५–७६).''

शेतकरी चळवळीच्या अभ्यासातून श्री. दीपंकर गुप्ता दाखवून देतात की ग्रामीण जनता ही स्वत:च्या चळवळीचा मूलभूत तत्त्वाचा विकास करण्यास असमर्थ आहे

आणि त्यांना बाहेरच्या नेतृत्वाची गरज आहे हा सिद्धान्त स्वीकारण्यास योग्य नाही हे महाराष्ट्र आणि पश्चिम उत्तरप्रदेशाने दाखवून दिले आहे (२००२ : १६८).

एस. बॅनर्जी (१९८०) आणि कपिलकुमार (१९८४, १९८८) यांचे आग्रही प्रतिपादन होते की, अनेक फकीर, साधू, बाबा यांनीसुद्धा ग्रामीण जनतेच्या चळवळीत लढाऊ तसेच बुद्धिमान वर्चस्वाची भूमिका केली. त्यांनी जनतेला ब्रिटिशांविरुद्ध उठाव करण्यास उद्युक्त केले. बानर्जी तर काही चळवळींचा उल्लेख संन्याशांचे उठाव असा करतात. कपिलकुमार म्हणतात :-

> हे लोक क्रांतिकारी समजल्या जाणाऱ्या समाजाच्या म्हणण्याप्रमाणे त्यांच्या क्रांतिकारी या व्याख्येत बसत नव्हते. तसेच त्यांचे वागणे किंवा त्यांची संघटनेची पद्धत ही त्या काळातील पुढाऱ्यांसारखी नव्हती. ते फिरस्ते होते, पूर्ण वेळ काम करणारे होते आणि त्यांनी संघटनेसाठी सुशिक्षित, व्यवहारी वर्गाचे लाड केले नाहीत. तसेच इतर पुढाऱ्यांप्रमाणे मुखवटे चढवून राजकीय भांडवल केले नाही. त्यांचे काम हे त्या काळातील सामाजिक अधोगतीचा अथक अभ्यास करून आणि परिस्थितीचा अभ्यास करून नेमकेपणात होते (१९८४ : २२१).

पण सध्या तरी आपल्याला अशा ग्रामीण बुद्धिवंतांच्या चळवळीतल्या सहभागाच्या अभ्यासाची वाट पहाणे जरुरीचे आहे. उत्तर प्रदेशातील जाट समाज आणि तिकेट (इघण) चे एक नेते यांच्यातील संबंधाचे विश्लेषण दीपंकर गुप्ता यांनी केले आहे. त्यांनी असेपण म्हटले आहे की जाट समाजाने चरणसिंग यांना सत्ताधीशांचे विरोधक असे राष्ट्रीय पातळीवरील नेता मानले (२००२ तसेच पहा Byres 1988).

ग्रामीण जनतेच्या चळवळींच्या बऱ्याचशा अभ्यासांमध्ये ग्रामीण जनतेच्या नेत्यांची जात, त्यांची वर्गीकृत पार्श्वभूमी तसेच त्यांची वागणूक व सामाजिक स्तरावरील त्यांचे इतरांशी संबंध अशा गोष्टींचा सखोल अभ्यास झाला नाही. तरीपण काही अभ्यासक – जसे (Pouchepadass 1974), कपिलकुमार (१९८४), हार्डीमन (१९८१ अ), शहा (१९७४) यांचे अभ्यास आपल्याला काही नेत्यांची थोडीफार माहिती देतात पण या चळवळीमधील नेत्यांच्या नेतृत्वाचा दाखला विस्तृतपणे देत नाहीत.

संघटन

ग्रामीण जनतेच्या उठावाचे बहुसंख्य अभ्यासात, त्यांच्या संघटनात्मक दृष्टिकोनाकडे दुर्लक्ष केले गेले आहे अशा संघटनांचे जे कार्यक्रम नक्की करत, निर्णय घेत आणि त्यांच्या गटांचे एकमेकांना अनुकूल असे वर्गीकरण करत. बऱ्याचशा ग्रामीण चळवळींची प्रतिमा उत्स्फूर्त चळवळ अशीच केली आहे आणि त्यांना संघटनात्मक

पाया नव्हता असे दाखवले गेले आहे. काही स्थानिक उठावांमध्ये हे खरे असेल असे असले तरीसुद्धा अशा उठावांमध्ये ग्रामीण जनतेच्या एकत्रीकरणासाठी, संदेशाची देवाणघेवाण करण्यासाठी, डावपेच आखण्यासाठी तसेच कार्यक्रम ठरविण्यासाठी औपचारिक संघटनारचना असणे महत्त्वाचे होते. रणजित गुहा यांचे मत :- ग्रामीण जनतेची सामूहिक बंडखोरी ही त्यांच्या ध्येयप्रेरित आणि विवेकबुद्धीचा एक भाग होती - हे मत पडते. (१९८३ अ :२) Barry Pavier (१९८१) यांचे तेलंगणातील चळवळीविषयक, घोष (१९७४), पार्थ मुखर्जी (१९७९), सुमंत बानर्जी (१९८०), तरुणकुमार बॅनर्जी (१९८०) तसेच इतर अनेकांचे नक्षलवादी चळवळीविषयक, घनश्याम शाम (१९७४) यांचे बारडोली सत्याग्रहाविषयी, डेव्हिड हार्डीमन यांचे खेडा सत्याग्रहाविषयी (१९८१ अ), Atlury Murali (१९८८) यांचे आंध्रातील शांततापूर्वक कायदाविरोधी चळवळ, मारियामाईस (१९७६ अ) यांचे शाहदा चळवळीविषयक, कृष्णकांत सरकार (१९८६) यांचे काकद्वीप येथील बंडाविषयक, कन्नन यांचे केरळमधील कामगार चळवळीविषयक (१९८८), पश्चिम उत्तर प्रदेशातील शेतकऱ्यांच्या चळवळीबद्दल, श्री. दीपंकर गुप्ता यांचे (२००२), मध्य प्रदेशातील एकता चळवळीविषयक, श्री. राहुल रामागुंडम यांचे (२००१) मधील अभ्यास तसेच इतर काहींचे अभ्यास हे आपल्याला चळवळीच्या पायाभूत संघटनेचे, ग्रामीण गटस्थापनेचे, त्या गटांचे मुख्य गटांशी असलेल्या संबंधाचे विस्तृत स्वरूप, त्यांची काम करायची पद्धत यांचा परिचय करून देतात. या दृष्टिकोनातून दिलेली माहिती ही अपुरी आहे. राज्यशास्त्राचा अभ्यास करू इच्छिणाऱ्या विद्यार्थ्याला या दृष्टिकोनाचा सखोल अभ्यास करणे जरुरीचे आहे.

विसाव्या शतकाच्या, पूर्वार्धापासून अनेक राजकीय पक्ष हे ग्रामीण जनतेला एकत्र करून त्यांच्या चळवळी उभारत आहेत. १९२० च्या पूर्वार्धापासून काँग्रेसपक्षाने ग्रामीण जनतेला राष्ट्रीय चळवळींच्या प्रवाहात सामील करण्यास सुरुवात केली. १९२८ मधील बारडोली सत्याग्रह तसेच कूळ पद्धतीविरुद्धचे आंदोलन किंवा स्वराज्यचळवळ असो - काँग्रेसने ग्रामीण जनतेला एकत्र करून त्यांना या अशा प्रकारच्या चळवळीत जोडले (Low 1977, Pati 1983, Mehta 1984, Murali 1988). असे असले तरी जमीनदार आणि कूळ यांच्या चळवळींची धार प्रखर होणार नाही यांची काँग्रेसने काळजी घेतली. स्वराज्य मिळविण्यासाठी सर्व ग्रामीण जनतेला एकत्र आणण्याचा काँग्रेसचा मनसुबा होता. गरीब ग्रामीण जनतेला त्यांच्या मागण्यांच्या आंदोलनात एका ठरावीक मर्यादेपलीकडे जाता येणार नाही याची काळजी काँग्रेसने घेतली त्यामुळे ग्रामीण जनता ही श्रीमंत आणि मध्यम वर्गाच्या आधिपत्याखालीच राहिली (Pandey 1977, Harcourt 1977).

(Henningham 1982) यांच्या अनुमानानुसार बिहार काँग्रेसने राष्ट्रीय चळवळ आणि शेतकऱ्यांची चळवळ या वेगळ्याच ठेवण्याची व्यवस्था केली. आणि शेतीसुधार चळवळींना पुढे येऊ दिले नाही. दरभंगाराज विरुद्ध स्वामी विद्यानंद यांनी जेव्हा चळवळीचे नेतृत्व स्वीकारले तेव्हा काँग्रेसने त्यांना पाठिंबा दिला नाही. खरेतर बिहार काँग्रेसचे मुख्य राजेंद्रप्रसाद यांनी विद्यानंद यांचेवर ढोंगी असल्याचा आरोप केला (चक्रवर्ती १९८६ यांचापण दाखला पहा) याच धर्तीवर श्री. कपिलकुमार यांनी अवध येथील निरीक्षण नोंदवताना दाखवून दिले आहे की काँग्रेस आणि खिलाफतचे नेते हे ग्रामीण जनतेला संस्थानिक जमीनदारांविरुद्ध चालू असलेल्या आंदोलनावरून ब्रिटिशांविरुद्ध चालू असलेल्या असहकाराच्या चळवळीकडे ओढण्याच्या प्रयत्नात होते. ग्यानेंद्र पांडे (१९७७, १९८२) यांनी सुद्धा १९१९ ते १९२२ मधील अवध येथे झालेल्या चळवळीसंबंधात असेच दाखले दिले आहेत. त्यांच्या म्हणण्याप्रमाणे उत्तरप्रदेशातील काँग्रेस नेते हे गरीब ग्रामीण जनता आणि जमीनदार यांच्यातील अनेक ठिकाणी चालणाऱ्या लढ्याला राष्ट्रीय एकात्मतेसाठी चालणाऱ्या एकाच मोठ्या चळवळीचा अडथळा म्हणून पाहत होते. काँग्रेस पक्ष हा जसा ग्रामीण जनतेचे चळवळीसाठी संघटन करण्यात एक जबाबदार पक्ष होता तसेच त्यांना दडपून टाकण्यासपण तेवढाच जबाबदार होता. त्यामुळे १९४० च्या सुमाराला काँग्रेस हा उत्तरप्रदेशातील श्रीमंत ग्रामीण जनतेचा पक्ष म्हणून ओळखला जाऊ लागला. बारडोली सत्याग्रहाचा अभ्यास करताना (शाह १९७४, धनागरे १९८३) यांनी दाखवून दिले की काँग्रेसने वेगवेगळ्या स्तरांवरील ग्रामीण जनतेचे संघटन करण्याचे – (त्यात जमीन नसलेले मजूरसुद्धा आले) प्रयत्न केले. टी.के. ओमेन यांच्या निरीक्षणानुसार ग्रामीण जनतेच्या चळवळीमध्ये – जी स्वातंत्र्यप्राप्तीच्या अधिकारात होती – अशा चळवळीमध्ये वर्गांचे एकत्रीकरण ओघाने येणारे आणि तर्कांना धरून होते (१९८५ : १६).

उत्तर प्रदेशातील वेगवेगळ्या अनेक चळवळींमधला किसान सभेच्या भूमिकेचा अनेक अभ्यासकांनी सखोल अभ्यास केला (Crawley 1971), बंगाल (सेन १९७२), बिहार (गुप्ता १९८२, दास १९८३) आणि पंजाब (सुरजित १९८६). १९२० मधील ग्रामीण जनतेच्या चळवळीविषयक एम.ए. रसोल (१९७४) यांनी केलेल्या किसान सभेच्या ऐतिहासिक अभ्यासाचा सहभाग मोठा आहे. तेलंगणा चळवळ, नक्सलाइट चळवळ, १९६० मधील जमीन बळकाव आंदोलन, नक्षलवादी चळवळ, १९४० पासून चालत आलेली केरळमधील शेतमजुरांची चळवळ या डाव्या पक्षांच्या ग्रामीण जनतेच्या एकत्रीकरणाच्या भूमिकेवर प्रकाश टाकतात. राकेश गुप्तांनी जसे बिहारमधील (१९८२) चळवळीचा अभ्यास करताना दाखवून दिले तसेच अनेक अभ्यासकांनी दाखवून दिले की, उत्तरप्रदेश, बिहार, बंगाल, आंध्रप्रदेश या भागातील चळवळींमध्ये

कम्युनिस्ट पक्षाचा सहभाग वर्चस्वाचा होता. Barry Pavier (१९८९) म्हणतात की तेलंगणा चळवळ ही सर्वव्यापी आणि दीर्घकाळ चालली कारण कम्युनिस्ट पक्षाचा राजकीय हस्तक्षेप. हेच कारण तेभागा चळवळ (कस्टर्स १९८७) १९४६-४७ च्या दरम्यान झाली आणि १९६० मधील नक्षलवादी चळवळ यांच्यामध्ये दाखवता येईल. (S. Banerjee १९८०).

याच वेळेला, बऱ्याच अभ्यासकांच्या मते, काँग्रेस पक्षाप्रमाणे कम्युनिस्ट पक्षानेसुद्धा ग्रामीण जनतेची चळवळ दाबून टाकण्याचा प्रयत्न १९५० मध्ये केला. त्याची कारणे अर्थात वेगळी असू शकतील. (Pavier १९८१, कस्टर्स १९८७) डाव्या पक्षांनी जरी शेतमजुरांच्या चळवळी राबवल्या आणि कधी काळी त्यांच्या चळवळीच्या प्रारंभाला नेतृत्व केले तरी डाव्या पक्षांनी – त्यांच्या डावपेचाचा भाग म्हणून असेल – पण या चळवळीत फारसे लक्ष घातले नाही. डाव्या पक्षांच्या मते, शेतमजुरांमध्ये क्रांतिकारी पद्धतीने उठाव करू शकणाऱ्या नेतृत्वाची क्षमता नव्हती याचा परिणाम असा झाला की राजकीय पक्षांशी बांधील नसलेल्या नेत्यांनी देशाच्या वेगवेगळ्या भागांमध्ये शेतमजुरांच्या चळवळींचे आयोजन केले. अर्थात, त्यामुळे या चळवळींचे महत्त्व त्या त्या भागापुरतेच राहिले गेले आणि त्यामुळे मान्य होणाऱ्या मागण्यापण मर्यादितच राहिल्या (Mics 1976 a, Desilvaet at 1979 am Kannan 1988, Shah 1988 a).

जात आणि धर्म यांची भूमिका

ज्या अभ्यासकांना असे वाटते की नेते मंडळींनी ग्रामीण जनतेचे संघटन करण्यामध्ये किंवा त्यांच्यात राजकीय जाग निर्माण करण्यामध्ये महत्त्वाचे कार्यकर्ते ज्यामुळे त्यांचा उपयोग पुढाऱ्यांना राजकीय कार्यासाठी करता आला त्या चळवळींचे नेतृत्व करताना, या चळवळीसाठी ग्रामीण जनतेचे संघटन करताना नेत्यांनी कोणत्या कार्यपद्धतीचा अवलंब केला तसेच त्याचे स्वरूप कसे होते? ग्रामीण जनतेच्या मनामध्ये त्यांनी कोणत्या मुद्द्यांचा प्रभाव वाढवला? ग्रामीण जनतेच्या एकत्रीकरणामध्ये या पुढाऱ्यांनी कोणती रीत अवलंबली? ब्रिटिश काळातील तसेच स्वातंत्र्योत्तर काळातील अनेक चळवळींमधील ग्रामीण जनतेला त्यांच्या हक्काची जाणीव देण्यासाठी तसेच मागण्या मांडण्यासाठी – पूर्वापार चालत आलेल्या सामाजिक, धार्मिक प्रथांनी आणि पद्धतींनी – जसे की भजन, कीर्तन, कथा, यज्ञ, लोकगीत, लोकनाट्य यांची खूप मदत झाली (Vonder Weid & Poitevin 1981, Kumar 1984, Irsenick 1986, Shah 1988 a, Murali 1988, Gupta 1997). अशांचा उपयोग अहिंसेचा पुरस्कार करणाऱ्या गांधीवादी लोकांनी तसेच असे जे गांधीवादी नव्हते तसेच त्यांनी कधी हिंसात्मक

मार्गाचा किंवा अहिंसेची पाठराखण केली नाही अशांकडून केला गेला जात आहे. गांधीवादी लोकांच्या अहिंसात्मक पद्धती विषयावर लिहिताना Engene Irschick यांनी एक वेगळाच प्रश्न उभा केला. ते म्हणतात, अहिंसात्मक मार्ग हा चळवळ टाळण्याचा का विरोध करण्याचा प्रकार आहे. त्यांच्या म्हणण्याप्रमाणे गांधीवादी लोकांनी अहिंसात्मक मार्गाचा उपयोग काही काळ ब्रिटिश सत्तेला कमकुवत करण्यासाठी केला ते म्हणतात :-

> ''बुद्धिचातुर्याने या कमजोरीचा, प्रगतीचा किंवा त्यापासून दूर राहण्याचा परिणाम म्हणून राज्यकर्त्यांच्या कायदा राबवण्याऱ्यांच्या मनात काही काळासाठी शैथिल्य आले. नक्कीच या हिंसात्मक मार्ग टाळण्याच्या प्रथेमुळे 'शक्तिशाली' राज्यकर्ते आणि त्यांचे 'शिथिल' झालेले गट यांच्यातील रचनात्मक स्थान उलटे झाले. यापुढे जाऊन अशी उलटसुलट प्रक्रिया ही काही नेहमीच अवर्षणस्थित्यंतराच्या काळातच झाली असे नाही तर जेव्हा गटांना अराजकता जाणवली, जेव्हा गटांना सत्ताधिकाऱ्यांच्या विरोधात मागण्या होत्या, जेव्हा संबंधात तणाव होता तेव्हा झाली. अशा कमकुवत मार्गांचा अवलंब करून हे गट एक कार्यक्षेत्र निर्माण करत, एक वैचारिक गट तयार करत ज्यामुळे त्या विरोधकांना त्यांच्या मनाप्रमाणे त्यांची बांधणी करणे शक्य झाले (१९८६ : १२७६). ''

ग्रामीण जनतेच्या चळवळीमधील धर्म व जात यांचे स्थानाबाबत वेगवेगळ्या अभ्यासकांनी वेगवेगळी मते आहेत. पूर्वी सांगितल्याप्रमाणे Barrington आणि Moore यांच्या मते, जातपद्धत आणि हिंदूधर्म हे ग्रामीण जनतेच्या चळवळीमधले अडथळे होते. के.के. सरकार हे त्यांच्या काळातील तेभागा चळवळीविषयी म्हणतात (१९७९) – ग्रामीण जनतेमध्ये या ताठर जातीयतेमुळे संघभावनेचा अभाव होता. उत्तरप्रदेशातील जमीन बळकाव आंदोलनाचा अभ्यास करताना राजेंद्रसिंग (१९७९) लिहितात, जात आणि जातीयवादामुळे चळवळीचा अंत झाला. याउलट काही अभ्यासांमध्ये असे दिसून आले की जात व धर्म या भावनेचा अनेक चळवळींच्या नियोजनामध्ये आणि ग्रामीण जनतेच्या एकत्रीकरणामध्ये महत्त्वाचा सहभाग होता. खेडा आणि बारडोली सत्याग्रहामध्ये जातवार संघटनेमुळे अनेक जातींमधील एकीच्या प्रक्रियेला खीळ बसली. शाह आपले निरीक्षण नोंदवताना लिहितात :-

> ''थोडक्यात सांगायचे तर या बारडोली सत्याग्रहातील प्रत्यक्ष वा अप्रत्यक्ष बोलीभाषा एकतर त्या प्रदेशातील होती आणि कौटुंबिक संदर्भावर होती. राजकारणातील मुद्दे हे या लोकांपर्यंत सामाजिक आणि आर्थिक सूचक चिन्हामार्फत – जी अशा परंपरागत रूढिप्रिय समाजाला मान्य होती – पोचवले

जात (१९७४ : १०६).''

कपिलकुमार (१९८४) हे ग्रामीण जनतेच्या संघटनकार्यासाठी त्यांच्या पुढाऱ्यांकडून रामायणाचा उपयोग – त्यातील कथांचा उपयोग – हा कसा केला जात असे हे सोदाहरण दाखवतात. सिद्दिकीसुद्धा असेच म्हणतात. त्यांच्यानुसार ग्रामीण चळवळीमध्ये जात प्रकरणामुळे एक जवळीक उत्पन्न झाली. गती मिळाली आणि तसेच अवधमधील ग्रामीण जनतेमध्ये त्यांच्या वेगवेगळ्या वर्गातला, जातीतला प्रखर विरोध जाणवतच नाही. Henninghan (१९८२), Pouchepadass (१९७४), Dhanagare (१९८३), Hardgrave (१९७७) आणि बाकी इतर बऱ्याच अभ्यासकांनी बॅरियन मूर यांच्या म्हणण्याचे खंडन केले आणि ठामपणे म्हणाले की जात आणि धर्म हे दुधारी शस्त्र आहे. ते एकत्रित अवस्था टिकवू शकतात तसेच बदलाची कारणेसुद्धा होऊ शकतात. अर्थात त्यांचा वापर कसा होतो यावर ते अवलंबून आहे.

काही अभ्यासकांच्या मते, ग्रामीण जनता ही कूळ म्हणून गरीब ग्रामीण किंवा शेतमजूर म्हणून एकत्रित झाली ती त्यांच्या जातिधर्माच्या निकषावर नाही. एल. नटराजन (१९७९) म्हणतात की, हिंदू मुस्लीम कुळांनी एकत्र येऊन खांद्याला खांदा भिडवून १८६० मध्ये बिहारमध्ये निळीच्या उत्पादकांविरुद्ध, मळेवाल्यांच्या दडपशाहीविरुद्ध लढा दिला. सुरूवीर चौधरी (१९७९ ब) यांच्या अनुमानानुसार, १९२० मध्ये अवध येथील चळवळ जेव्हा ऐनभरात आली तेव्हा जातीविषयक भेदभाव हे सगळे लयाला गेले. तेलंगणा चळवळीविषयी Barry Pavier म्हणतात :–

> ''या चळवळीमध्ये जातीच्या आधाराला कुठे स्थान होते याला कुठेही, कसलाही आधार नाही, जातीचा उल्लेखही नाही. उलट अत्यंत अपुरे पुरावे दाखवतात की जुन्या काळातील सामाजिक संबंधाचे स्वरूप या चळवळीच्या प्रभावाखाली अस्पष्ट होत चालले. एवढेच नाही तर फक्त नातेसंबंध हे जातीपुरते मर्यादित न राहता स्त्रियासंबंधीसुद्धा होते (१९८१ : १८४).''

१९६० मधील उत्तरार्धातील पश्चिम बंगालमधील ग्रामीण चळवळींचा अभ्यास करताना स्वाती मिट्टर (१९७७) म्हणतात, ''आर्थिक कारणावरून एकाच जातीचे कूळ आणि जोतेदार एकमेकांविरुद्ध भांडत होते.'' परंतु गेल ऑम्व्हेट (१९९३) यांचे निरीक्षण वेगळे आहे. ती म्हणते :–

> ''स्थानिक पातळीवर कुळं आणि जोतेदार यांना एकत्रित आणण्याच्या प्रयत्नात सतत अडथळे येत. याला कारण होते वेगवेगळ्या जातीजमातींच्या लोकांना श्रीमंत शेतकऱ्यांविरुद्ध उभे करण्यासाठी त्यांचे संघटन करणे एक अशक्यप्राय काम होते. हे काम अशक्यप्राय होते कारण त्यांच्याविरुद्ध जाणाऱ्यांना

मारहाण करणे, वेळप्रसंगी त्याचा जीव घेणे हे पोलीस आणि गुंड त्यांच्याच ताब्यात असल्याने त्यांना शक्य होते. त्याचबरोबर साखरकारखान्यांचा पाठिंबा, गावातील पतसंस्था, शिक्षण-संस्था तसेच कौटुंबिक जातवार लागेबांधे या सगळ्या गोष्टींमुळे, त्यातील मोहामुळे, भ्रष्टाचारामुळे एकत्रित आणण्याच्या कार्यक्रमाला बाधा येत असे.''

दीपंकर गुप्ता (१९९७) यांनी उत्तरप्रदेशातील जाट समुदायाच्या संघटित करण्याच्या कार्यक्रमाचा, वंश आणि जात यांच्या प्रतवारीनुसार अभ्यास केला. बऱ्याच अभ्यासांमध्ये असे दिसून आले की, जात हा एक अडथळा आहे, तर कधीकधी जातीमुळे संघटनकार्य जोरात होते. किंवा एका पातळीवर जातींचा एक गट तयार होतो आणि ग्रामीण जनता एकत्रित येते आणि पुढच्याच पातळीवर ती पुन्हा जातीच्याच मुद्द्यावर मागे फिरते (Singh 1979).

शेतकऱ्यांच्या जाणिवांमधील स्वायत्तता

स्वातंत्र्यपूर्व आणि स्वातंत्र्योत्तर काळातल्या बऱ्याचशा ग्रामीण जनतेच्या चळवळींच्या अभ्यासामध्ये ग्रामीण जनतेला स्वत:ची अशी राजकीय जाणीव नव्हती असे गृहीत धरले आहे. ग्रामीण जनतेमध्ये राजकीय जाणीव ही अनेक राजकीय पक्षांनी किंवा आमंत्रित नेत्यांनी करून दिली, असे बऱ्याच अभ्यासांत म्हटले आहे. राजकीय जागरूकता ही समाजातील उच्चवर्णीयांच्या आणि बाह्यशक्तीच्या कृतींचा एक प्रतिक्षिप्त प्राथमिक परिणाम आहे असे मानले गेले होते. अशा प्रकारच्या दृष्टिकोनावर अनेक अभ्यासकांनी, विद्वानांनी, इतिहाससंशोधकांनी तसेच समाजशास्त्रज्ञांनी आक्षेप घेतला. त्यांच्या म्हणण्यानुसार ग्रामीण जनता ही स्वत:च त्यांच्या क्रांतीची शिल्पकार होती. ब्रिटिशकाळातसुद्धा त्यांची राजकीय जागरूकता होती आणि ते तिऱ्हाईत नेतृत्वावर अवलंबून नव्हते रणजित गुहा (१९८३ अ, १९८३ ब). ते चर्चेत म्हणतात, ''जनतेचे राजकारण हे एक 'स्वयंप्रेरित क्षेत्र' होते आणि ते कोणत्याही स्तरावर उच्चवर्णीयांवर अवलंबून नव्हते आणि त्याचा उदय हासुद्धा त्यांच्यापासून झाला नव्हता. जनतेने ही जागरूकता आणि ताकद परंपरेतून मिळवली होती. आणि इतिहासात अनेक दाखले मिळतात ज्यावरून असे प्रकर्षाने दिसून येते की जनतेने त्यांच्या शोषणाविरुद्ध, अन्यायाविरुद्ध आणि दडपशाहीविरुद्ध स्वत: आवाज उठवला होता.'' अलीकडील १९७६-७७ मधील आणीबाणीच्या काळात उत्तर भारतातील नसबंदीविरोधी आंदोलनामध्ये जनतेची जागरूकता आणि पुढाकार दृष्टोत्पत्तीस येतो. पार्थ चटर्जी म्हणतात, ग्रामीण जनतेला राजकीय घडामोडीमध्ये एक निश्चित अशी आत्मनिष्ठा आहे ज्यामुळे बदल संभवतात.

ग्रामीण जनतेची ही आत्मनिष्ठता जतन करणे महत्त्वाचे आहे. त्यांच्या

राजकीय कृतींकडे बघताना त्यांचे प्रदर्शन हे 'अस्सल' 'राजकीय प्रभाव पूर्ण' 'अयोग्य' आणि म्हणूनच स्वभावत: गूढ उत्स्फूर्त कृती असे नाही. अशा कृती ज्या त्यांच्या जागरूकतेमुळे जाणवलेल्या, ताकद आणि नीतिमत्ता यांच्या मिलाफावर बांधल्या गेलेल्या, शेकडो वर्षांच्या इतिहासावर नियमित केलेल्या आहेत. अशा कृती ज्या एका निर्णयाप्रत पोहचू शकण्याची क्षमता असलेल्या, ज्यात वर्गकलहाचा पूर्णपणे विचार आहे. हा एक योग्य असा अभ्यास आहे. ज्यामुळे ग्रामीण जनतेची शक्तिस्थाने आणि कमजोर स्थाने यांविषयक काही धागेदोरे सापडतात. हे धागेदोरे आपल्याला ग्रामीण जनतेच्या प्रगत राजकारणातील वादांमधील विरोधाचे, तसेच ग्रामीण जनतेच्या एकत्रित येण्याच्या संधीचे किंवा त्यांच्या गटांना एकत्रित करण्याचे तसेच त्यांना एकत्रित करू पाहणाऱ्या वर्गाचे किंवा संघटनांचे - जे वर्ग, गट या ऐतिहासिक वादामध्ये ग्रामीण जनतेला फूट पाडणाऱ्या, कधीही माघार न घेण्याच्या कृतीकडे झुकत होते - अशावर प्रकाश टाकतो (१९८६ : २०२).

जे फक्त वरवरचा अभ्यास करतात. (look down from above, वरून खाली पाहतात) त्यांच्याकरता ही धोक्याची सूचना आहे. पण त्याचबरोबर 'जागरूकतेचे एक स्वयंप्रेरित क्षेत्र' या गोष्टीला वाजवीपेक्षा जास्त महत्त्व देऊन अद्‌भुततेचा आनंद घेणे तसेच 'उच्च' आणि 'नीच' यांच्यातील अंतर्गत संबंधांकडे दुर्लक्ष होणे, असे धोके आहेत. टॉम ब्रास म्हणतात :-

''अशा दृष्टिकोनाचे लागू करणे हे सध्याच्या समाजव्यवस्थेविरुद्ध आहे. जी समाजव्यवस्था ही वर्गीकरणावर, वर्गकलहावर किंवा राजकीय वर्गावर आधारलेली नाही. पण आजपर्यंत अज्ञात असलेल्या तळागाळातल्या लोकांच्या मागण्यांवर ज्याचे प्रतिनिधित्व अधिकाऱ्यांच्या / चळवळीच्या / पर्यावरणीय स्त्रीपुरुष समानता वादाच्या अशा वेगळ्या पातळींवरून होत होते. ज्याला राजकारणाची पार्श्वभूमी नव्हती आणि घटनांच्या वर्णनात बदलांचे दर्शन घडविणारी बदनाम कलंकित कमानही नव्हती. नैतिकतेवर अधिष्ठित आर्थिक पद्धतीच्या स्थितीत प्रामुख्याने रूढींना, परंपरेला, संस्कृतीला, अस्तित्वात असलेल्या चालीरीतीला, ज्या ग्रामीण जनतेमध्ये आणि नोकरी करणाऱ्या वर्गामध्ये दिशा एक दृष्टिकोन होता. पण हा मार्क्सवादी लोकांच्या दृष्टिकोनाविरुद्ध होता. मार्क्सवादींचा दृष्टिकोन हा मागासलेला, राजकीयदृष्ट्या प्रतिगामी, सध्याच्या मान्य संस्कृतीत आधीच असलेल्या विरोधावर आधारित असा, अनेक वर्षं वरचढ ठरलेल्या विरोधाच्या भूमिकेवर होता (जसे की जातीयवाद, राष्ट्रवाद, धर्म) (१९९४ अ: २८).''

काही अभ्यासकांच्या मते, जरी जागरूकतेचे बी रुजवताना वस्तुनिष्ठ परिस्थितीला महत्त्व असले तरी पुढाऱ्यांची भूमिका आणि धोरणांची योग्यता हीदेखील गटांच्या एकत्रीकरणासाठी तेवढीच महत्त्वाची आहे (सेनगुप्ता १९९६).

आढावा

स्वातंत्र्यपूर्व आणि स्वातंत्र्योत्तर काळात झालेल्या ग्रामीण जनतेच्या चळवळींविषयी अनेक अभ्यास आता हाताशी आले आहेत. समाजशास्त्रज्ञ आणि राज्यशास्त्राच्या संशोधनापेक्षा इतिहासतज्ज्ञ आणि राजकीय कार्यकर्ते यांनी या विषयातील आपले ज्ञान समृद्ध केले आहे. यांतले काही अभ्यास तर भारून टाकणारे आहेत. ते योग्य पुराव्यासह आणि योग्य विश्लेषणावर बांधलेले आहेत. हे अभ्यास जरी समृद्ध असले तरी ही ग्रामीण जनतेची सामाजिक गुंतागुंत जी बदलत्या आर्थिक धोरणानुसार आणि राज्यव्यवस्थेनुसार बदलती आहे, त्याचा आपल्याला बराच सखोल अभ्यास करावा लागणार आहे. वेगवेगळ्या काळानुरूप, विभागानुसार आणि अभ्यासकांच्या तात्त्विक दृष्टिकोनानुसार, जरी त्यांच्या मतभेदावर भर दिला नाही, तरी वेगवेगळ्या स्तरांतील ग्रामीण जनतेच्या जागरूकतेमध्ये, एकात्मतेच्या भावनेमध्ये बदल झाले हे दाखवून दिले आहे. या अभ्यासकांच्या अनुमानानुसार भारतीय उपखंडातले ग्रामीण जन हे दबावाला सहज बळी पडणारे नव्हते आणि नाहीत. जात आणि धर्म या भेदामुळे त्यांच्यातील लढाऊवृत्तीने कच खाल्ली नाही. तरीपण जात, धर्म हे एक दुधारी शस्त्र आहे आणि त्याचा कोण कसा उपयोग करेल, त्यावर ते अवलंबून आहे. या चळवळींचा पुढाकार नेहमी बाहेरच्या लोकांनीच घेतला किंवा ग्रामीण जनतेने फक्त बाहेरच्यांच्या दबावाला प्रतिसाद दिला किंवा दबावामुळे चळवळ केली असे नाही. ग्रामीण जनतेला या चळवळींसाठी कराव्या लागणाऱ्या सामन्याची जाणीव ही त्यांच्या जागरूकतेतूनच झाली होती. त्यांचा जागरूकपणा, जाणीव ही किती स्वतंत्रपणे झाली होती हा वादाचा विषय होऊ शकतो आणि त्यावर आणखी विश्लेषणाची गरज आहे. तसेच अनेक अभ्यासकांनी मध्यमवर्गीय ग्रामीण जनतेच्या चळवळीतील त्यांच्या कर्तृत्वाचे, त्यांच्या नेतृत्वाचे अद्भुत रूप उभे केले. त्या अभ्यासकांनापण धोक्याचा कंदील दाखवतो. अनेक अभ्यासांमध्ये दिसून आले आहे की गरीब ग्रामीण जनतेने तसेच जमीन नसलेल्या मजुरांनीपण अनेक चळवळींमध्ये यशस्वीपणे त्यांच्या लढाऊवृत्तीचे प्रदर्शन केले. अशा चळवळी, ज्या जमीनदार, श्रीमंत ग्रामीण, राज्य यांविरुद्ध होत्या. १९६०–७० मध्ये अभ्यासकांनी ग्रामीण जनतेच्या ताकदीची आणि या चळवळीतील स्थानाची – या क्रांतिकारक बदलांची – विस्तृतपणे चर्चा केली.

१९९० मध्ये असे मुद्दे हे पुस्तकी विचारांच्या खिजगणतीत नव्हते. खरं तर भांडवलशाहीने खोलवर मुसंडी मारलेल्या या देशाच्या वेगवेगळ्या भागांमध्ये ग्रामीण जनतेला समाज म्हणून स्थान आहे का याचेच आश्चर्य वाटू लागले होते.

नोंदी

१. १९५५ मध्ये एरिक कुल्फ याने महत्त्वाच्या मुद्द्यांवर भर दिला तो असा की, जमिनीचे स्वामित्व हा विषय ग्रामीण जनतेची व्याख्या करताना वापरणे हे सदोष आहे.

   १९६६ मध्ये त्याने ग्रामीण जनतेची व्याख्या करताना असे म्हटले आहे की, जे ग्रामीण भागातील शेती करणारे आणि त्यांच्या कायद्याचा बराचसा भाग हा वरचष्मा गाजवणाऱ्या खेडेगावातील सत्ताधीशांना मिळतो. १९७० मधील अगदी अलीकडेच प्रसिद्ध झालेल्या पुस्तकात जमिनीच्या स्वामित्वाला किंवा कायद्याच्या शोषणाला महत्त्वाचे मानले नाही तर "असे लोक जे स्वत:हून पूर्णपणे शेती उत्पादनात कार्यरत आहेत आणि जे शेतीविषयक उत्पादनाबद्दल स्वतंत्रपणे ठरवू शकतात." अशी व्याख्या केली. त्यामुळे ग्रामीण जनता हा गट कूळ, वाटणीपद्धतीने जमीन कसणारे, तसेच स्वामित्वावर शेती चालवणारे यांचा बनला. जोपर्यंत हे सर्व आपल्या शेतातील शेतीविषयक निर्णय स्वत: घेण्याच्या परिस्थितीत होते, तोपर्यंत ते या गटात मोडत. तरी पण या गटामध्ये मासेमारी करणारे किंवा शेतीजमीन नसलेल्या मजुरांचा अंतर्भाव नव्हता. १९७४ मध्ये हेन्री लँड्सबर्गर यांनी केलेली व्याख्येवरील चर्चा रंजक आहे.

२. Danial Thorner (1980), Andre Beteille (1974) यांच्या मते 'ग्रामीण जन' ही संज्ञा भारतीय चर्चेत गैरसमज पसरवणारी आहे.

३. या चर्चेत, १९८५ मध्ये AJaes C. Scott यांचा मलेशियन खेड्याचा अभ्यास हा ग्रामीण जनतेच्या रोजच्या व्यवहारातील झगड्यांचे महत्त्व सांगणारा, रंजक आहे. व्यक्तिगत पातळीवर, ग्रामीण जनतेचे शोषण करणाऱ्यांविरुद्धचा लढा हा कमजोर गटाने किरकोळ शस्त्राद्वारे – शस्त्रे म्हणजे फसवणे, पाय ओढणे, वाळीत टाकणे, खोटेपणा करणे, भुरट्या चोऱ्या करणे, जाणूनबुजून दुर्लक्ष करणे, जाळपोळ करणे, मालमत्तेचा नाश करणे आणि इतर अनेक – केला.

४. व्ही.टी. लेनिन यांनी त्यांच्या रशियामधील भांडवलशाहीचा विस्तार (१९७९), रोचेस्टर (१९४२) या अभ्यासामध्ये ग्रामीण लोकसंख्येची विभागणी जमीनदार सोडून तीन विभागांत केली. त्यातील (१) व्यवस्थित जगणारे, जे स्वत: काही कामगार नेमत होते आणि काही झाले तरी फायदा कमवत होते. (२) मध्यमवर्गीय ग्रामीण जनतेमध्ये असे की कूळ म्हणून स्वत:ची अशी थोडीतरी

मालकीची जमीन असणारे आणि जमीन असताना थोडा का होईना फायदा कमावणारे यांचा समावेश होतो. आणि (३) हा प्रकार म्हणजे गरीब ग्रामीण जे फक्त कष्ट केले तरच जगू शकत होते. त्यामुळे खालच्या वर्गातच कष्टकरी असे गणले गेले. माओ त्से तुंग यांच्या मते, त्यांनी चीनमधील ग्रामीण जनतेची विभागणी पाच गावांत केली :- (१) ग्रामीण जमीनदार, (२) जमीनदारपण पहिल्या गटातील जमीनदारांपेक्षा कमी जमीन असणारे, किंवा थोडीफार जमीन स्वत: कसणारे, (३) वाटपपद्धतीने शेती पिकवणारे, गरीब ग्रामीण जन आणि शेतमजूर आणि हस्तव्यावसायिक. (पहा स्टुअर्ट आर. श्रॅम (१९६९) तसेच ॲना रोचेस्टर (१९४२)). अशा प्रकारच्या वर्गीकरणाचा हेतू म्हणजे कोणत्या वर्गाकडे क्रांतिकारी बदल घडवून आणण्याची क्षमता आहे, हे तपासणे आहे.

३ जमातींच्या चळवळी

आपल्या देशाच्या लोकसंख्येच्या आठ टक्के इतकी लोकसंख्या अनुसूचित जमातींची आहे. इ.स. २००१ मध्ये त्यांची लोकसंख्या ८२० लाख व्यक्ती एवढी होती. त्यांचे दोन वर्गांमध्ये विभाजन करता येईल :-

(१) सरहद्द प्रांतातील जमाती (२)असरहद्द प्रांतातील जमाती. पहिल्या वर्गातील जमाती ईशान्य सरहद्दीवरील अरुणाचल प्रदेश, आसाम, मेघालय, मणिपूर, त्रिपुरा, मिझोराम आणि नागालँड या राज्यांमधील रहिवासी होत. आसाम सोडून इतर सर्व राज्ये आसाम आणि ब्रह्मदेश (आता म्यानमार), चीन आणि बांगला देश या भारताच्या शेजारी राष्ट्रांकडून भूवेष्टित आहेत. त्यांना त्यामुळे राष्ट्रीय राजकारणाच्या वर्तुळात एक खास स्थान आहे. एकूण जमातींच्या लोकसंख्येपैकी ११ टक्के इतकी लोकसंख्या या सरहद्द प्रांतातील जमातींची आहे. असरहद्द प्रांतातील ८९% इतकी या जमातींची लोकसंख्या इतर सर्व राज्यांमध्ये विभागली गेली आहे; त्यापैकी मध्यप्रदेश २३%, ओरिसा २२%, राजस्थान १२%, बिहार ८%, गुजरात १४%, दादरा नगरहवेली ७९%, लक्षद्वीप बेटे ९४% अशी विभागणी आहे.

अनुसूचित जमातींना टोळ्या, आदिवासी, अगदी मूळचे रहिवासी किंवा आदिम असे म्हटले जाते. समाजशास्त्रज्ञांनी जमात (Tribe) या संज्ञेचा भारतीय संदर्भात कसोशीने तपास केलेला नाही. त्यांनी ढोबळपणे सरकारी वर्गीकरण अनुसरले आहे. (शाह) १९८४, सेनगुप्ता (१९८८), भारतीय घटनेनुसार कलम ३६६(२५) मध्ये अनुसूचित जमातीची व्याख्या पुढीलप्रमाणे केली आहे. :-

अनुसूचित जमाती म्हणजे अशा जमाती किंवा जमातींचे समूह किंवा प्रभाग किंवा गट की ज्यांना या घटनेच्या संविधानासाठी कलम ३४२ प्रमाणे अनुसूचित जमाती म्हणून मानण्यात आले आहे. भारतीय घटनेच्या (अनुसूचित जमाती) आदेशानुसार, (१९५०), भारतीय घटनेचे कलम ३४२ मधील पोटकलम (१) प्रमाणे

राष्ट्रपतींनी अधिकारांच्या अंमलबजावणीसाठी २१२ जमाती अनुसूचित जमाती म्हणून जाहीर केल्या आहेत. कायदेशीर आणि सामाजिक संज्ञांप्रमाणे जरी सुनिश्चित केलेले नसले तरी वेगळेपणा, मागासलेपणा आणि सांस्कृतिक भिन्नता यांमुळे एखाद्या सामाजिक गटाचा समावेश अनुसूचित यादीमध्ये सरकारला करावा लागला आहे. कालांतराने संसदेच्या एका कायद्यानुसार इतरही काही गटांचा 'अनुसूचित' यादीमध्ये समावेश करण्यात आला.

आदिवासी हे वेगळ्या आयुष्यक्रमाने जगणारे लोक आहेत. वेगवेगळ्या जमातींची स्वत:ची अशी स्वतंत्र संस्कृती असते – जीवनशैली, बोलीभाषा, सामाजिक ढाचा, रीतीरिवाज, मूल्यं इत्यादी. आदिवासी नसलेल्या, शेती करणाऱ्या वरचढ समाजगटापेक्षा त्यांचा जीवनक्रम वेगळा असतो. त्याचवेळी त्यांच्यापैकी बहुतेकजण शेतकरी म्हणून स्थिरावलेले असतात आणि त्यांच्यामध्ये सामाजिक तफावत निर्माण झालेली असते. अनुसूचित जमातींमध्ये जमीनविषयक तंटे होते आणि आहेत. काळाच्या ओघात कित्येक आदिवासी शेतकरी झाल्याचे निदर्शनास आणणारे कितीतरी शोधनिबंध आता उपलब्ध आहेत. (उपाध्याय १९८०, शाह १९८४, पॅथी १९८४). कित्येक अभ्यासक आदिवासींची चळवळ म्हणजे शेतकऱ्यांची चळवळ मानतात (गफ् १९७४, देसाई १९७९, गुहा १९८३). रंगा आणि सहजानंद सरस्वतींसारख्या शेतकऱ्यांच्या नेत्यांनी आदिवासींचे वर्णन 'मूळचे किसान' अशा प्रकारे केले आहे. हे अभ्यासक आणि राजकीय नेते यांच्या विचारांशी के. एस. सिंग सहमत होतात. ते म्हणतात – आदिवासींची सामाजिक घडण आणि त्यांच्या चळवळी यांचा रचनेच्या दृष्टीने संबंध असल्याकारणाने वरील प्रकारचा दृष्टिकोन आदिवासींमधील भिन्नतेकडे विशेष लक्ष वेधतो (१९८५ : ११९). ठरावीक भौगोलिक प्रदेशांमध्ये आदिवासींचे प्रमाण जास्त असल्याकारणाने त्यांची सामाजिक आणि राजकीय बांधणी आणि मुख्य धारेपासून तुलनात्मक तुटलेपण, आदिवासींची नेतृत्वपद्धती आणि राजकीय जमवाजमव करण्याची कार्यपद्धती या इतर शेतकऱ्यांपेक्षा भिन्न असू शकतात. काही हिंदुत्ववादी नेत्यांच्या मते आदिवासी म्हणजे वनवासी किंवा जंगलात राहणारे जातिवंत हिंदू.

जातिवंत हिंदू शेतकऱ्यापेक्षा आदिवासींमध्ये सामाजिक व आर्थिक विषमता कमी असते आणि त्यांच्यामध्ये सामाजिक बांधिलकीसुद्धा जास्त दृढ असते. सिंग म्हणतात :–

> "शेतकऱ्यांची चळवळ ही नेहमी ते शेतात रहात नसल्यामुळे केवळ जमिनीच्या तंट्यापर्यंत राहिली. आदिवासींची चळवळ जमीन व जंगल दोन्हींवर आधारलेली राहिली. कारण ते शेतजमिनीइतकेच जंगलांवरही अवलंबून होते. वेगळेपणाचा मुद्दा तर कायम जातच. आदिवासींचा उठाव जमीनदार, सावकार

आणि सरकारी छोट्या अधिकाऱ्यांच्याविरुद्ध केवळ शोषणामुळे नव्हता, तर ते परकीय असल्यामुळे होता (१९८६ : १६६).''

बिहारमधील सरकार आणि खेरवाड चळवळींवरील त्यांच्या अभ्यासात जॉन मॅकडुगल दाखवितात की आदिवासी समाजाच्या शेतकरीकरणाच्या परिणामांच्या बदलानुसार चळवळींचे स्वरूप बदलते. शेतकऱ्यांच्या चळवळीचे स्वरूप आदिवासींनी केव्हा आणि कसे घेतले? आदिवासींच्या चळवळीची ठळक वैशिष्ट्ये कोणती, की ज्यामुळे शेतकऱ्यांच्या आंदोलनापासून ते वेगळे ठरतात? वसाहतकाळ आणि वसाहतकाळानंतरचा काळ यामधील आदिवासींच्या चळवळीची शेतकऱ्यांच्या चळवळीशी कशा प्रकारे सांगड घालता येते? या प्रश्नांची उत्तरे शोधण्याचे काम के. एस. सिंग आणि मॅकडुगल यांनी केले आहे, परंतु या प्रश्नांची उत्तरे शोधण्यासाठी अजून कसोशीने प्रयत्न झाले पाहिजेत.

१९७१ ते १९७८ या कालावधीत राघवय्या (१९७१) यांनी आदिवासींच्या इतर आंदोलनांची यादी केली आहे. अँथ्रॉपॉलॉजिकल (पुरातत्त्व) सर्व्हे ऑफ इंडियाने आदिवासींच्या चळवळींचा अभ्यास करताना, १९७६ मध्ये चालू असलेल्या चळवळींची यादी केली आहे. १९४५ मध्ये मॅन इन इंडियाने तरेबेलियन नंबरमध्ये आदिवासींच्या चळवळींवर चार शोधनिबंध सादर केले. त्याच्या संपादकीयात म्हटले आहे :- ''अशा प्रकारचे उठाव संख्येने खूपही नव्हते आणि गंभीरतया वारंवारही नव्हते, तरीसुद्धा मध्य किंवा पूर्व भारतातील अशी एखादीच प्रमुख जमात असेल की जिने गेल्या दीडशे वर्षांमध्ये आपल्या निराशेची झलक दाखविली नसेल. या प्रकाशनामध्ये ईशान्य सरहद्दप्रांताचा उल्लेख नव्हता.''

या निकषावर तुलनेने अगदी तुरळक साहित्य उपलब्ध असताना के. एस. सिंग (१८८२, ८३ आणि १९९८) यांनी संपादित केलेल्या ट्रायबल मुव्हमेंट्स इन इंडिया-वरील तीन ग्रंथांचे फार महत्त्व आहे. पहिल्या ग्रंथामध्ये (१९८२) ईशान्येकडील जमातींचा समावेश आहे. दुसऱ्या ग्रंथाने (१९८३) मध्य व दक्षिण भारतावर प्रकाश टाकला आहे आणि तिसऱ्या ग्रंथामध्ये देशाच्या विविध भागांमध्ये उपलब्ध असलेल्या आदिवासींच्या चळवळींसंबंधीच्या साहित्याचा आलेख काढला आहे. पहिले दोन ग्रंथ मुख्यत्वे स्वातंत्र्योत्तर काळामध्ये झालेल्या आदिवासींच्या चळवळींचा परामर्श घेतात. दुसऱ्या ग्रंथाचा बहुतांश भाग मध्य भारत आणि आंध्रप्रदेशमधील आदिवासींच्या चळवळींनी व्यापला आहे. दक्षिण भारतातील तमिळनाडू, केरळ आणि निकोबार बेटे येथील आदिवासींच्या चळवळींवर फक्त एक शोधनिबंध उपलब्ध आहे. तिसऱ्या ग्रंथामध्येसुद्धा लक्षद्वीप आणि दक्षिण भारतातील आदिवासींच्या चळवळींवर आधारित एक प्रकरण आहे. पी.आर. जी. माथुर (१९८८) यांनी केलेल्या साहित्याच्या

सर्वेक्षणामध्ये ही गोष्ट सिद्ध झाली आहे. याचे कारण असे की दक्षिणेकडील राज्यांमध्ये आदिवासींच्या चळवळी अगदी क्षुल्लक किंवा जवळजवळ नाहीच म्हणण्याइतक्या झाल्या. के.एस.सिंग म्हणतात, दक्षिणेकडील जमाती फार मागासलेल्या आहेत, त्यांची संख्याही फार कमी आहे आणि चळवळी करण्यास त्यांची वसतिस्थानेसुद्धा फार एकांतात आहेत. तरीही त्यांना शोषण आणि त्यातून उत्पन्न होणारा असंतोष यांना तोंड द्यावेच लागते (१९८३ a : XVI). एल. के. महापात्रा यांनीसुद्धा अशाच प्रकारचे त्यांचे निरीक्षण सांगितले आहे :- आम्हाला संख्येने कमी असणाऱ्या, देशाटन करणाऱ्या, बिरहोर, कोरवा, पहिरा, खारिया किंवा बदलती लागवड करणारे डोंगरी माडिया, डोंगरी साओरा किंवा अजून मागासलेले कोंड या जमातींमध्ये कधीही लक्षणीय सामाजिक चळवळ, धार्मिक किंवा राजकीय स्थिती बदलणारी चळवळ पहायला मिळाली नाही (१९७२ : ४०८). सुरजित सिन्हा यांनीसुद्धा बिहारमधील छोट्या जमातींसंबंधी अशाच प्रकारचे निरीक्षण केले आहे (१९७२). हे जरी खरे असले तरी, ही सर्व निरीक्षणे मर्यादित माहितीवर आधारित आहेत, कारण दक्षिण भारतातील आदिवासींचा फारच कमी अभ्यास हाती घेण्यात आला आहे. अशा जमातींच्या आंदोलन करण्याच्या ताकदीबद्दल कोणत्याही निर्णयाप्रत येण्यासाठी या जमातींचा अजून अभ्यास होण्याची गरज आहे.

स्वातंत्र्यप्राप्तीपूर्वीच्या काळात मध्य आणि पूर्व भारतातील आदिवासींच्या चळवळींसंबंधी अभ्यास करणारे काही अगदी थोडे शोधनिबंध उपलब्ध आहेत :- के. के. दत्तांचा 'दि संथाल इनसरेक्शन ऑफ १८५५-५७' (१९४०), छोटा नागपूरमधील बिर्सा मुंडांची (१८७४-१९०१) या काळातील चळवळ या विषयावरील कुमार सुरेश सिंग यांचा अभ्यास (१९६४), १८३२-३३ मधील भूमिज आंदोलनासंबंधी के. एस. सिंग यांचा अजून एक अभ्यास (१९६७), आंध्र प्रदेशातील गुडेमरांपा उठावासंबंधी हैमन डॉर्फ यांचा (१९४५) आणि डेव्हिड अरनॉल्ड यांचा (१९८२) अभ्यास (पहिल्यामध्ये १८७९-८० चे रांपा बंड आहे आणि दुसऱ्यामध्ये १८३९ ते १९२४ या काळात ओळीने झालेल्या आदिवासींच्या उठावासंबंधी माहिती आहे.) १९२४ - १९ व्या शतकातील राजस्थानमधील भिल्लांची प्रतिकार चळवळ यावरील एल.पी.माथुर यांचा अभ्यास. स्वातंत्र्यपूर्व काळातील ईशान्य सरहद्दीवरील आदिवासींच्या चळवळींसंबंधी फक्त काहीच शोधनिबंध उपलब्ध आहेत :- स्टीफन फुक यांचा काबूलवरील स्थूलमानाने काढलेला आराखडा, डी. मुखर्जी आणि इतरांचा १९२५ मधील झेलियांगराँग चळवळीचा अभ्यास, १८८१ ते १९३० च्या दरम्यान काचा नागांमध्ये झालेली मोसिॲनिक चळवळ (१९८२) आणि १९१७ ते १९१९ मध्ये मणिपूरमध्ये झालेल्या कुकी उठावावर गौतम भद्र यांनी केलेला अभ्यास. ब्रिटिशांच्या

काळात ईशान्य भागामध्ये फारच थोडी बंडाळी माजली असा निष्कर्ष काढू नये. ब्रिटिशांनी कब्जा केल्यापासून ईशान्य भागामध्ये आदिवासींनी केलेल्या अनेक उठावांची नोंद राघवय्यांनी केली आहे. त्यांपैकी काहींचा सविस्तर अभ्यास होण्याची गरज आहे. के.एस. सिंग यांनी देशातील आदिवासींच्या चळवळींचे सामान्यरूप दाखविले आहे. तरीही कुकी उठाव सोडल्यास त्यांनी पूर्व आणि मध्य भारतातील आदिवासींवर विशेष भर दिला आहे.

निरनिराळ्या अभ्यासकांनी आदिवासींच्या चळवळींचे वेगवेगळे प्रकार शोधून काढले आहेत. सामाजिक चळवळींचे जे प्रकार असू शकतात ते प्रकार महापात्रा (१९७२) यांनी आदिवासींच्या चळवळींना लावले आहेत : (१) प्रतिक्रियावादी, (२) रूढमार्गवादी किंवा पारंपरिक, (३) क्रांतिकारक किंवा सुधारणावादी. प्रतिक्रियावादी चळवळ जुने चांगले दिवस परत आणण्याचा प्रयत्न करते. सुधारणावादी किंवा क्रांतिकारक चळवळ ती की जी वाईट किंवा ही रूढी, प्रथा, विश्वास, श्रद्धासंस्था काढून टाकून सामाजिक किंवा सांस्कृतिक जम बसविण्याचा किंवा शुद्ध करण्याचा प्रयत्न करते. सुरजित सिन्हांनी पुढीलप्रमाणे चळवळींचे वर्गीकरण केले आहे : (१) भिन्न जातींचे बंडखोर (२) सुधारणावादी चळवळ (३) भारतीय संकुलातील राजकीय स्वातंत्र्याच्या चळवळी (४) फुटीरतावादी चळवळी (५) शेतजमीनविषयक असंतोष. के. एस. सिंग (१९८३ अ) यांनी जवळपास असेच वर्गीकरण केले आहे. फक्त त्यांनी सुधारणावादी चळवळींच्याऐवजी संस्कृतीकरण अशी संज्ञा वापरली आहे आणि भिन्न जातींच्या चळवळींऐवजी सांस्कृतिक चळवळ अशी परिभाषा वापरली आहे. ईशान्य भारतातील आदिवासींच्या चळवळींचे एस्.एम्.दुबे (१९८२) यांनी चार प्रकारांमध्ये विभाजन केले आहे. (१) धार्मिक आणि सामाजिक सुधारणेची चळवळ, (२) स्वतंत्र राज्याच्या मागणीची चळवळ, (३) बंडखोर चळवळ, (४) सांस्कृतिक हक्कांची चळवळ. खरं म्हणजे दुसऱ्या, तिसऱ्या आणि चौथ्या प्रकारांची विभागणीची रेषा फारच पुसट आहे. डी. डोळे यांनीसुद्धा कमी जास्त प्रमाणात ईशान्य भारतातील आदिवासी चळवळींचे वरील प्रकारच मान्य केले आहेत (१९९८). वेगळे प्रकार मांडणाऱ्या अभ्यासकांच्या निरनिराळ्या पद्धतींमध्ये फारसा भरीव फरक नाही. इतर कोणी नाही परंतु महापात्रांनी राजकीय चळवळींचा समावेश टाळलेला आहे. या प्रकारपद्धतीमध्ये अलीकडच्या काळातील जंगलाचा हक्क आणि पर्यावरण, राज्यसरकार आणि बाजारपेठ यांच्यामुळे आणि प्रगतिशील कार्यक्रमांमुळे होणारे आदिवासींचे विस्थापन यांचा समावेश होत नाही. विसावे शतक संपताना के.एस. सिंग नमूद करतात:-

> ''अलीकडच्या काळात, आधुनिकीकरणानंतरच्या टप्प्यामध्ये स्वदेशी लोकांच्या आंतरराष्ट्रीय चळवळीच्या उदयाबरोबर चळवळींचा रोख

साधनसामग्री, तारतम्य आणि वेगळेपणा यांच्या स्वयंनिश्चय आणि स्वयंव्यवस्थापन यांकडे बदलला आहे. पर्यावरणवादी चळवळींनी त्यांचा रोख आता विचाराधीन असलेल्या समाजाकडे, त्याचे साधनसामग्रीशी असलेल्या नात्याकडे, त्यांच्या निसर्गाशी असलेल्या नातेसंबंधाकडे आणि त्यांच्या जगासंबंधीच्या दृष्टिकोनाकडे वळविला आहे. त्यामुळे आता पर्यावरणासंबंधी वाढलेल्या काळजीमुळे, विशेषत: जैववैविध्य, अनेकत्ववाद, जातिभिन्नता आणि तादात्म्य, सर्व गोष्टी एकमेकींशी निगडित आहेत. आदिवासी चळवळीला आता एक नवेच परिमाण प्राप्त झाले आहे. त्या चळवळी आता जास्तीत जास्त तारतम्याधिष्ठित होऊ लागल्यामुळे साधनसामग्रीवरील नियंत्रण वगैरेंसारख्या अनेक बाबींमुळे, मुख्य विषयाला फाटे फुटल्याप्रमाणे मानल्या जाऊ लागल्या आहेत.''

सारांश, आपण पुढीलप्रमाणे भाग करू शकतो : (१) जातिभिन्नतासंबंधित संस्कृती – धर्मसंबंधित चळवळ, (२) जमीनविषयक आणि वनकायदाविषयक चळवळ, (३) पर्यावरणविषयक चळवळ, (४) नाखुषीने लादलेले विस्थापन आणि पुनर्वसन चळवळ, (५) स्वतंत्र राज्याच्या मागणीसंबंधीची राजकीय चळवळ.

पाचही प्रकारांचा परस्परांशी संबंध तर आहेच. एका प्रकारातून दुसरा प्रकार निघतो, तसेच काही विषय दोन प्रकारांमध्ये सारखे असलेले आढळून येतात.

वादाचे मुद्दे

आदिवासी समाजामध्ये अनेक बदल झालेले आहेत तसेच वादाचे अनेक विषयही बदलले आहेत, की ज्यांच्यामुळे आदिवासींना आंदोलनाकडे वळावे लागले.[१] के.एस. सिंग यांनी आदिवासी चळवळीचे तीन स्वरूपांत विभाजन केले आहे. पहिला टप्पा १७९५ ते १८६० यामधला. ब्रिटिश साम्राज्याचा उदय, विस्तार आणि स्थापना यांच्याबरोबर तो काळ जुळून आला. दुसरा टप्पा आहे १८६० ते १९२० या काळातील. हा टप्पा वसाहतवादाबरोबरच जुळून आला. याच काळात व्यापाऱ्यांनी ओतलेल्या पैशामुळे आदिवासींची अर्थव्यवस्था भेदून त्यांच्या जमीन आणि जंगल यांच्याशी असलेल्या नातेसंबंधावर त्याचा परिणाम झाला. तिसरा टप्पा आहे १९२० पासून १९४७ मध्ये स्वातंत्र्यप्राप्ती होईपर्यंतचा. या काळात आदिवासींनी विभाजनवादी चळवळींना नुसतीच सुरुवात केली नाही तर त्यांनी राष्ट्रीय आणि जमीनविषयक चळवळींमध्ये भाग घ्यायला सुरुवात केली.

१९ व्या शतकामध्ये ब्रिटिशांनी अनेक आदिवासी राज्ये खालसा केली आणि देशातील अनेक भागांमध्ये त्यांचा आदिवासींबरोबर झगडा सुरू झाला. अनेक आदिवासी

प्रदेशांमध्ये ब्रिटिश कार्यपद्धती सुरू केली. या नवीन कार्यप्रणालीमध्ये साहजिकच एकूण आदिवासींना आणि त्यांच्या मुखियांना सत्ता आणि साधनसामग्रीला मुकावे लागले. त्यांनी ब्रिटिशांविरुद्ध बंड केले (माथुर १९८८). अनेक मोसिॲनिक चळवळी देशात बंडखोर भविष्यवाद्यांनी जागोजागी उभ्या केल्या आणि आपल्या अनुयायांना दिलासा दिला की ते परकीयांना हुसकावून लावतील आणि सुवर्णयुग परत आणतील (ओरान्स १९६५, फुक्स १९६७, सिंग १९६६, ट्रायसी १९७६). पुन्हा आपलं राज्य स्थापन करणे आणि आदिवासींची संस्कृती आणि संघटना कायम टिकविणे हे त्यांचे ध्येय होते. छोटा नागपूरमधील बिर्सा मुंडांची चळवळ वांशिक शत्रू, दिकू, युरोपियन मिशनरी आणि अधिकारी आणि स्थानिक ख्रिश्चन लोकांना नष्ट करण्यासाठी होती. मुंडांना त्यांचे गमावलेले राज्य परत मिळवायचे होते. त्यांना खायला-प्यायला भरपूर असेल, दुष्काळ नसेल आणि लोक प्रेमाने एकत्र नांदतील अशी त्यांना आशा होती (सिंग १९६६ : १९३). ही त्यांची भूतकाळाबद्दलची केवळ काल्पनिक स्वप्ने नव्हती. उज्ज्वल भविष्यकाळ आणि परकी सत्तेविरुद्ध लढण्याचा उत्साह, धैर्य या गोष्टी त्यांना धर्माकडून मिळत होत्या (अरनॉल्ड १९८२). यांपैकी बहुतेक चळवळी ब्रिटिश सत्तेच्या सुरुवातीच्या काळात झाल्या. के.एस. सिंग (१९८५) त्यांना मिलेनेरियन चळवळी म्हणतात. त्या फक्त मुख्य जमातींशी संबंधित नव्हत्या. विशाखापट्टणम्‌मध्ये सालूरची कोंडा डोरा, मध्यप्रदेश आणि गुजरातमधील नाईकडा या टोळ्या संख्येने लहान असूनसुद्धा त्यांनी धार्मिक कळकळीच्या जोरावर ब्रिटिश अधिकारी आणि जातिवंत हिंदूंविरुद्ध लढा पुकारला.

काही जमातींना अशी भीती होती की स्वातंत्र्यानंतर त्यांचे व्यक्तिमत्त्व संपुष्टात येईल. उदाहरणार्थ, १९४७ साली नागा लोकांनी अशी भीती व्यक्त केली की भारताच्या हिंदू राज्यकर्त्यांकडून त्यांची प्राचीन संस्कृती, कायदेपद्धती आणि खेड्याची संघटना, जी त्यांनी आतापर्यंत जपली होती, ती नष्ट होईल. त्यांनी असे विधान केले की ज्या लोकांना नागालँड आणि नागालोक ह्यांच्याबद्दल काहीही माहिती नाही, त्या लोकांनी तयार केलेली घटना नागालोकांसाठी अत्यंत अयोग्य आणि अस्वीकाहार्य असेल. भारताच्या चाळीस कोटी जनतेपुढे वैशिष्ट्यपूर्ण जीवनशैली असलेले एक दशलक्ष नागालोक केव्हाच नामशेष होतील (योनुओ १९४७ : १६७). त्यामुळे त्यांनी स्वत:चे असे स्वतंत्र राज्य असण्याची मागणी केली. अशाच प्रकारची, आसामी लोकांच्या वर्चस्वाची आणि हळूहळू तुकडे तुकडे होऊन नष्ट आणि विस्थापित होण्याची भीती बहुतेक खासी लोकांच्या मनात घर करून होती. हीच भीती सर्व खासी राजकीय चळवळींच्या मुळाशी होती (माथूर १९८३ : १९२).

आदिवासींच्या काही जमातींनी संस्कृत भाषेची चळवळ सुरू करून त्यांचे

जातिवंत हिंदू म्हणून श्रेष्ठत्व स्थापन करण्याचा प्रयत्न केला. समाजशास्त्रज्ञ, सामाजिक पुरातत्त्वशास्त्रज्ञ आणि इतिहासकार यांचे कितीएक शोधनिबंध अशा प्रकारच्या सामाजिक-धार्मिक चळवळींबद्दल उपलब्ध आहेत (बोडिंग १९२१, कालिया १९६२, ओरान्स १९६५, फुक्स १९६७, एक्का १९७२, एक्का १९८३, भट्ट १९८३, लाल १९८३, मान १९८३, हार्डिमन १९८४, १९८७). रिलिजॉसिटी आणि धार्मिक म्हणी वापरून दडपल्या गेलेल्या गटांनी वर्चस्व आणि शोषण यांच्याविरुद्ध आवाज उठविला. डेव्हिड हार्डिमन (१९८७) यांच्या मते आदिवासींच्या सारासार विवेकबुद्धीवर रिलिजॉसिटीचा पूर्ण प्रभाव होता. त्यामुळे त्यांना शोषणाविरुद्ध लढा आणि प्रतिकार करण्यासाठी राजकीय नीतिशास्त्राची व्यावहारिक संहिता मिळाली. उच्चभ्रू लोक जेव्हा कमी सामाजिक दर्जाच्या लोकांना आदराने वागवत, तेव्हा ते खूष होत. त्यांच्यासाठी हा एक नवीनच अनुभव होता (फुक्स १९६७). अलीकडेच काही जमातींनी त्यांच्या संस्कृतीचे पुनरुज्जीवन करण्यासाठी स्वत:ची अशी लिपी शोधून काढली आहे (ए.आर.एस. १९८५). अशा चळवळींनी त्यांच्या आकांक्षा वाढल्या आणि त्यांची ऐक्यभावना वाढीस लागून काही ठिकाणी शोषणाविरुद्ध लढा देण्याची ताकद त्यांच्यामध्ये आली. गुजरात आणि मध्यप्रदेशसारख्या देशाच्या भागांमधून सामाजिक सुधारणावादी चळवळींमुळे आदिवासींना ब्रिटिश सत्तेविरुद्ध राष्ट्रीय चळवळींमध्ये भाग घेण्याची संधी मिळाली (हार्डीमन १९८४). राजस्थानमध्येसुद्धा भगतांच्या चळवळींचा रोख भिल्लांचे स्वतंत्र राज्य निर्माण करण्याकडे होता (मान १९८३). १९९० नंतरच्या काळामध्ये हिंदुत्ववादी शक्तींकडून गुजरात, मध्यप्रदेश, आणि राजस्थानमध्ये मुस्लीम आणि ख्रिश्चनांविरुद्ध लढण्यासाठी आदिवासींची जमवाजमव झाली (शाह २००२ बी, हार्डीमन २००२, जोशी १९९९) की ज्यामुळे आदिवासींची धर्माप्रमाणे विभागणी झाली आणि त्यांना लढाऊ हिंदू म्हणून धर्मांतरित करण्यात आले. ही लढाईसाठीची जमवाजमव आणि त्याचा आदिवासी आणि इतर यांच्या संबंधावर झालेला परिणाम याकडे अनेक अभ्यासकांचे फारसे लक्ष गेलेले नाही.

आदिवासींच्या चळवळीतील आर्थिक बाबी या जवळपास इतर सामान्य शेतकऱ्यांच्या समस्यांप्रमाणेच होत्या. गेल्या शतकातील दोघांमधील मुख्य फरक असा होता की आदिवासींची स्वत:ची वेगळी समुदायाची शेतजमीन होती की जिचे स्वरूप इतर सामान्य शेतकऱ्यांपेक्षा वेगळे होते. आदिवासी नसलेल्या लोकांनी जंगल आणि डोंगर संपत्तीचे स्वत:च्या आर्थिक फायद्यासाठी शोषण करायला सुरुवात केली आणि परिणामत: आदिवासींची पारंपरिक अर्थव्यवस्था आणि समाजव्यवस्था त्यामध्ये भरडली जाऊ लागली (अरनॉल्ड १९८२). नव्याने लादण्यात आलेली ब्रिटिशांची जमीनविषयक पद्धती आदिवासींच्या चालू पद्धतीपेक्षा फारच वेगळी होती. जे.एस. सिंग असे नमूद

करतात की, मूळची मुंडारिका जमीनविषयक पद्धती जहागिरी, जमीनदारी किंवा वैयक्तिक मालकीमध्ये बदलण्यात आल्यामुळे बिर्सांच्या धार्मिक-राजकीय चळवळी जमीनविषयक वादांमध्ये टोकाला जाऊन पोहचल्या (१९६६ : १). बिहार, बंगाल, मध्यप्रदेश, ओरिसा, आंध्रप्रदेश, गुजरात आणि महाराष्ट्र या राज्यांमध्ये हळूहळू आदिवासींच्या शेतजमिनी, सावकार आणि जमीनमालक यांच्या ताब्यात गेल्या आणि आदिवासींचा दर्जा भाडेकरू आणि शेतमजूर म्हणून झाला. काही ठिकाणी आदिवासी टोळ्यांच्या मुखियांचे हिंदू म्हणून धर्मांतर केले गेले आणि आदिवासी नसलेल्या शेतकऱ्यांना आदिवासी भागात वस्ती-शेती करण्यासाठी बोलविण्यात आले. हे शेतकरी अनुभवी असल्यामुळे त्यांनी आदिवासींच्या जमिनी बळकावल्या आणि मूळच्या आदिवासींना शेतमजूर म्हणून कामावर ठेवले. जे.सी. झा. नमूद करतात :-

> ''१८३१-३९ मधील कोलांचे बंड निराशा आणि क्रोध यातून उत्पन्न झाले होते. सरकारच्या नवीन पद्धती आणि कायदे यामुळे निराशा आणि या नव्या कायदेकानूंनची अंमलबजावणी करणारा अधिकारीवर्ग आणि त्यांचा गैरफायदा घेणारे सरकारी नोकर यांच्याबद्दल क्रोध.''
>
> या भागातील आदिवासींची खरी शोकांतिका अशी होती की जरी त्यांचे मुखिया हिंदू आणि इंग्रजी अधिकाऱ्यांकडून धर्मांतरित केले गेले होते तरी त्यांचा जन्म आणि संगोपन, आदिवासींचे शेती - मालकीविषयीचे विचार पारंपरिकच होते. त्यामुळे आदिवासी नसलेले लोक वस्तीसाठी आणले गेले आणि सहानुभूतिशून्य समाजाकडून गुंतागुंतीची प्रशासन कार्यप्रणाली वापरली गेली. या सर्व परिस्थितीशी लढा देण्यासाठी आदिवासींकडे हिंसा आणि असंतोष याशिवाय कोणताही तरणोपाय उरला नाही.
>
> हे यावरून स्पष्ट होते की दोन बाजूंनी त्यांच्या पारंपरिक समाजाचे खच्चीकरण झाले : रूढीला कराराने नष्ट केले, देवाणघेवाणीची अर्थव्यवस्था संपून तिची जागा पैशाच्या अर्थव्यवस्थेने घेतली की जी त्यांना अजून पुरती माहिती झाली नव्हती, आदिवासी पद्धतीप्रमाणे जमिनीची वाटणी संपून तिची जागा मालक-भाडेकरी पद्धतीने घेतली आणि आदिवासींचे ऐक्य ब्रिटिशांच्या सत्तेच्या जोरामुळे आतूनच नष्ट झाले (१९६२ : २४०).

मालक वारंवार आदिवासींचे भाडे वाढवीत असत. कशाचीही भीड न बाळगता सावकार व्याजदर आकारत असत. वाढलेले भाडे किंवा काढलेल्या कर्जावरील भरमसाट व्याज देऊ शकत नसत आणि त्यांच्या जमिनी घरमालक आणि सावकार स्वतःच्या घशात घालत असत. स्वतःच्याच जमिनीवर आदिवासी भाडेकरू म्हणून किंवा वेठबिगार म्हणूनही रहात असत. सरकारी अधिकारी - विशेषतः पोलिस आणि महसूल

अधिकारी- त्यांचे अधिकार आदिवासींना गुलाम म्हणून वागवत असत. कोणताही मोबदला न देता आदिवासींना स्वतःच्या सरकारी कामासाठी वापरण्यात येत असे. अजून भरीतभर म्हणून आदिवासींच्या जमीन आणि रूढी यासंबंधीच्या अडाणीपणामुळे न्यायालय, आदिवासींच्या त्रासाबद्दल बेपर्वा असे. गेल्या शतकातील मुंडा, संथाळ, कोल आणि भिल्ल यांच्या बंडांमध्ये वर सांगितलेले सारखे मुद्दे होते. त्यांच्याच जमिनींची मशागत करण्याचा मोबदला देण्यास आदिवासींनी नकार दिला (दत्ता १९४०, आर्चट १९४५, झा १९६४, ओरान्स १९६५).

या मुद्द्यांशिवाय, मणिपूरच्या कुकी आदिवासींनी ब्रिटिश सत्तेविरुद्ध बंड पुकारले, जेव्हा सरकारने त्यांना सक्तीने पहिल्या जागतिक महायुद्धाच्यावेळी सैन्यामध्ये हमाल म्हणून भरती होण्यास भाग पाडले. दूरदूरच्या ठिकाणी जाण्याची आदिवासींची अजिबात इच्छा नव्हती. शिवाय, त्यांच्यातील धडधाकट तरुणांना सैन्यात भरती केल्यामुळे त्यांच्या स्वतःच्या शेतीवर त्याचा अयोग्य परिणाम होत असे (भद्रा १९७५, चौबे १९८२).

जमिनीचे संक्रमण, जबर व्याजाने पैसे देणे, सक्तीची मजुरी, कमीतकमी मजुरीवर राबविणे, जमीन हिसकावून घेणे अशा अनेक गोष्टी स्वातंत्र्याच्या उदयाच्यावेळी आणि नंतरसुद्धा आदिवासींच्या चळवळीची प्रमुख कारणे होती. आंध्रप्रदेशमधल्या आदिवासींनी तेलंगणा चळवळीमध्ये भाग घेतला आणि त्यांनी जमीनमालक आणि जुलमाने, सक्तीने मजूर म्हणून राबवून घेण्याविरुद्ध लढा दिला, (पेव्हियर १९८१, धनगरे १९८३). १९४४ मध्ये महाराष्ट्रातील वारली लोकांनी ऐन सुगीच्या वेळी जास्त पगाराच्या मागणीसाठी काम बंद पाडले. शोषण करणारे जमीनमालक आणि वेठबिगारीविरुद्ध त्यांनी लढा दिला. जंगलातल्या कामाच्या जादा मोबदल्यासाठी त्यांनी १९४६ साली संप केला. (परूळेकर १९७५, परूळेकर १९७९). १९२० मध्ये पश्चिम भारतातील आदिवासींनी सावकार, जमीनमालक आणि दारू विकणारे यांच्याविरुद्ध चळवळ केली. (हार्डीमन १९८७). १९५० मध्ये गुजरातेत त्यांनी महसूलबंद आणि जमीन बळकाव आंदोलन छेडले (शाह १९७५, देसाई १९७७) आणि असे जाहीर केली की आदिवासी हेच जमिनीचे मूळचे रहिवासी मालक आहेत. दक्षिण गुजरातेतील पारडी तालुक्यातील आदिवासींनी जमीनसुधारणा कायद्याची अंमलबजावणी आणि कसणाऱ्या शेतकऱ्याला जमिनीची वाटणी या मागण्यांसाठी आंदोलन उभारले (देसाई आणि देसाई १९७७, देसाई २०२२). १९५० साली समाजवादी पक्षाने या चळवळीचे नेतृत्व केले होते. १९६० च्या दशकात उशिरा पश्चिम बंगाल आणि आंध्रप्रदेशमधील नक्षलवादी आंदोलनाचे मुख्य घटक आदिवासीच होते की जे शोषणाविरुद्ध लढले (मुखर्जी १९७९, एस. बॅनर्जी १९८०, टी.बॅनर्जी १९८०, अधिकारी १९८२). आंध्रप्रदेश,

बिहार (बालगोपाल १९८८), महाराष्ट्र, गुजरात (ब्रेमन १९७४, ऑगस्टिन १०८४, पिंटो २००२) या राज्यांमध्ये किमान वेतन, कर्ज नाकारणे आणि शोषण यांसाठी जमीनमालकांविरुद्ध आदिवासींनी आंदोलन उभारले. तसेच १९६९-७० मध्ये बिहार, मध्यप्रदेश, महाराष्ट्र आणि आंध्रप्रदेश येथील आदिवासी जमीन बळकाव आंदोलनात सामील झाले. १९७० मध्ये झालेल्या चळवळीत महाराष्ट्रात शहादा आणि भूमिसेना चळवळीत मुख्यत्वे आदिवासींचाच सहभाग होता (माईज १९७६, डी.सिल्वा १९७९, कुलकर्णी १९८३). ब्रिटिशांच्या काळात दिकू म्हणून जे सावकार आणि जमीनमालक शोषणकर्ते होते, त्यांच्याविरुद्ध छोटा नागपूर भागातील आदिवासींनी आंदोलन केले. स्वातंत्र्योत्तर काळातील लढ्याचीसुद्धा हीच मुख्य कारणे आहेत (शर्मा १९७६, परदेसी १९८०, सिंग १९८३ बी).

बहुतेक आदिवासी जंगलांमध्ये राहतात, त्यामुळे एकापेक्षा जास्त गोष्टींवर ते अवलंबून असतात. जंगल हा त्यांच्या उपजीविकेचा मुख्य आधार आहे. जंगलातील संपत्ती मिळविण्यासाठी ब्रिटिश सरकारने त्यांच्यावर काही नियम लादले आणि लाकडाच्या व्यापाऱ्यांना आणि ठेकेदारांना जंगल तोडण्याची परवानगी दिली. या नियमांमुळे जंगलातील उत्पादनांच्या आदिवासींच्या हक्कावर गदा आली, एवढेच नव्हे तर जंगलातील नोकरदारीच्या जुलमांना त्यांना बळी पडावे लागले. आदिवासींना या गोष्टीचा अतिशय संताप आला. व्हेरियर एल्विन (१९४५) यांचे असे म्हणणे आहे की आदिवासींचा असा दृढनिश्चय आहे की जंगल त्यांच्याच मालकीचे आहे आणि त्यांना तेथे हवे ते करण्याची मुभा आहे. त्यांचे असे म्हणणे आहे की शतकानुशतके ते तेथेच रहात आहेत आणि जंगल हेच त्यांचे जीवन आहे, आणि त्यांना तेथून हुसकावून लावण्याच्या प्रयत्नात त्यांनी जर विरोध केला तर त्यात काहीही गैर नाही. आंध्रप्रदेशामधील सवर आदिवासींनी जंगल-खात्याविरुद्ध जोरदार उठाव केला. आंध्रप्रदेशातील रांपा बंडखोरांना ताडीवर लावलेल्या टॅक्सचे कारण आंदोलन करण्यास पुरेसे होते. बिहारमधील पालामाऊचे खारिया आदिवासी १९२० मध्ये झालेल्या एका सत्याग्रहात सामील झाले :- जंगलामधून लाकूड आणि इतर उत्पादने गोळा करण्याच्या त्यांच्या पारंपरिक हक्कासाठी तो लढा होता (सिंग १९८३ डी). स्वातंत्र्योत्तर काळातसुद्धा ही समस्या कायम राहिली. खारवरांनी १९५० मध्ये पुन्हा एकदा आंदोलन केले. १९३० आणि १९७० मध्ये गढवाल भागातील जंगलाच्या ठेकेदारांविरुद्ध आदिवासींनी चळवळ केली (डोग्रा १९८०, रास आणि नेगी १९८३). १९८० पासून १९९० च्या मध्यातील गुजरातमधील डांग आदिवासींनी काहीही यश न येता जंगलविषयक कायदा आणि जंगलखाते यांच्याविरुद्ध, की ज्यांच्यामुळे त्यांना त्यांची जमीन आणि जंगलापासून मिळणारी उत्पादने यांना मुकावे लागले होते, लढा दिला (इंजिनियर

२००२, जोशी २००२, शाह २००२ अ). काही अभ्यासकांनी जंगलाचा हक्क आणि जमिनीचा ताबा यासंबंधीच्या लढ्यांचा पर्यावरणवादी चळवळींशी जोडला (प्रकरण १० पहा). पूर्व जंगलातील उत्पादने मिळविण्याचा हक्क आणि जंगलातील जमीन कसणे यासंबंधी सतत लढा दिला. स्वयंसेवी गटांनी या चळवळींमध्ये पुढाकार घेतला (जानी २००२).

अधिकाधिक कल्याणकारी योजना आणि सरकारी नोकऱ्यांमध्ये राखीव जागांसाठी अनेक आदिवासी गटांनी मागणी केली आहे. त्यांनी निवेदने सादर केली आणि पत्रकार परिषदा घेतल्या परंतु आदिवासींची लढ्यासाठी मोठ्या प्रमाणावर जमवाजमव झाली नाही. अशा मुद्द्यांना केवळ निवडणुकीच्या काळात महत्त्व प्राप्त होते (माथुर १९८२-८३). परंतु तरीही राजकीय आधार देण्यामध्ये या सर्व प्रयत्नांना का यश आले नाही याचा तपास केला पाहिजे.

स्वातंत्र्यप्राप्तीच्या आधी आणि नंतर अनेक जमातींनी स्वतंत्र राज्य किंवा जिल्ह्याची मागणी केली की ज्यामुळे त्यांना स्वत:च्या गरजांची पूर्तता करता आली असती. त्यांना तीव्रतेने असे वाटते होते की परकी शासन आणि बाहेरचे लोक त्यांची संस्कृती आणि अर्थव्यवस्था नष्ट करतात. गेल्या शतकातील कोल दंगा आणि संथाळांचे बंड या एक प्रकारे राजकीय चळवळी होत्या, कारण त्यांचे ध्येय होते स्वत:चे राज्य स्थापन करण्याचे - बाहेरच्या लोकांना हाकलून देऊन - ब्रिटिशांना आणि भारतीयांनासुद्धा. ओरान्स म्हणतात :-

> ''ज्यांनी या बंडाचे पुढारीपण केले, त्यांनी विजयाचे स्वप्न पाहताना आर्थिक सुबत्ता, वाढती राजकीय सत्ता आणि संथाळांचा सामाजिक दर्जा उंचावण्याचे विचार डोळ्यासमोर ठेवले. दर्जा उंचावण्यासाठी हिंदू धर्मात सांगितलेल्या प्रथा सुचविण्यात आल्या आणि ज्या बंडखोरांनी त्या पाळल्या - जानवे घालणे, अग्निहोत्र, होम, शेंदूर, शुद्धीकरणासाठी गायीच्या शेणाचा वापर (१९६५ : ३३).''

स्वतंत्र राजकीय अस्तित्वासाठी - राज्य किंवा जिल्हा म्हणून - पूर्व भारत, ईशान्य भारत आणि मध्य भारत येथून चळवळी करण्यात आल्या. डांगच्या आदिवासींनी पूर्वीच्या द्वैभाषिक मुंबई राज्यात स्वतंत्र जिल्हा मिळण्याची मागणी केली (शाह १९७२). काही गुजराती पुढाऱ्यांनी स्वायत्त आदिवासी राज्याची मागणी केली, पण त्यांना जनमताचा पाठिंबा मिळाला नाही आणि त्यांची फक्त घोषणाच शिल्लक राहिली (देसाई १९७१). जरी ही चळवळ कालांतराने कमी होत गेली, तरी आदिवासीवाद, सत्ताधारी वर्गाचा निषेध करीत राहणे या गोष्टी दक्षिण गुजरातेतील आदिवासींनी चालू ठेवल्या. पिंटो म्हणतात :-

> "१९९३ च्या रिओ शिखर परिषदेनंतर अस्तित्वात आलेली आणि कार्यरत झालेली आदिवासी (एकता परिषद जिचे पुढारीपण पश्चिमेकडील चार राज्यांनी केले – राजस्थान, मध्यप्रदेश, महाराष्ट्र आणि गुजरात. आदिवासी एकता परिषद स्वसन्मान आणि स्वप्रतिष्ठा यांसाठी सांस्कृतिक पुनरुज्जीवन चळवळ आदिवासींच्या व्यक्तिमत्त्वासाठी झटताना दिसते (पिंटो २००२-२२२)."

१९५० साली छत्तिसगडच्या गोंड जमातींनी स्वत:साठी स्वतंत्र राज्याची मागणी केली (सिंग १९८३ सी). दिकूंच्या शोषणापासून स्वत:चे संरक्षण करण्यासाठी छोटा नागपूरमधील आदिवासी स्वतंत्र राज्याची मागणी १९३८ पासून करीत आहेत. कोणत्या ना कोणत्या स्वरूपात स्वतंत्र राज्याची मागणी त्यांनी चालूच ठेवली आहे. झारखंड-चळवळीनंतर आजमितीला खूप शोधनिबंध उपलब्ध आहेत. (शर्मा १९७६, १९९३, धर १९८०, सिंग १९८२, बी. अय्यर आणि महाराज १९८६, दास १९९०, देवल्ले १९९२, मल्लिक १९९३, बासू १९९४, प्रकाश २००१, तिरकी २००२). १९२९ मध्ये नागांनी आपले निवेदन सादर केले की त्यांना आगामी घटनात्मक बदलांमधून वगळावे आणि ब्रिटिश सत्तेच्या शासनाखाली राहू द्यावे. त्यांनी त्यांची भीती व्यक्त केली की भारतीय लोक त्यांचा कायदा आणि रूढी लादून आमची स्वत:ची पारंपरिक कायदाव्यवस्था नष्ट करतील. भारतीय संघाच्याबाहेर स्वत:च्या राज्याची मागणी स्वातंत्र्यप्राप्तीनंतरही चालू राहिली. अखेर भारतीय संघराज्यामध्ये त्यांना स्वत:चे स्वतंत्र राज्य मिळाले. १९६० पासून मिझो जमातीने भारतीय संघराज्याच्या बाहेर स्वत:चे स्वतंत्र राज्य मागितले (मिश्रा १९७४, १९८२, आनंद १९८०, एन्. के. दास १९८२, गोस्वामी आणि मुखर्जी १९८२, शाह १९८४, मिश्रा २०००, वाशुम २०००, कुमार १९९५). या राजकीय मागण्या करताना आर्थिक आणि जातिभिन्नतेच्या मागण्या केल्या जातात.

एन. के. बोस यांनी या सर्व चळवळींचे वैशिष्ट्य म्हणजे कमी होत गेलेली राष्ट्रीयत्वाची भावना असे सांगितले आहे की जिचे मूळ त्यांचा धर्म आणि भाषा यांचेमध्ये आहे (१९६७). रॉय बर्मन यांनी याच चळवळींना अतितीव्र राष्ट्रीयत्वाची भावना असे म्हटले आहे (१९६९). त्यांच्या मते, सर्व जमाती प्रगतीच्या चळवळीत गुंतल्या आहेत, त्या विस्ताराच्या अशा एका टप्प्यावर आहेत की रानटी आदिवासी अवस्थेकडून त्या राष्ट्रीयत्वाकडे चालल्या आहेत. अति राष्ट्रीयत्वाच्या या टप्प्यावर गोळा झालेल्या या सर्व जमाती आदिवासीपणापेक्षा एका उच्च स्तरावरील ऐक्याशी तादाम्य शोधण्याच्या प्रयत्नात आहेत. काहीजण तिला राष्ट्रीयत्वाची चळवळ म्हणतात (APRU १९८२ मध्ये प्रकाशित झालेले वेगवेगळे शोधनिबंध पहा. TDDS १९८७).

दृढ ऐक्याच्या संदर्भात आदिवासींच्या चळवळीचे स्वरूप आणि त्यांनी उत्पन्न केलेले मुद्दे अनेक गोष्टींवर अवलंबून आहेत. पूर्व आणि मध्य भारतातील आदिवासींचे जातिवंत हिंदूंबरोबर निकटचे परस्परसंबंध आहेत, म्हणून ते भारतीय राज्याच्या बाहेरील राजकीय दर्जाची मागणी करीत नाहीत. याउलट ईशान्य सरहद्दीवरील आदिवासींचे हिंदूंशी निकटचे संबंध नाहीत. खरंतर त्यांच्यापैकी बऱ्याच जणांनी ख्रिस्ती धर्माचा स्वीकार केलेला आहे आणि आंतरराष्ट्रीय सरहद्दीवर त्यांची वस्ती आहे म्हणून त्यांना भारतीय राज्यांमधून फुटून बाहेर पडावयाचे आहे. सिन्हांचे म्हणणे असे आहे की ऐक्याच्या चळवळीतील आदिवासींच्या सहभागाचे स्वरूप आणि प्रभाग अनेक बाबींवर अवलंबून आहे : आदिवासींची संख्येची ताकद, आदिवासी नसलेल्या लोकांशी त्यांचा येणारा संबंध. ते पुढे म्हणतात :-

आदिवासींची दृढ ऐक्य किंवा विभाजनवादी चळवळ या नक्कीच पुढील गोष्टींच्या जास्तीत जास्त एकीकरणावर अवलंबून राहतील :-

१. निसर्ग, समाज आणि संस्कृतीपासून बहुसंख्येने आदिवासींचे तसेच हाडाच्या शेतकऱ्यांचे वेगळेपण, तुटलेपण.
२. एका विशिष्ट स्तराची संख्येची ताकद आणि ऐक्याची चळवळ करणाऱ्यांना पुरवठा करण्यासाठी अर्थयोजना.
३. आंतरराष्ट्रीय आणि आंतर-नागरी सरहद्दीपासून जवळ असलेले स्थान.
४. साक्षरता आणि शिक्षणाची उत्तम पुढाऱ्याच्या निर्मितीसाठी एक विशिष्ट मर्यादा / स्तर.
५. ऐतिहासिक घटना, शेतकऱ्यांबरोबर संघर्षाची जाण आणि शेतकऱ्यांची राजकीय इमारत.
६. राजकीय पदासाठीचा मार्ग, आणि त्यासोबत आर्थिक वेतनासाठी मर्यादित वाव / अवसर.

सिन्हा यांनी केलेल्या विधानाची सत्यता तपासून पाहण्यासाठी देशाच्या विविध भागांमध्ये झालेल्या राजकीय आणि आदिवासी चळवळींचा अभ्यास झाला पाहिजे.

भारतामध्ये १९५० ते १९९० या कालावधीत कालवे काढणे कार्यक्रम, खाणी, औष्णिक वीज निर्मितिकेंद्र, वन्यजीव अभयारण्य, उद्योगधंद्यांची वाढ इत्यादींमुळे २१२ लाख लोक विस्थापित झाले. त्यांच्यापैकी ८५% लोक हे आदिवासी आहेत (फर्नांडिस-परांजपे १९९७). अतिशय क्षुल्लक नुकसानभरपाई देऊन त्यांच्या जमिनी आणि वसतिस्थाने सरकार आणि खाजगी उद्योगधंद्यांकडून बळकाविण्यात आल्या. त्यांनी वारंवार विस्थापनाला विरोध केला आणि त्यांच्या विरोधाने काही भागांमध्ये

सुसंघटित चळवळींचे स्वरूप घेतले. पुण्याजवळ मुळशी प्रकल्पाविरुद्ध १९२१ साली विस्थापनाविरुद्धची पहिली नोंद झालेली संघटित चळवळ झाली आणि १९२४ पर्यंत ती चळवळ चालू राहिली. या प्रकल्पामुळे पीडित झालेली माणसे आदिवासी नव्हती. तिचे नेतृत्व सेनापती बापटांनी केले होते. फर्नांडिस आणि परांजपे १९९७, व्होरा २००२). अलीकडच्या काळात नर्मदा बचाव आंदोलनाने धरण बांधण्याविरुद्ध दीर्घकाळ लढा दिला की ज्या धरणामुळे खूप मोठ्या संख्येने आदिवासी विस्थापित झाले. काही ठिकाणी त्यांनी अजून नुकसानभरपाईची मागणी केली आणि अजून चांगल्या पुनर्वसनासंबंधीची धोरणे आखण्याची मागणी केली. काही वेळा त्यांनी अशा सुधारणांविरुद्ध आवाज उठविला की ज्यांच्या मुळे नैसर्गिक साधनसंपत्तीवरील त्यांचा हक्क संपुष्टात येत होता (बावीसकर १९९५ बी, द्विवेदी १९९८, वोरा २००२, अय्यंगार २००२). या सर्व अभ्यासांमध्ये आदिवासींचे कोणत्या स्वरूपाचे नुकसान झाले त्याचे वर्णन आहे. पण कोणत्या प्रमाणात आणि स्वरूपामध्ये आंदोलकांचे एकत्रीकरण झाले त्याबद्दल फारच थोडी माहिती आहे.

खाणी आणि उद्योगधंद्यांमध्ये आदिवासी कामगारांनी आदिवासी नसलेल्या कामगारांबरोबर न्याय मिळविण्यासाठी हातमिळवणी केली. १९७८ साली शंकर गुहा नियोगी यांनी वीर नारायण सिंगच्या हौतात्म्याच्या स्मरणोत्सवाची संधी साधून छत्तीसगड मुक्ती मोर्चाची स्थापना केली. वीर नारायण सिंग यांनी साम्राज्याविरुद्ध आदिवासींना लढण्यासाठी एकत्र केले होते. त्यांना ब्रिटिश सत्तेने १८५७ साली फाशीची शिक्षा दिली होती. छत्तीसगड प्रदेशाचे ज्या अनेक कारणांवरून शोषण होत होते त्यांच्याविरुद्ध लढा देण्यासाठी आदिवासी आणि आदिवासी नसलेल्या कामगारांना लढण्यासाठी एकत्र आणले.

१९९२ साली जुलै महिन्यात पोलिस गोळीबारामध्ये भिलईला १८ माणसे मृत झाल्याची अधिकृत घोषणा करण्यात आली. परंतु अनधिकृत सूत्रांकडून तो आकडा ५० इतका जास्त झाल्याचे सांगितले गेले. असंघटित कामगारांसाठी किमान वेतनाची मागणी करण्याच्या १९ महिनेपर्यंत चालू असलेल्या लढ्याचा तो परमोच्च बिंदू होता. भिलई, डर्ला, तेदेसरा, कुम्हारी येथील शेतकरी, युवक, स्त्रिया आणि छत्तीसगडमधील अनेक ठिकाणचे भूमिहीन या असंघटित कामगारांनी या लढ्याला पाठिंबा दिला होता (रॉय २००२ : ४०).

जरी प्रसारमाध्यमांनी या लढ्याला खूपच पाठिंबा दिला आणि एका सरकारी नसलेल्या संस्थेने (NGO) (लाहिरी १९९८) माहितीपुस्तक तयार केले तरी एक संपूर्ण असा विश्लेषणात्मक अभ्यास अभ्यासकांकडून व्हायचा आहे).

भागीदार

मार्क्सवादी असोत किंवा नसोत, बहुतेक समाजशास्त्रज्ञांनी आदिवासींना वर्गाचा फरक नसलेले एकजिनसी गट मानले आहे. त्यामुळे त्यांनी आदिवासींच्या कोणत्या वर्गाने किंवा स्तराने चळवळीमधे सक्रिय भाग घेतला ते तपासून पाहिले नाही. अलीकडे काही थोड्या राजकीय समाजशास्त्रज्ञांनी आणि इतिहासकारांनी आदिवासींमध्ये वर्गाचा फरक असल्याचे मान्य करायला सुरुवात केली आहे. असे म्हटले जाते की नाझा, मिझो, झारखंड आणि तत्सम ज्या राजकीय स्वातंत्र्य मागण्यासाठी चळवळी झाल्या त्या सुशिक्षित आदिवासींच्या मध्यम वर्गाकडून झाल्या (वायनर १९७८, शाह १९८४). एच. के. सरीन (१९८०) आरोप करतात की पूर्वी ब्रिटिश सरकारने आणि गेल्या काही शतकांमध्ये अमेरिका आणि चीन या देशांनी ईशान्य भारतातील इंग्रजी जाणाऱ्या आदिवासींमध्ये विभाजनवादी वृत्तीला प्रोत्साहन दिले.

पूर्वी सांगितल्याप्रमाणे, काही अभ्यासकांनी असे मांडले आहे की छोट्या आणि एकट्या पडलेल्या जमातींमध्ये राजकीय चळवळी सुरू करण्यासाठी लागणारी कुवत नसते. ईशान्येकडील निरनिराळ्या जमातींचा विचार करता राव (१९७६) असे म्हणतात की खासी टेकड्यांवरील आदिवासी गारो टेकड्यांवरील आदिवासींपेक्षा राजकीयदृष्ट्या अधिक सक्रिय होते. आदिवासी चळवळींचा अभ्यास केल्यावर के.एस.सिंग यांनी असा निष्कर्ष काढला आहे की, मुंडा, संथाळ, भिल्ल आणि गोंड यांच्यासारख्या मोठ्या एकजिनसी, मालकीची जमीन असणाऱ्या आदिवासी समाजांच्या चळवळींनी सुसंघटित मजबूत स्वरूप धारण केले. शेतीपूर्व तंत्रज्ञानावर अवलंबून असणाऱ्या फार मोठ्या प्राचीन टोळ्यांनी अशा चळवळीमध्ये भाग घेतला (१९८३ बी). ज्या जंगल आणि जमिनीवर त्यांचे अस्तित्व अवलंबून आहे, त्यासंबंधीच्या मुद्द्यांवरच ते जोरदार प्रतिक्रिया व्यक्त करतात.

याउलट राजकीय चळवळींच्या दरम्यान निरनिराळ्या जमाती मजबूत वेगळे व्यक्तिमत्त्व धारण करतात आणि काही वेळा तर Pantrical व्यक्तिमत्त्व. नागालँड किंवा मिझोराममधील जमातींनी राजकीय मागण्या मान्य करून घेण्यासाठी एकमेकींबरोबर ऐक्याचा करार केला. एवढेच नव्हे तर छोटा नागपूरमधील काही जमातींनी तर आदिवासी नसलेल्या कष्टकरी जनतेबरोबर एकी करून शोषण करणाऱ्यांविरुद्ध लढ देण्यास सुरुवात केली आहे. ते मुख्यत: आर्थिक आणि राजकीय मागण्या करतात. तरीही रूपर्ट मोझेर (१९७८) यांच्या मते, झारखंड मुक्तीमोर्चासारख्या चळवळींमध्ये अजूनही पुनरुज्जीवन आणि धार्मिक ताणतणाव आहेत. परंतु बाकीच्यांना तसे म्हणावयाचे नाही. त्यांच्या मते सर्व उत्पादक त्यांची जात – पंथ विचारात न घेता चळवळीच्या आजकालच्या टप्प्यावर एकत्र आले आहेत (रॉय १९८२, महाराज आणि अय्यर १९८२). त्यांचा

वादाचा मुद्दा असा आहे की ही कनिष्ठ लोकांची चळवळ आहे (सिमिऑन १९८२). आता ही खरी हकीकत आहे की चळवळीत भाग घेणाऱ्याचे इच्छित विचार याचा गंभीर विचार झाला पाहिजे.

संघटना आणि नेतृत्व

आदिवासींच्या चळवळींच्या अभ्यासकांनी चळवळींच्या संघटनात्मक दृष्टिकोनाकडे फारसे लक्ष दिलेले नाही. या चळवळी उत्स्फूर्त असल्याचे गृहीत धरले जाते. परंतु हे बरोबर नाही. पूर्वीच्या संथाळ, मुंडा आणि कोल चळवळी या संघटित चळवळी होत्या आणि त्यांची तयारीसुद्धा बऱ्याच प्रमाणावर करण्यात आली होती. ओरान्सचे असे म्हणणे आहे की संथाळांचे बंड हे क्षणभराच्या उत्तेजनाने आणि रागाच्या भरात झालेले नव्हते. संथाळांनी त्यांचे दुःख सरकारसमोर मांडण्याचे अनेक प्रयत्न केले, पण अनेक कारणांसाठी आणि अनेक प्रकारे त्यांना धुडकावून लावण्यात आले. सशस्त्र बंडासाठी अनेक सभा आणि संपर्क संथाळ खेड्यांनी आधीच घडवून आणला (१९६५ : ३२) तसेच अलीकडे नागा आणि मिझोंच्या चळवळी संघटित झाल्या आहेत, पण त्यांच्या संघटनेच्या ढाच्याबद्दल आपल्याला फारच कमी माहिती समजते. आसामच्या वस्का भागाला स्वतंत्र राज्याचा दर्जा मिळण्यासाठी जी अहोम चळवळ करण्यात आली तिच्या संघटनेच्या ढाच्याबद्दल दास आणि गुप्ता (१९८२) आपल्याला सांगतात. काही अभ्यासकांचे असे म्हणणे आहे की आदिवासींचा सामाजिक आणि राजकीय आराखडा त्यांच्या राजकीय चळवळीची संघटना बांधण्यात सहाय्यभूत ठरतो. महाराज आणि अय्यर यांचे निरीक्षण असे आहे की झारखंड चळवळीने खेडे, गाव आणि जमात या स्तरांवर कार्यरत असणाऱ्या पारंपरिक सामाजिक संस्था आत्मसात केल्या.

संथाळ, कोल आणि मुंडा बंडखोरांचे नेतृत्व धार्मिक पुढाऱ्यांनी किंवा स्वतःला परमेश्वराचा अवतार म्हणवणाऱ्या पुढाऱ्यांनी केले. बिर्सा मुंडा हे त्याचे उदाहरण होय (सिंग १९६६). संथाळ बंडखोरांचे पुढारी सिदो आणि कान्हू यांचेपण तसेच आहे की जे अलौकिक शक्तींकडून आपल्याला संदेश मिळत असल्याचा दावा करीत. अशा नेत्यांना आपल्या अनुयायांवर जबरदस्त प्रभाव पाडता येत असे. फुक्स यांचे असे म्हणणे आहे की स्वतःला परमेश्वराचे अवतार समजणाऱ्या चळवळींच्या पुढाऱ्यांनी भारतात त्यांच्या अनुयायांकडून नेहमीच भव्य त्यागाची अपेक्षा केली – अनुयायांना चळवळीत केवळ प्रवेश मिळविण्यासाठी नाही तर त्यांच्या टिकून राहण्यासाठीसुद्धा (१९६७ : २२९). के.एस. सिंग यांचे म्हणणे आहे की, पहिल्या टप्प्याचे पुढारीपण हे आदिवासी समाजाच्या वरच्या स्तरातून येते आणि दुसरा टप्पा नेहमी खालच्या

स्तरामधून येतो. संथाळ बंधू हे भूमिहीन होते, बिर्सा मुंडा हे रयत होते आणि गोविंद गिरी हे वेठबिगार होते[२] (१९८५ : १५१).

बऱ्याच अध्ययनांतून असे दिसून येते की, स्वातंत्र्योत्तर काळातील चळवळी या शिकलेल्या आदिवासींकडून करण्यात आल्या. अलीकडच्या काळातील आदिवासींच्या ऐक्याच्या चळवळी शिकलेल्या उत्तम अशा आदिवासींच्या ठरावीक मित्रमंडळींच्या प्रेरणेने आणि त्यांच्या लक्ष घालण्यामुळे झाल्या. आणि हे शिकलेले श्रेष्ठ लोक आणि सामान्य जनता यांच्यामध्ये विचारांच्या संपर्काच्याबाबतीत बरीच तफावत दिसून येते. (वायनर १९७८, शाह १९८४). तेलंगणा, वारली, शहादा, भूमिसेना, नक्षलवादी आणि फरदाई यांच्या शेतकी चळवळींच्या पुढाऱ्यांना आदिवासी नसलेल्या विविध राजकीय गटांकडून कुमक मिळत असे (माईज १९७६, परुळेकर १९७९, डी. सिल्वा व इतर १९७९, एस. बॅनर्जी १९८०, टी. बॅनर्जी १९८०, देसाई २००२). तसेच सामान्य आदिवासींमधूनसुद्धा स्थानिक नेतृत्व उदयास आले आहे. धुळ्यातील अमरसिंग आणि ठाण्यातील काळूराम ही ती उदाहरणे होत (डी. सिल्वा व इतर १९७९, कुलकर्णी १९८३). भारतीय कम्युनिस्ट पक्ष, मार्क्स–लेनिनवादी कम्युनिस्ट पक्ष यांचे नक्षलवादी चळवळींच्या बाबतीत आणि समाजवादी पक्षाचे पारडी सत्याग्रहाचे बाबतीत ध्येय आणि धोरण ठरविण्याच्या दृष्टीने महत्त्वाचे योगदान होते. पक्षांची चळवळींमध्ये कोणती भूमिका आहे ते नक्षलवादी चळवळीच्या बाबतीत सुमंतो बॅनर्जी आणि पारडी सत्याग्रहाच्या बाबतीत हुकमत देसाई आणि किरण देसाई तपासून पहातात. गेल्या दोन दशकांतील कोणत्याही पक्षाच्या नसलेल्या मध्यप्रदेशातील छत्तीसगड मुक्ती मोर्चा, गुजरातमधील दिशा आणि इतर अनेकांनी आदिवासींच्या लढाईसाठीच्या एकत्रीकरणामध्ये महत्त्वाची भूमिका पार पाडली आहे. त्यांचा अभ्यास होण्याची गरज आहे.

सारांश

स्वातंत्र्य मिळण्यापूर्वी आणि स्वातंत्र्यप्राप्तीनंतर आदिवासींच्या चळवळींचा अभ्यास करणाऱ्या लोकांनी आदिवासींच्या लढ्यांवर प्रकाश टाकला आहे. जसजसे आदिवासी शेतकरी बनू लागले, तसे आदिवासींच्या पूर्वीच्या मागण्यांमध्ये आणि आत्ताच्या मागण्यांमध्ये फरक पडू लागला. काही अभ्यासकांचे म्हणणे आहे की आदिवासींचे वसतिस्थान आणि नैसर्गिक साधनसंपत्तीवरील त्यांचे अवलंबित्व यामुळे ते निसर्गाशी जास्त जवळ आहेत. ते निसर्गाचा आदर करतात. त्यामुळे त्यांची धडपड म्हणजे पर्यावरणाच्या चळवळीचा भाग समजला जातो. पूर्वीच्या काळीं १९ व्या शतकातील आदिवासींच्या चळवळींचा रोख जमीन आणि जंगलविषयक हक्कांबद्दल होता. पण गेली तीन दशके आदिवासींचे व्यक्तिमत्त्व आणि वेगळेपणा यांवर विशेष

भर दिला जातो. जरी आदिवासी चळवळीचा अभ्यास मोठ्या प्रमाणावर झालेला असला तरी त्यांपैकी थोडेच अभ्यास सखोल आणि योग्य प्रकारे माहितीसंपन्न आहेत. बरेचसे अभ्यास म्हणजे नुसती रेखाचित्रे आहेत. दक्षिण, मध्य आणि ईशान्य भारतातील चळवळींवरील अभ्यास फार थोडे आहेत. अनेक आदिवासी चळवळींचा अजून अभ्यास झालेला नाही. राजकीय शास्त्रज्ञ आणि सामाजिक इतिहासकारांनी या क्षेत्राकडे जवळजवळ दुर्लक्षच केले आहे.

नोंदी

१. आदिवासींच्या एकत्र येऊन केल्या जाणाऱ्या गेल्या शतकातील सर्व कृतींना बंड, दंगा, उठाव, असंतोष, क्रांती अशा प्रकारे गणले जात होते. या संज्ञा वसाहतवादी अधिकारीवर्गाकडून वापरल्या जातात आणि स्वातंत्र्यप्राप्तीनंतरसुद्धा पुरातत्त्व शास्त्रज्ञांकडून या संज्ञांचा वापर होत असे. रूपर्ट मोझ्रे म्हणतात : शास्त्रीय संज्ञामधून राजकीय परिस्थिती प्रतिबिंबित होत असते. ज्या चळवळींमुळे त्या करणाऱ्या प्रतिनिधींना वसाहतवाद्यांच्या सत्तेपासून स्वातंत्र्य मिळू शकेल किंवा समाजाच्या अशा चळवळी की जे समाज आता स्वतंत्र राज्य बनले आहेत, त्यांना आता बंड आणि उठाव म्हटले जात नाही.

२. राजस्थान – गुजरातच्या सीमेवरील भिल्लांच्या चळवळीचे मागचे शतक उलटताना त्याने नेतृत्व केले (सिंग १९८५).

४ दलित चळवळी

अनुसूचित जातींना हरिजन असे म्हटले जाते, म्हणजे देवाची लेकरे - १९३३ मध्ये महात्मा गांधींनी ही संज्ञा अस्तित्वात आणली. जातींच्या काही नेत्यांना ही परिभाषा मानहानिकारक वाटते. त्यांना दलित म्हटलेले म्हणजे दडपलेले – म्हणणे जास्त आवडते (गुरू २००१ अ). हिंदू जातिव्यवस्थेमध्ये त्यांना अवर्ण म्हटले जाते, म्हणजे ज्यांची जागा चातुर्वर्ण्य व्यवस्थेच्या बाहेर आहे. त्यांना पेरियल पंचम, अतिशूद्र, अंत्यज किंवा नामशूद्र असेही देशाच्या विविध भागांमध्ये म्हटले जाते. त्यांचा स्पर्श आणि काही वेळा त्यांची सावली, एवढेच काय त्यांचा आवाजसुद्धा जातिवंत हिंदूंना दूषित करतो असे मानले जाते. कायद्याने जरी आता त्यांना अस्पृश्य मानले जात नसले तरी अजूनही व्यवहारात कित्येक जणांना हा कलंक सहन करावा लागतो.

भारतीय लोकसंख्येच्या एकूण १६% इतकी लोकसंख्या अनुसूचित जातींची आहे. २००१ साली त्यांची संख्या १६८० लाख एवढी होती. त्यांच्यापैकी ३६% लोक कामगार / मजूर आहेत. या कामगारांमध्ये ४८% इतके शेतमजूर आहेत. कातडी कमावणे, भंगीकाम यांसारख्या पारंपरिक कामांमधेच त्यांच्यापैकी बरेचजण गुंतलेले आहेत. अनुसूचित जातींचे लोक देशभर विखुरलेले आहेत, पण ईशान्य सरहद्दीवरील प्रामुख्याने आदिवासी असलेल्या प्रदेशांमध्ये त्यांची संख्या अगदी नगण्य आहे. तसेच ते कोणत्याही तालुक्यात अगर जिल्ह्यात प्रामुख्याने आढळत नाहीत. एकूणच दलितांच्या सामाजिक – राजकीय परिस्थितीबद्दल सांगणारे बरेच शोधनिबंध आहेत, पण त्यांपैकी फारच थोडे पद्धतशीर अनुभवावर आधारलेले आहेत. महाराष्ट्रातील महारांची चळवळ संपूर्ण भारताच्या पातळीवर अंमलात आणली गेली. अर्थातच, डॉ. बाबासाहेब आंबेडकर हे जातीने महार होते आणि संपूर्ण भारताचे पुढारी होते. ब्रिटिशांबरोबर आणि जातिवंत हिंदूंबरोबर बोलणी करताना ते पूर्ण देशभराच्या दलितांचे प्रतिनिधित्व करीत (बुर्रा –१९८६). परंतु महाराष्ट्राबाहेरील अनुसूचित जातींना लक्ष्यासाठी एकत्र

आणण्यामधील त्यांच्या भूमिकेची फारशी नोंद झालेली दिसत नाही. वसाहतकाळात आणि वसाहतकाळानंतर देशाच्या विविध भागांमध्ये झालेल्या निरनिराळ्या अनुसूचित जमातींच्या चळवळींची माहिती देणाऱ्या नोंदीही नाहीत आणि सर्वांगीण अभ्यासही झालेला दिसत नाही. भारतातील अस्पृश्यताविरोधी चळवळी आणि दलित स्वातंत्र्याच्या चळवळींची एक सामान्य रूपरेषा गेल ओमवेत्त आणि भारत पाटणकर (१९७६) आणि घनश्याम शाह (१९८०) यांच्या दोन शोधनिबंधांवरून येते. पहिला शोधनिबंध वसाहतकाळावर प्रकाश टाकतो तर दुसरा वसाहतकाळानंतरच्या कालावधीवर प्रकाश टाकतो. देशातील ऐतिहासिक घटना म्हणून अनेक पुस्तकांमध्ये अनुसूचित जातीसंबंधीचे एखादे प्रकरण असते. चळवळीचा म्हणून केलेला तो अभ्यास नसतो त्यामुळे दिलेली माहिती उपयुक्त असते परंतु सामान्य रेखाटनात्मक असते. काहींचा उल्लेख केल्यास उपयुक्त ठरेल. व्हर्बा, अहमद आणि भट्ट (१९७२) यांनी अमेरिकेतील आणि भारतातील अनुक्रमे कृष्णवर्णीय आणि हरिजन यांचा केलेला अभ्यास या समाजाच्या चळवळीचे तुलनात्मक चित्र रेखाटतो. हरिजनांच्या चळवळींसंबंधी बोलताना हा अभ्यास महाराष्ट्रातील डॉ. आंबेडकरांच्या चळवळींशी मुख्यत्वे संबंधित आहे. महाराष्ट्रापेक्षा गुजरातमधील हरिजनांची चळवळ कमी लढाऊ का होती याचा तुलनात्मक अभ्यास करताना घनश्याम शाह (१९७५) यांनी अनुसूचित जातींचे आणि अनुसूचित जमातींचे राजकारण या विषयावर एक प्रकरण लिहिले आहे.

प्रकार आणि वादाचे विषय

वसाहतकालीन अणि वसाहतकालानंतरचे दलित चळवळीचे वादाचे मुख्य विषय हे अस्पृश्यतेच्या प्रश्नांशी संबंधित आहेत. बाकीची कारणे तीच आहेत की जी शेतमजुरांशी संबंधित आहेत. राजकीय कार्यालये, सरकारी नोकऱ्या आणि कल्याणकारी योजना यांमधील आरक्षण टिकविण्यासाठी आणि वाढविण्यासाठी त्यांनी चळवळी उभारल्या.

राष्ट्रीय पातळीवर दलित चळवळीचे विश्लेषण करण्याचे प्रयत्न न झाल्यामुळे चळवळींचे प्रकार कोणते ते ठरविण्याचे प्रयत्न झाले नाहीत. तरीही घनश्याम शाह (१९८०) यांनी त्यांचे सुधारणात्मक आणि पर्यायात्मक चळवळी असे दोन प्रकार केले आहेत. पहिल्या प्रकारची चळवळ अस्पृश्यतेचा प्रश्न सोडविण्यासाठी जातिव्यवस्था सुधारण्याचा प्रयत्न करते. दुसऱ्या धर्मात प्रवेश करून किंवा शिक्षण मिळवून, आर्थिक प्रतिष्ठा आणि राजकीय ताकद वाढवून पर्यायी सामाजिक – सांस्कृतिक ढाचा निर्माण करण्याचा पर्यायी चळवळ प्रयत्न करते. आपापली ध्येये गाठण्यासाठी दोन्ही प्रकारच्या चळवळी राजकीय मार्ग अवलंबितात. सुधारणावादी चळवळीचे अजून दोन प्रकार

केले आहेत : (१) भक्ती चळवळ (२) नव वेदान्तिक चळवळ (३) संस्कृतकरण चळवळ. पर्यायवादी चळवळीचे (१) धर्मांतर चळवळ (२) धार्मिक किंवा निधर्मी चळवळ. दोन क्रमांकाच्या चळवळीत आर्थिक बाबींचा संबंध येतो. दलितांचा आदर्शवाद आणि त्यांचे व्यक्तिमत्त्व (Identity) यांच्या संदर्भात दलित चळवळीचे (१) सांस्कृतिक मतैक्यातील चळवळी (२) स्पर्धात्मक आदर्शवाद आणि अ-हिंदू व्यक्तिमत्त्व (३) बौद्ध दलित (४) प्रति आदर्शवाद आणि दलित आदर्शवाद आणि दलित व्यक्तिमत्त्व. पहिल्या तीन चळवळी धार्मिक आदर्शवादावर आणि शेवटची चळवळ वर्गवादावर आधारित आहे (२००१ अ). पाटणकर आणि ओमवेद दलित चळवळींचे (१) जातीवर आधारलेली (२) वर्गावर आधारलेली अशा प्रकारे करतात. १९९० साली निवडणुकीतील वाढलेला राजकीय सहभाग आणि उत्तर प्रदेशातील बहुजन समाजपार्टीला मिळालेले थोडेफार यश यामुळे काही अभ्यासकांचे म्हणणे आहे की लढ्यासाठी एकत्र येणे ही दलितांची नवी राजकीय चळवळ आहे (पै २०००).

समर्पणातून देवाची पूजा करणे म्हणजे भक्ती, की जी वैयक्तिक पातळीवरचे देवाशी बांधलेले संधान असते. परमेश्वरासमोर सर्व भक्त हे सारखेच समजले जातात. भक्ती चळवळीमध्ये १५ व्या शतकानंतर दोन पंथ पडले. सगुण आणि निर्गुण. वैष्णव किंवा शैव परंपरेप्रमाणे सगुणभक्ती करणारे विष्णू किंवा शिवाची भक्ती करतात. जातिव्यवस्था आणि वर्णाश्रमधर्म यांचा त्यांनी स्वीकार केलेला असला तरी सर्व जाती समान मानलेल्या आहेत. निर्गुण निराकार विष्णुदेवतेमध्ये भक्त श्रद्धा ठेवतात. रविदास आणि कबीर या दोन व्यक्ती या पंथामध्ये फार महत्त्वाच्या मानल्या जातात, ब्राह्मणांची धर्मसत्ता कमी करण्यासाठी या पंथाची स्थापना झाली (लेले १९८१, लोरेनसेन १९९५). २० व्या शतकाच्या सुरुवातीला नागरी प्रदेशातील दलितांमध्ये हा पंथ फार लोकप्रिय झाला. (गुप्टू २००१). कारण या पंथामध्ये सर्वांना मोक्ष मिळण्याची शक्यता होती. सामाजिक समतेसाठी हा पंथ वचनबद्ध होता. या चळवळींमुळे, फुलर म्हणतात, समर्पणवादी नीतिशास्त्र मोठ्या प्रमाणावर charter of egalitarianism म्हणून मानले जाते. (१९९२ : १५८)

हिंदू धार्मिक आणि सामाजिक सुधारकांकडून नव वेदान्तिक चळवळ सुरू करण्यात आली. जातिव्यवस्थेच्या घडीमध्ये बसवून या चळवळीने अस्पृश्यता नाहीशी करण्याचा प्रयत्न केला. या चळवळींच्या संस्थापकांच्या मते अस्पृश्यता हा हिंदूधर्माचा किंवा जातिव्यवस्थेचा आवश्यक भाग नव्हता. आर्य समाजाचे संस्थापक दयानंद सरस्वती यांच्या मते, समाजाच्या सार्वजनिक कल्याणासाठी सत्ताधाऱ्यांनी या राजकारणी संस्थेची निर्मिती केली, नैसर्गिक किंवा धार्मिक विभागणीसाठी नाही. ते म्हणतात,

खरं म्हणजे एखादा ब्राह्मण त्याच्या कामासाठी लायक नसेल तर तो एकदम शूद्र होतो आणि एक शूद्र जर त्या कामाला योग्य असेल तर एकदम ब्राह्मण होतो. यांच्यापैकी कोणीही स्वत:च्या इच्छेप्रमाणे ब्राह्मण किंवा शूद्र होऊ शकत नाही (जॉर्डन्स १९७८ : ६२). अनुसूचित जातींच्या उद्धारासाठी आर्य समाजाने वेगवेगळे शैक्षणिक आणि कल्याणकारी कार्यक्रम सुरू केले (शाह १९७५, जॉर्डन्स १९७८, पिंपळे आणि शर्मा १९८५, शर्मा १९८५). आर्य समाज आणि अस्पृश्य यांच्यामधील नातेसंबंधांचा विचार करणारे सतीशकुमार शर्मा यांचे एकमेव पुस्तक आहे 'सोशल मुव्हमेंट्स अँड सोशल चेंज (१९८५)'. अभ्यास जरी फक्त पंजाबपुरता केला असला तरी त्यांची निरीक्षणे देशातील इतर भागांनाही लागू पडतात. शर्मांचे म्हणणे आहे की आर्य समाज अस्पृश्यांच्या राजकीय चळवळींच्या विरुद्ध होता. ऐक्यभावनेसाठी सुरू केलेल्या अस्पृश्यांच्या कोणत्याही चळवळींच्या विरुद्ध त्या गेल्या. देशाच्या काही भागांमध्ये जातीविरोधी आणि हिंदूविरोधी दलित चळवळी उभारण्यामध्ये नववेदान्तिक चळवळ आणि अ-ब्राह्मण चळवळ फार महत्त्वपूर्ण ठरल्या. १९ व्या शतकाच्या शेवटी आणि २० व्या शतकाच्या सुरुवातीला बऱ्याच अस्पृश्यताविरोधी चळवळी झाल्या. सत्यशोधक समाज आणि स्व-सन्मान चळवळ (महाराष्ट्र आणि तमिळनाडूमध्ये) बंगालमधील आदि-धर्म आणि आदि-आंध्र चळवळ, उत्तर प्रदेशातील आदि-हिंदू चळवळ. पंजाबमधील आदिधर्म चळवळ सोडल्यास इतर कोणत्याही चळवळीवर संपूर्ण अभ्यास झालेला नाही. ज्या इतर जाती आर्थिकदृष्ट्या अनुसूचित जातींपेक्षा बऱ्या आहेत, त्यांनी सत्तेच्या संघर्षामधे ब्राह्मणांविरुद्ध अनूसूचित जातींना वापरले. पण एकदा का त्यांना वर्चस्वाची जागा मिळाली, की त्यांनी अनुसूचित जातींना एका ठरावीक अंतरावर ठेवले (नाथ १९८७). आदि आंध्र आणि हिंदू आणि नामशूद्र चळवळीचे आपल्याला अगदी विखुरलेले संदर्भ मिळतात. २०व्या शतकातील पंजाबमध्ये झालेल्या अस्पृश्यताविरोधी आदिधर्म चळवळीबद्दल मार्च युरगेन्समायर यांच्या 'रिलिजन अॅज सोशल व्हिजन' या पुस्तकात माहिती मिळते (१९८२). १९२० साली या चळवळीची सुरुवात झाली. या चळवळीचा मुख्य रोख असा होता की अस्पृश्यांचा एक स्वतंत्र गट स्थापन व्हावा, मुसलमान, हिंदू आणि शीख यांच्याप्रमाणे एक वेगळा धार्मिक गट स्थापन व्हावा. त्यांचा असाही दावा होता की हिंदूंच्याही आधी अतिप्राचीन कालापासून त्यांचे भारतात अस्तित्व आहे. १९३० पर्यंत या चळवळीने स्वत:चा चांगलाच ठसा उमटविला. या चळवळीने अशी एक गोष्ट सिद्ध केली की जी पूर्वी सिद्ध झाली नव्हती. ती अशी की अस्पृश्य जातींनी ह्यापूर्वी कधीही स्वत:च्या फायद्यासाठी लढ्यासाठी एकत्र येणे ही गोष्ट केली नव्हती. अजून एक गोष्ट म्हणजे अशा परिस्थितीत त्यांनी स्पर्धेला तोंड दिले की जी परिस्थिती मोठ्या प्रमाणावर सामाजिक

आणि राजकीय कारणांमुळे नियंत्रित होते (१९८२ : ८०). २० व्या शतकाच्या सुरुवातीला निर्माण झालेल्या आदि हिंदू चळवळीचे, की जी उत्तर प्रदेशातील नागरी भागात सुरू झाली, नंदिनी गुपटू यांनी आपल्या अभ्यासात विश्लेषण केले आहे (२००१). आदि धर्माप्रमाणेच आदि हिंदू चळवळीचे नेतेसुद्धा असे मानत असत की विद्यमान हिंदूधर्म हा त्यांच्यावर आर्य आक्रमकांमुळे लादला गेला. तरीही, सुरुवातीच्या काळात निरनिराळ्या आदि चळवळींमध्ये साम्य दाखविणारे कोणतेही पुरावे उपलब्ध नाहीत. त्या म्हणतात :

> ''अशी शक्यता जास्त आहे की निरनिराळ्या, एकाच वेळी चालू असलेल्या आदि चळवळींमध्ये अस्पृश्यांच्या स्वतंत्र वांशिक उगमाबद्दलचा विचार हा ब्रिटिशांच्या मानवजातिशास्त्रविषयक वर्गीकरणातून निघालेला आहे आणि ब्रिटिशांनी अशीसुद्धा कल्पना मांडली की द्रविड आणि आर्य वंशांची एकमेकांशी जी टक्कर झाली त्यातून जातिव्यवस्थेचा उगम झाला. ह्या जहाल सिद्धांतांना निरनिराळ्या खानेसुमारीच्या अहवालांमुळे फार मोठी प्रसिद्धी मिळाली. नागरी अस्पृश्यांचा ख्रिश्चन धर्मप्रसारकांबरोबर झालेला परिचय हे सुद्धा या कल्पनांच्या उगमाचे महत्त्वाचे कारण आहे (२००१ : १५८). ख्रिश्चन धर्मगुरू भारतातील मूळच्या वंशांबद्दलचा आणि आर्यन अल्पसंख्यांकांमध्ये जातीच्या उत्पत्तीबद्दल प्रसार करीत होते.''

चळवळीपासून जातिव्यवस्थेला थेट धोका नव्हता. खरं पहाता त्याकडे एक विरोध म्हणून, आर्यन हिंदू नसल्यामुळे हलक्या स्वरूपाची कामे अस्पृश्यांना करावी लागण्याचा, पाहिले गेले या चळवळीचा पूर्ण विकास न झाल्यामुळे जातिव्यवस्थेवर थेट प्रहार झाला नाही (गुपटु : १९९३ : २९८).

उत्तर भारतामध्ये सत्नामीपंथाचे अनेक अनुयायी आढळून येतात. समानतेच्या शोधासाठी दलितांनी धार्मिक-सामाजिक सुधारणेची चळवळ केली, तिचा मार्ग समजून घेण्यासाठी सौरभ दुबे यांच्या छत्तीसगडमधील सत्नामी समाजाचा मानव-जातिशास्त्रविषयक इतिहास अतिशय वेधक झाला आहे. छत्तीसगडमधील पंथाचा संस्थापक घसीदास याने हिंदू देवदेवतांना कचऱ्याच्या ढिगाऱ्यावर फेकून दिले आणि भेदभाव निर्माण करणारी जातीची सामाजिक व्यवस्था झुगारून दिली. पुढच्या १०० वर्षांमध्ये पंथाच्या संघटनात्मक इमारतीमध्ये आणि आदर्शवादामध्ये फरक पडला आहे. काळाच्या ओघात हा पंथ हिंदू समाजव्यवस्था आणि राजकीय पद्धतीच्या मुख्य धारेचा भाग झाला. ब्राह्मणी प्रभाव असलेली जी प्रतीके घसीदासने नाकारली होती, ती २० व्या शतकात सत्नामी पंथाचा भाग बनली आहेत.

अस्पृश्यांपैकी काहींनी त्यांचे पारंपरिक धंदे सोडून देऊन किंवा चालू ठेवून

आर्थिक परिस्थिती सुधारण्याचा प्रयत्न केला आणि जातिव्यवस्थेच्या वरच्या स्तरावर जाण्यासाठी धडपड केली. त्यांनी संस्कृत कल्पना आणि कर्मकांड यांची कास धरली. योग्य प्रकारच्या पौराणिक कथा शोधून काढून त्यांनी स्वत:चा सामाजिक उच्च स्तराचा हक्क मागण्याचा प्रयत्न योग्य असल्याचा वादा केला. परंपरेने लादलेली कमतरता दूर करण्यासाठी केलेल्या प्रयत्नात सर्व अस्पृश्य जातींना यश आलेले नाही. त्यांच्या निवासस्थानांच्या ठिकाणी त्यांना व्यवहारामध्ये अजूनही अस्पृश्य म्हणूनच वागवले जाते (श्यामलाल १९८१, ब्राट १९८५, कुमार १९८५, परमार १९८७). तमिळनाडूमधील शानर किंवा नाडर यांनी मात्र अस्पृश्यतेची मर्यादा ओलांडली आहे. केरळमधील Bidm/BPmdm यांनीपण अस्पृश्यतेची मर्यादा पूर्ण पुसून टाकली नाही तरी बरीच अस्पष्ट केली आहे. १९ व्या शतकात शहरातील ज्या गैरसोयी सोसाव्या लागत होत्या त्याविरुद्ध नाडरांनी संघटित चळवळ सुरू केली. १९३० च्या सुरुवातीला जस्टिस पार्टीला आपला पाठिंबा देऊन आणि नंतर काँग्रेसपक्षाला आपला पाठिंबा देऊन त्यांनी राजकीय वर्तुळात आपला शिरकाव करून घेतला. कर्मकांडातील खालच्या पायरीवरून वरच्या पायरीवरील प्रतिष्ठा आणि शक्ती त्यांनी मिळवली आहे (हार्डग्रेव्ह १९६९). तसेच, इझावांनीसुद्धा १९०३ मध्ये त्यांची संस्था स्थापन केली, जिचे नाव एस.एन.डी.पी. योगम असे होते. (श्री नारायणगुरूंनी स्थापन केलेल्या धर्माच्या निर्वाहासाठीची संस्था). त्यांच्या मते, इझावांचा सामाजिक दर्जा खालचा आहे कारण ते खालच्या दर्जाच्या धार्मिक आणि सामाजिक पद्धती वापरतात. बाकीच्यांप्रमाणे ते सुद्धा वरच्या जातीचे होऊन समानता मिळवू शकतात. दिलीप मेनन म्हणतात :

> ''परमेश्वराची उपासना करण्याच्या बाबतीत ह्या कल्पनेला अशा प्रकारे वाव मिळाला की इरावा देवळे हिंदू ब्राह्मणी देवदेवतांनी भरून गेली. समान समाजाकडे जाणारे प्रवेशद्वार सर्वमान्य उपासनेमधून उघडणार होते. आर्थिक ताकद वाढवून आणि जोरदार स्वयंमदतीचे नीतिशास्त्र प्रचारात आणून एस.एन.डी.पी. योगम् ने इसावा समाजामध्ये आत्मसन्मान निर्माण करण्याचा प्रयत्न केला (१९९३ : २६६).''

संस्थेने इझावांची परिभाषा आणि पद्धतीचे संस्कृतकरण करण्यासाठी प्रयत्न चालू केले. १९२० साली मंदिर प्रवेशाबद्दल त्यांनी सत्याग्रह केला. आर्थिक सुसंधी आणि राजकीय पदे यांच्याबद्दल त्यांनी सरकारबरोबर बोलणी केली (अय्यप्पन १९४४, १९६५, अद्नॉल्ड इ. १९७६, कन्नन १९८८).

महाराष्ट्रात १९२० साली अस्पृश्यताविरोधी फार मोठी चळवळ उभारण्यात आली. या ना त्या स्वरूपात ती चळवळ आजपर्यंत सुरू आहे. या चळवळीची मुळं जरी महाराष्ट्रात रोवली गेली तरी ती देशाच्या इतर भागांमध्येसुद्धा पसरली आणि

तिला अखिल भारतीय स्वरूप प्राप्त झाले. डॉ. आंबेडकर अस्पृश्यांचे पुढारी म्हणून उदयाला आले. १९२० च्या दरम्यान महाराष्ट्रातील अस्पृश्यतेविरुद्ध महारांनी एक अयशस्वी चळवळ उभी केली. आधुनिक समाजातील अत्युच्च वर्गातील लोकांशी सामाजिक आणि आर्थिक समानता मिळविण्यासाठी राजकीय मार्गाचा अवलंब केल्यास अस्पृश्यांना फायदा होईल ही गोष्ट डॉ. आंबेडकर यांच्या लक्षात आली (झेलियट १९७० बी, नाथ १९८७).

कामगार वर्गाच्या हिताचे संरक्षण करण्यासाठी डॉ. आंबेडकरांनी स्वतंत्र मजूर पक्ष (आय.एल.पी) स्थापन केला. कोणत्याही जातीच्या कामगारासाठी पक्षाची दारे उघडी होती तरी पक्षांमध्ये महारांचे वर्चस्व होते. या पक्षाचा फारसा प्रभाव पडला नाही. एलेनॉर झेलियट म्हणतात : धार्मिक हक्क शाबूत राखण्याच्या प्रयत्नांना त्यांच्या राजकीय चळवळींनी मागे टाकले, कामगार वर्गाचे प्रतिनिधित्व करण्यात पक्ष अयशस्वी ठरला आणि राजकीय आखाड्यामध्ये कार्यरत राहणारी जातिसंस्था म्हणून या पक्षाचे स्वरूप ठरले (१९७० बी : ५२). नंतर डॉ. आंबेडकर यांनी १९५४ मध्ये शेड्यूल्ड कास्ट फेडरेशनची (एस.सी.एफ) स्थापना केली, की ज्यायोगे ते निवडणूक लढवू शकतील आणि अनुसूचित जातीच्या हिताचे संरक्षण करतील. नोकऱ्यांमध्ये आरक्षण आणि राजकीय पदे एवढ्यापुरताच त्यांचा कल होता (व्हर्बा १९७२, नाथ १९८७). अनुसूचित जाती, जमाती आणि मागासजाती यांना आपल्यामध्ये सामावून घेऊन पक्षाचा पाया भरभक्कम करण्यासाठी १९५६ साली एस.सी.एफ. चे रिपब्लिकन पार्टीमध्ये रूपांतर करण्यात आले.

१९३० साली दलितांनी स्वतंत्र मतदारसंघाची मागणी केली की ज्यामुळे गांधीजी आणि आंबेडकर यांच्यामध्ये संघर्ष निर्माण झाला. गांधीजींच्या मते, अस्पृश्यता हा राजकीय विषय नव्हता. त्रिलोक नाथ (१९८७) यांनी संघर्षाचे निरनिराळे मुद्दे तपासून पाहिले आणि निष्कर्ष काढला की पुणे करारामुळे अनूसूचित जातींना फसवणूक झाल्यासारखे वाटले. १९४६ मध्ये त्यांनी पुणे, नागपूर, लखनौ आणि कानपूर येथे राज्य विधानसभेसमोर स्वतंत्र मतदारसंघाच्या मागणीसाठी चळवळी केल्या (झेलियट १९७० बी). १९३० च्या सुरुवातीला डॉ. आंबेडकर अशा निर्णयाप्रत येऊन पोचले की अस्पृश्यांचा दर्जा उंचावयाचा असेल तर हिंदू धर्माचा त्याग करायला पाहिजे. त्यांनी त्यांच्या जातिबांधवांना आवाहन केले की, तुमच्याकडे तुमच्या धर्माशिवाय गमावण्यासाठी काहीही नाही (कीटू १९५४ : २७३). १९५० च्या सुरुवातीला, त्यांच्या असे लक्षात आले की बौद्ध धर्म पर्यायी धर्म म्हणून अस्पृश्यांसाठी योग्य आहे. तोच त्यांचा एकमेव मुक्तीचा मार्ग होता. त्यांनी बौद्ध धर्म मुख्यत्वे निवडला याचे कारण म्हणजे बौद्ध हा एक स्वदेशी, भारतीय, समानतेचा धर्म होता. हा धर्म

जातिव्यवस्थाविरोधी आणि ब्राह्मणविरोधी होता (लिंब १९७२, कांबळे १९७९). १९५६ साली डॉ. आंबेडकर आणि त्यांचे अनुयायी – मुख्यत्वे महार – यांनी बौद्ध धर्माचा स्विकार केला (झेलियट १९६६). विल्किन्सन आणि थॉमस (१९७२) यांच्या मते, या धर्मांतरामुळे त्यांच्या सामाजिक आणि व्यावसायिक जीवनात फारसा लक्षणीय फरक पडला नाही. एवढेच नव्हे तर ह्या बौद्ध धर्मांतरामुळे ते अधिकच लढाऊ प्रवृत्तीचे झाले. काही जणांनी मुस्लीम आणि ख्रिस्ती धर्माचासुद्धा स्वीकार केला. बौद्ध धर्मांतराच्या या चळवळीने दलित जाणीव सर्वत्र पसरली, मग दलित बौद्ध होवोत अथवा न होवोत.

१९७० च्या सुरुवातीला महाराष्ट्रातील दलितांनी दलित पँथर चळवळ सुरू केली. सुरुवातीला महाराष्ट्राच्या शहरी भागात ही चळवळ पसरली, पण नंतर ही चळवळ गुजरात, कर्नाटक, आंध्रप्रदेश, उत्तरप्रदेश आणि इतर राज्यांमध्ये पसरली. आता आपल्याकडे दलित पँथर चळवळीबद्दल काही अभ्यास उपलब्ध आहेत. (गोखले १९७९, जोगदंड १९९१, यागति २००३ इ, २००३ बी). तरीही शर्मिला रेगे यांचं म्हणणं आहे की दलित पँथर चळवळीने दलित स्त्रियांच्या दडपशाहीच्या प्रश्नाकडे दुर्लक्ष केले (१९९८).

दडपलेल्या वर्गांना पर्यायी सामाजिक – सांस्कृतिक व्यक्तित्त्व मिळवून देण्याचा पँथर प्रयत्न करतात आणि ते वर्चस्व गाजविणाऱ्या संस्कृतीचा त्याग आणि निषेध करतात. अनुसूचित जातींवर झालेल्या अन्यायांविरुद्ध दलित पँथर्स मोर्चे काढतात. हिंदूंची बुद्धिमान परंपरा, हिंदू धर्म आणि हिंदू नीतिशास्त्र यांचा विरोध करण्यासाठी, त्यांचे विचार पसरविण्यासाठी कविता, कथा, नाटक अशा प्रकारचे साहित्य प्रकाशित करतात. पण त्यांचे हे साहित्य स्वत: दलित जनतेकडूनच वाचले जात नव्हते, अगदी १९७० पर्यंत (भोईटे आणि भोईटे १९७७). पण आता १९९० साली हे साहित्य खूपच लोकप्रिय झाले. दलित साहित्याचे बरेच काव्यसंग्रह आणि पुस्तके आता उपलब्ध आहेत (झोलिएट १९७८, १९८०, १९९४, पुना लेकर २००१). गोपाळ गुरू यांनी आंबेडकर आणि महाराष्ट्रातील सांस्कृतिक चळवळ यांचा कसून अभ्यास केला आहे :-

> सांस्कृतिक आणि साहित्यिक कार्यकर्त्यांनी त्यांचा बौद्धिक वारसा डॉ. आंबेडकरांकडून घेतला आणि कबीर आणि भक्ती यांच्यासारख्या तत्सम राज्यमुक्त करणाऱ्या परंपरांकडून साहित्याचे स्वरूप उसने घेतले, विशेषत: वारकरी पंथ. १९७० च्या पूर्वीच्या दलित संस्कृतीमध्ये वैयक्तिक विचारांपासून वैश्विक विचारांच्या पातळीवर जाण्याची पात्रता होती (२००१ बी १९१).

सुस्थापित वरचढ राजकीय पक्षांनी सांस्कृतिकदृष्ट्या दमदार दलित चळवळ

स्वार्थासाठी आपलीशी केली.

१९६० च्या दरम्यान हरिजन शेतमजुरांनी आंध्र, तमिळनाडू, कर्नाटक, केरळ, बिहार, महाराष्ट्र, उत्तरप्रदेश या राज्यांमध्ये जमीन बळकावण्याच्या चळवळीत भाग घेतला. अधिक वेतनासाठीसुद्धा त्यांनी लढा दिला. खरंतर ब्रिटिशांच्या काळातसुद्धा हरिजन शेतमजूर आणि कुळांनी लढा दिला (हेनिंगहॅम १९८१). शेतकऱ्यांच्या चळवळीच्या प्रकरणात आम्ही त्याची चर्चा केली आहे. १९७० ते १९८० या काळात अनेक स्वयंसेवी संस्थांनी शेतमजुरांना एकत्र आणण्यासाठी प्रयत्न केले. त्यांपैकी काही संस्था – तमिळनाडूमधील रूरल कम्युनिटी डेव्हलमेंट असोसिएशन (RCDA), हरिजन लेबरर्स असोसिएशन, तमिळनाडूमधील शेतमजुरांची चळवळ (ॲग्रिकल्चरल वर्कर्स मुव्हमेंट), रूरल हरिजन ॲग्रिकल्चरल डेव्हलपमेंट असोसिएशन (RHADA), आंध्रप्रदेश आणि पश्चिम बंगालमधील असोसिएशन ऑफ रूरल पुअर (शाह १९८८) ह्या संस्थांच्या पुढाऱ्यांनी ब्राझिलमधील पॉअलो फ्रेअरी यांच्याकडून स्फूर्ती घेतली आहे आणि दडपलेल्या व्यक्तींमध्ये प्रामाणिकपणा (conscientisation) आणण्याचा त्यांच्या प्रयत्नांचा आदर्श समोर ठेवला. ते दडपलेल्या लोकांमध्ये सामाजिक – आर्थिक ढाचा आणि सांस्कृतिक सत्य यासंबंधीची जाणीव निर्माण करतात की ज्यामुळे ते ताब्यात राहतात. त्यांच्या मते, प्रामाणिकपणा म्हणजे आम जनतेला स्वत:ला खुली असलेली स्वायत्त निर्मिती आहे. त्यांना अशी आशा आहे की त्यामुळे दडपलेल्या आम जनतेच्या मनामध्ये सांस्कृतिक आणि आर्थिक आंतरिक बदल घडून येईल, तसेच लोकशाहीवादी संघटना आणि अखेरीस सत्तेची प्राप्तीही याच मनपरिवर्तनामुळे शक्य होईल. या संघटनांनी वेतनाशी संबंधित आर्थिक मुद्दे आणि अस्पृश्यतेशी संबंधित सामाजिक मुद्दे यारसाठी कित्येक लढे उभारले (व्हॅन डेर वाईड आणि पॉइटेविन १९८१). तमिळनाडूमध्ये १९७४ ते १९७८ या दरम्यानच्या काळात घडून आलेल्या निरनिराळ्या लढ्यांमुळे, कार्यकर्त्यांच्या लक्षात आले की केवळ हरिजनांवर लक्ष केंद्रित करण्याने सार्वजनिक पातळीवर शेतमजुरांबरोबरच्या ऐक्याला त्या गोष्टीने हानी पोचत आहे. म्हणून त्यांनी शेतमजूर, छोटे छोटे शेतकरी – हरिजन असलेले आणि नसलेलेसुद्धा यांच्या संघटना बांधल्या आणि चळवळी उभारल्या (शाह १९८८).

दलित व्यक्तिमत्त्वाचा ठसा उमटविणे हा दलित चळवळीचा सर्वात महत्त्वाचा आणि मध्यवर्ती विचार झाला आहे. यामध्ये स्थानिक पातळीवर भेदभाव आणि जुलूम होतो. डॉ. आंबेडकरांचे पुतळे केवळ शहरांमध्येच नव्हे तर अनेक खेड्यांमध्ये जेथे त्यांची संख्या मोठी आहे तेथे सुद्धा आढळून येतात. आपल्या भागामध्ये डॉ. आंबेडकारांचा पुतळा उभारण्यासाठी कितीही गरीब असले तरी उत्साहाने वर्गणी देतात. स्थानिक अधिकाऱ्यांकडून पुतळ्यासाठी जागा मिळवायला ते धडपड करतात.

१९८० साली दलित पँथरच्या राधेलाल बौध यांनी सांगितले की आंबेडकरांचे पुतळे उभारण्यामुळे आंबेडकरी मूर्तिशास्त्राचा प्रसार होईल, ज्यामुळे जमिनीवर हक्क सांगण्याशिवाय सार्वभारतात काल्पनिक बहुजन समाज निर्माण होईल (पै २००२ : १९९). डॉ. आंबेडकरांचे पुतळे आणि फोटो म्हणजे दलितांच्या जाणिवेचे, त्यांच्या स्वतंत्र व्यक्तिमत्त्वासंबंधीच्या आग्रही मागणीचे एक प्रकट रूप आहे. एलेनॉर झेलियट यांनी आंबेडकरांच्या प्रभावी व्यक्तिमत्त्वाचे पुढीलप्रमाणे वर्णन केले आहे :-

> ''ह्या प्रतीकाचा किंवा फोटाचा किंवा पुतळ्याचा अर्थ डॉ. बी.आर. आंबेडकर यांच्या जीवन आणि कार्यामुळे वाढतो. ते नेहमी पाश्चात्त्य पद्धतीचा सूट, पांढरा शर्ट, लाल टाय, खिशाला पेन आणि हातात पुस्तक अशा पद्धतीने फोटोमध्ये दाखविले जातात. त्यांच्या पुतळ्याचा एक हात नेहमी उभारलेला असतो. जणू काही ते शिकवत आहेत किंवा धैर्य आणि समानतेचा संदेश पसरवीत आहेत. पुतळा नेहमी ताठ उभा दाखवितात. त्यांचा पुतळा पुढील गोष्टींचे प्रतिनिधित्व करतो : शिक्षण, यश, भारतातील राजकीय जगामध्ये भर, धैर्य, सरकारशी नातेसंबंधामधून सामर्थ्य, आपल्यापैकी एक केवळ एक व्यक्ती म्हणून महत्त्वाचा नव्हता, तर तो पूर्ण भारत देशाला महत्त्वाचा होता. त्यांच्या हातात असलेले पुस्तक म्हणजे स्वतंत्र भारताची घटना आहे आणि ती तयार करणाऱ्या समितीचे ते चेअरमन होते ह्या गोष्टीला खूप महत्त्व आणि प्रतीकात्मक मूल्य आहे. ते कोणत्याही एका विशिष्ट जातीचे नाहीत. ते दलितांचे दलित आहेत, त्यांचे केवळ महाराष्ट्रीय म्हणून व्यक्तिमत्त्व नाही, ते संपूर्ण भारताचे आहेत (२००१ बी : २३९).''

अशा कित्येक स्थानीय चळवळी आहेत की ज्यामध्ये मोठ्या संख्येने पूर्ण खेडेच्या खेडे भेदभाव आणि जुलूम या विरुद्ध गाव सोडून जाऊन आवाज उठवितात. १९८० साली अशा प्रकारचे पाच प्रसंग घडले. एक अगदी सूक्ष्म पातळीवरची चळवळ देसाई आणि महेरिया यांनी (२००२) नोंदवून ठेवली आहे. छळ आणि मारहाण याविरुद्ध लढण्यासाठी सम्बार्डो नावाचे एक पूर्ण खेडे हिजरत घेऊन म्हणजे निर्वासिताप्रमाणे त्यांच्या मूळच्या गावातून निघून गेले आणि १९८९ साली त्यांनी जिल्हाधिकाऱ्यांच्या कचेरीसमोर १३१ दिवस मुक्काम केला. ज्या ठिकाणी त्यांचे जीवन आणि सन्मान सुरक्षित राहील, अशा प्रकारचे पर्यायी वसतिस्थान त्यांना हवे होते. त्यांनी जाहीर केले :-

> कोणत्याही परिस्थितीत आम्हाला सम्बार्डेला परत जायचे नाही, कोणत्याही प्रकारच्या संरक्षणाची खात्री सरकारने आम्हाला दिली तरीही. आम्हाला दयामाया नको आहे. आमचे स्वास्थ्य म्हणजे आमच्या कष्टाचे

फळ आहे. आम्हाला आमचे पक्के घर आहे. आमच्यापैकी कित्येकजण नोकऱ्या करीत आहेत. तरीही ज्या क्षणी आम्ही खेड्यात प्रवेश करतो, त्या क्षणी आम्ही गुलाम बनतो. आम्हाला न्याय मिळण्याचा एकच मार्ग आहे – सरकारने आमची मालमत्ता मोजावी आणि त्याप्रमाणात आम्हाला जमीन द्यावी आणि दुसरीकडे वसती करायला मदत करावी. आम्हाला आमचा आत्मसन्मान हवा आहे, दया नको. आमचा आत्मसन्मान आम्हाला परत मिळणे हा आमचा घटनात्मक हक्क आहे (२००२–२३९).

हा केवळ नुसता निषेध नव्हता. त्यांना भरभक्कम उपाययोजना हवी होती. त्यांच्या प्रतिष्ठेच्या रक्षणासाठी पर्यायी जमीन. सर्व अडचणींवर मात करून ते त्यांच्या मोहिमेत यशस्वी झाले. एका खेडेगावच्या पातळीवरची चळवळ गुजरातमधील निरनिराळ्या भागांतील दलितांना लढ्यासाठी गोळा करण्यात यशस्वी झाली.

संघटना आणि नेतृत्व

आंबेडकरांनी स्वतंत्र मजूर पक्ष आणि शेड्यूल कास्ट फेडरेशन यांची स्थापना केली आणि आता प्रादेशिक पातळीवर अनुसूचित जातींच्या संघटना आहेत परंतु असा एकही अभ्यास नाही की ज्याने संघटनेची बैठक, नेतृत्व आणि त्यांचे अनूसूचित जातींना लढ्यासाठी एकत्र जमविण्याच्या प्रयत्नांकडे लक्ष दिले आहे. ओवेन लिंच यांचा एक अभ्यास आहे, दि पॉलिटिक्स ऑफ अन्टचेबिलिटी (१९६९), की ज्यामध्ये आग्रा शहरातील जातवांच्या संघटनेबद्दल काही माहिती दिली आहे (लिंच १९७४). तसेच डेनिस फॉन डेर वाईड आणि गाय पॉईटेधिन (१९८१) यांनी आर.सी.डी.ए. या तमिळनाडूमधील संघटनेचा संक्षिप्त वृत्तान्त दिला आहे. सौरभ दुबे यांनी १९२५ ते १९५० च्या दरम्यान सत्नामी महासभा कोणत्या बदलांमधून गेली त्यासंबंधी विश्लेषण केले आहे (२००१). आदि धर्मावरील आपल्या अभ्यासात मार्क युर्गेन्स मायर (१९८२) यांनी संस्थेचा सांगाडा आणि संस्थेशी अस्पृश्यांचे वेगवेगळे तट, पक्ष एकत्र आणण्याची भूमिका याचा बऱ्यापैकी चांगला गोषवारा दिला आहे. ते म्हणतात :

> ‘‘अनूसूचित जातींच्या ग्रामीण भागातील ज्या सभासदांनी चळवळीत भाग घेतला, त्यांच्यासाठी आदिधर्म ही एक पूर्णपणे नवीन प्रकारची संस्था होती. ही संस्था म्हणजे त्यांना आतापर्यंत माहीत असलेल्या बंद आणि संकुचित समाजापेक्षा अगदी विरुद्ध होती आणि त्यामुळे नवी आशा निर्माण झाली आणि संस्थेने निष्ठा उत्पन्न केली. पण या संस्थेमध्ये एक फार मोठा दोष होता. संस्था जरी आदर्शवादी दृष्टिकोनातून एक संघटित गट असल्याबद्दल बोलत होती, तरी संघटनात्मक सत्य चळवळीच्या सुशिक्षित प्रगतिशील नेतालोकांमध्ये

आणि अशिक्षित पारंपरिक अनुयायांमध्ये तीव्र मतभेद दाखवत असे. असेच मतभेद जालंदर, होशियारपूर, लयालपूर प्रदेशांमध्ये आणि चामर चुन्हा या जातीमधेपण असत. सुरुवातीच्या काळात संस्थेची इमारत अशा भेदभावांना सांभाळण्याइतकी खंबीर होती परंतु कालांतराने तणाव वाढला आणि डळमळीत ऐक्य तुटून पडण्याची चिन्हे दिसू लागली (१९८२ : ६२-६३).''

रॉबर्ट हार्डगेन (१९६९) आणि अय्यप्पन (१९४४) नाडर आणि इरावा यांच्या संघटनेची माहिती देतात. इतर कोणत्याही जातीसाठी काम करणाऱ्या संस्थांप्रमाणेच या संस्था आहेत, राजकीय जमवाजमव करण्यामध्ये गुंतलेल्या हार्डग्रेव्ह म्हणतात :

''नाडर-महाजन संगम ही एक स्वयंसेवी संस्था आहे. तिचे खरेखुरे सभासदत्व म्हणजे पूर्ण जात भरती करण्याच्या तिच्या क्षमतेचा तो केवळ एक भाग मात्र आहे, परंतु संस्थेचा असा दावा आहे की ती पूर्ण समाजाचे प्रतिनिधित्व करते. आर्थिक तफावत आणि समाजात राजकीय पाठिंब्याचा प्रसार ह्यांच्या प्रकाशात संस्थेचा हा दावा स्वीकारार्ह मानायचा असेल तर संस्थेने स्वत:ला क्रियाशील राजकीय गुंतवणुकीतून काढून घेतले पाहिजे. नाडर समाजाचे राजकीय एकीकरण, समाजाचे दृढ ऐक्य आणि आधुनिक भारतातील राजकीय पद्धतीमध्ये प्रवेश या सर्व बाबतीत संस्थेने फार महत्त्वाची भूमिका पार पाडली आहे. (१९६९ : २००-२०१).''

शिवाय, शेतकरी म्हणून हरिजनांनी निरनिराळ्या शेतकऱ्यांच्या लढ्यांमध्ये भाग घेतला. त्यांच्या स्वत:च्या संस्थेमधून निर्माण झालेल्या लढाऊ नेतृत्वाच्या आधिपत्याखाली काहीच चळवळींमध्ये त्यांनी भाग घेतला (हेनिंगहॅम १९८१).

भारतातील दलितांच्या चळवळीचा सर्वात महत्त्वाचा नेता डॉ. आंबेडकर हेच होते. डॉ. आंबेडकरांची अनेक चरित्रे पहावयास मिळतात. त्यांच्यापैकी महत्त्वाची आहेत : धनंजय कीर (१९५४), डब्ल्यू ए. कुबेर,(१९७३), आणि एम. एस गोरे (१९९३). एलेनॉर झेलियट यांचा डॉ. आंबेडकर आणि महार यांच्यावरचा अभ्यास म्हणजे या विषयावरची अतिशय मोलाची भर आहे (१९९६). गोरे आंबेडकरांच्या आदर्शवादाचे विश्लेषण करतात :-

''जेवढे उच्च पातळीवर शक्य होईल तेवढ्या उच्च पातळीवर आणि आधुनिक पद्धतीने (पारंपरिक नाही) आंबेडकरांचे कार्यक्रम अस्पृश्यांना ऐक्य शिकविण्यासाठी हेतुबद्ध होते. शिक्षणावर आधारलेल्या आधुनिक पद्धती आणि कायदेशीर हक्कांची अंमलबजावणी करून अस्पृश्यांना माणुसकीहीन परिस्थिती आणि गुलामगिरीतून बाहेर काढण्यासाठी आंबेडकरांनी आपल्या कार्यक्रमांची आखणी केली. त्याच वेळी प्रत्यक्ष व्यवहारामध्ये आणि परंपरेच्या चिकाटीबद्दलच्या

स्पष्ट ज्ञानामुळे आंबेडकरांच्या आधुनिकीकरणाच्या आदर्शवादाची तीव्रता कमी झाली. त्यांनी अस्पृश्यांमध्ये त्यांच्या पायाहीन परिस्थितीची जाणीव उत्पन्न करण्यासाठी प्रयत्न केले. संघटनेच्या परिणामकारक प्रगतीसाठी आणि सामुदायिक कृतीसाठी आवश्यक असलेली ऐक्यभावना निर्माण करण्यासाठी आंबेडकरांनी फार प्रयत्न केले. ज्यात वेगळ्या अस्तित्वांना महत्त्व नाही असा समाज निर्माण करण्यासाठीचे सुरुवातीचे पाऊल म्हणून जातिविषयक वेगळेपणावर भर देणारे फुटीरतेचे धोरण आंबेडकरांनी या अशा कारणांसाठी पुरस्कृत केले (१९७२ : ७७).''

ओवेने लिंच यांनी आग्रा शहरामधील आंबेडकरांच्या व्यक्तिमत्त्वाची जादू कशी होती ते सांगितले आहे :-

''जातवांनी सहजपणे स्वत: डॉ. आंबेडकरांनी आणि त्यांच्याबरोबरच्या बहुपदरी आणि महत्त्वाच्या नातेसंबंधामुळे त्यांना सांस्कृतिक नायक बनविले. संतांच्या एका लांबलचक माळेमधील डॉ. आंबेडकर हे एक मणी होते की ज्या संतांनी जातिव्यवस्थेचा त्याग केला. त्यांच्या लोकसंगीतातील अस्पृश्य नायकाप्रमाणेच डॉ. आंबेडकर त्यांना वाटत असत. त्यांच्यामुळे तादात्म्याचा एक रोख सर्वांना मिळाला आणि जातवांच्या अनेक इच्छांना समाधानाचे प्रतिनिधिरूप मिळाले. डॉ. आंबेडकर हे भारतीय समाजाच्या राजकीय इमारतीचे नेते होते आणि म्हणून ते मदत आणि नेतृत्वाचा खराखुरा स्रोत होते. शेवटी, ते एक असा नेता होते की जो स्वत: अस्पृश्य होता आणि जातवांप्रमाणेच क्रांतिकारक होते म्हणूनच त्यांना असे वाटत होते की अस्पृश्य नसलेल्या गांधींसारख्या व्यक्तीपेक्षा अस्पृश्य असलेले डॉ. आंबेडकर आपल्याला जास्त चांगल्या रीतीने समजू शकतील (१९७२ : ११०).''

आंबेडकरांशिवाय अजून काही अखिल भारतीय पातळीवरचे हरिजन नेते होते, परंतु अजूनपर्यंत दलितांना लढ्यासाठी एकत्र आणण्याच्या त्यांच्या कार्याचा फारसा अभ्यास झालेला नाही. बहुजन समाजपार्टीचे नेते कांशीराम (बी.एस.पी.) यांच्या आदर्शवाद आणि कार्यपद्धतीबद्दल अभय दुबेंच्या एका अभ्यासाशिवाय फारशी माहिती आणि अभ्यास इतर दलित नेते आणि त्यांनी पार पाडलेल्या चळवळींबद्दल उपलब्ध नाही.[१] मार्क युर्गेन्समायर (१९८२) यांनी पंजाबमधील आदिधर्म चळवळीचे नेते असलेल्या मंगू राम यांच्या कामाचा परिचय करून दिला आहे :

''मंगू राम हे एक अस्वस्थ, महत्त्वाकांक्षी, सामाजिकदृष्ट्या संवेदनशील आणि राजकीयदृष्ट्या धूर्त व्यक्ती होते. धार्मिक म्हणून त्यांना कोणीही मानणार नाही आणि त्यामुळे ते एखादी धार्मिक चळवळ स्थापन आणि सुरू करतील

ही शक्यता कमी आहे. ते स्वत:ला संत, अवतार किंवा गुरू समजत नसत, पण तरीही त्यांनी धार्मिक भूमिका पार पाडली. धार्मिक प्रतीके आणि कल्पना सामान्य जनतेला सहज प्राप्त करून देणारे ते एक प्रतिनिधी होते (१९८२ : ४४).''

भागीदार

जरी हरिजन समाजातील आर्थिक भेदभाव दुर्लक्षिले जातात तरीही झेलियार, लिंच, हार्डग्रेव्ह, अय्यप्पन आणि युर्गेन्स मायर यासारख्या अभ्यासकांनी दाखवून दिले आहे की अनूसुचित जातींमध्ये सामाजिक आणि आर्थिक स्तर होते. ज्या जातींनी आपली आर्थिक परिस्थिती सुधारली त्याच जातींकडे त्यांच्या राजकीय चळवळींचे नेतृत्व गेले. महाराष्ट्र, गुजरात, कर्नाटक आणि उत्तर प्रदेश या राज्यांमधील सध्याचे मुख्य सूत्रधार हे शहरी, सुशिक्षित मध्यम वर्गातून येतात. वेगगेवळ्या चळवळींमध्ये वेगवेगळ्या जातींचे वर्चस्व राहिलेले आहे. महाराष्ट्रातील महार, उत्तर प्रदेशातील चामर किंवा जातव, गुजरातेतील वॉकर, आंध्रप्रदेशातील माला इत्यादी आपाल्याला भागांमध्ये जास्त क्रियाशील राहिलेले आहेत.

महाराष्ट्रातील महार हे दलितांमधील सर्वात जास्त क्रियाशील राहिले आहेत. एलेनॉर झेलियर यांनी (१९७० ए) महाराष्ट्रातील महार चळवळीला जबाबदार असलेल्या घटकांचे विश्लेषण केले आहे. त्यांच्या मते, खेडेगावातील समाजातून महार नेतृत्वाची पारंपरिक सेवेतून मुक्तता झाली आणि प्रतिष्ठित आणि सामान्य जनता यांच्यामधील तफावत अरुंद होती. शिवाय, मध्यस्थांचा असा एक गट निर्माण झाला की ज्याने जाती आणि समाजातील शक्तिस्थाने यांच्यामधील दुवा म्हणून काम केले.

सारांश

स्वत:चे अस्तित्व, सरकारी नोकऱ्या आणि राजकीय पदे यांमधील आरक्षण, या विषयांवर दलितांच्या चळवळींमध्ये त्यांच्या मध्यमवर्गीय सामाजिक गरजांचा पगडा प्रामुख्याने दिसतो. दलितांच्या चळवळी जास्त करून मध्यम वर्गाकडून पार पाडल्या जातात. अस्पृश्यतेची प्रथा आणि भेदभाव यांच्याविरुद्ध स्थानिक सामुदायिक पातळीवर खूपच ठाम प्रतिपादन केले जाते. परंतु या स्थानीय सामुदायिक कृतींमुळे प्रादेशिक पातळीवरील चळवळींना गती मिळाली नाही. परंतु त्या चळवळींचा फायदा एवढाच झाला की राजकीय दृष्ट्या मुख्य कार्यक्रमामध्ये दलितांचा समावेश झाला. शैक्षणिक वर्तुळामधे काही बुद्धिवंतांना परीक्षण करण्यास या चळवळींनी भाग पाडले आहे. फक्त भारतीय पातळीवरच नव्हे तर आधुनिकतेचा नमुना आणि मार्क्सिझम् या

बाबतीतसुद्धा (इलाइया २००१, अलॉसियस १९९८). ब्राह्मणांच्या आदर्शवादांमुळे निर्माण झालेल्या पौराणिक कथांचा जणू काही स्फोट झाला. असेही ठामपणे सांगितले जाते की भारतीय मजूर आणि दलित चळवळ यांना चुकीच्या पद्धतीने वेगवेगळे ठेवले गेले. आमचे सवयीचे वेगळेपण, आमचे पारंपरिक समर्पकतेचे निकष यांच्यामुळे दलितांचा इतिहास समजून घेण्यापासून आपण लांब जातो आणि दक्षिण आशियातील कामगारांचे प्रश्न समजून घेण्यापासून आपण वंचित होतो (रॉब १९९३ : ६५-६६). दलित चळवळींनी सत्ताधारी वर्गावर यशस्वीरीत्या चांगलाच दबाव आणला आहे. तरीसुद्धा बऱ्याचशा अभ्यासकांना आणि कार्यकर्त्यांना असे वाटते की आतील मुख्य राजकीय वर्तुळात दबाव आणणारा गट एवढेच महत्त्व दलित चळवळीला आहे. त्यांचे डावपेच, युक्त्या, हातमिळवणी, ध्येये या गोष्टी वादात अडकल्यासारख्या झाल्या आहेत. असे दिसते की चळवळ आता टाळेबंदीपर्यंत येऊन पोहोचली आहे (शाह २००१ बी). गेल ओमवेट यांचे असे म्हणणे आहे की आंबेडकरांच्या नंतरची दलित चळवळ ही तेथेच थांबली. या चळवळीने दडपशाहीचे काही खोल मुद्दे निदर्शनाला आणले (आणि शोषणाचे) पण बदलाचा, सुधारणेचा मार्ग दाखविण्यात चळवळीला यश आले नाही (२००१:१५७).

नोंद

१. जरी काही हरिजन श्रेष्ठ व्यक्तींबद्दल काही थोडे अभ्यास उपलब्ध आहेत, तरी त्यांचा आम्ही समावेश केलेला नाही कारण ते हरिजन चळवळींचे उत्तम पुढारी होतेच असे नाही.

५ मागासवर्गीय जाती-जमातींच्या चळवळी

सर्वमान्य होईल अशी जातींची नेमकी व्याख्या करणे अवघड आहे. आणि मागासवर्गीय जातींची व्याख्या करणे त्याहून अवघड आहे. अनेक अभ्यासकांच्या मते 'द्विज' सोडून बाकी सर्व मागासवर्गीय जातीचे आहेत (द्विज - पुनर्जन्म घेऊ शकणारे आणि पवित्र धागा धारण करू शकणारे). परंतु देशाच्या अनेक भागांमध्ये द्विज नसणाऱ्या परंतु स्वत:ला मागासवर्गीय जातीचेही न समजणाऱ्या अशा अनेक जाती आहेत. (अर्थात त्यांच्यापैकी अनेक द्विजासारखे अधिकार मिळवू इच्छितात.) आर्थिक नाड्या आणि राजकीय सत्ता त्यांच्या हातात आहे. सत्ता मिळवण्यासाठी स्वकीयांशी तसेच ब्राह्मणांशी त्यांचा संघर्ष चालूच आहे. त्यामुळे त्यांना शोषित म्हणता येणार नाही. बिहारमधील ब्राह्मण आणि कायस्थ (झा १९७७, दास १९८३), राजस्थानमधील जाट (सिसन १९६९), गुजरातमधील पाटीदार या सर्वांनी सत्तेवरील पकड घट्ट करण्यासाठी नियोजनपूर्वक संघटना बांधली. त्यांच्या संघटित होण्यामागे मुख्य उद्देश सामाजिक स्तर उंचवण्याचा होता. त्यांचा विचारसुद्धा उच्चवर्णीय जाती-जमातीसारखाच होऊ शकतो. याशिवाय बाकी सर्व मागासवर्गीय जातींमध्ये मोडतात.

परंतु सर्व मागासवर्गीय जातींचा आर्थिक तसेच सामाजिक स्तर एकसारखा नाही. श्री. एम. एस. राव (१९७९) हे त्यांच्या मागासवर्गीय जातींच्या चळवळीचा अभ्यास करताना उच्चवर्गीय नसलेल्या जातीजमातींची तीन घटकांत विभागणी करतात. सर्वप्रथम घटक आहे तो मागासवर्गीय जातीमधील जमीनदारांचा. अशा अनेक जाती देशाच्या विविध भागांत आहेत. उदाहरणार्थ, जाट, अहीर, पंजाबातील गुजर, महाराष्ट्रातले मराठे, मद्रासमधील वेल्लाळ, कम्म, कापू तसेच आंध्रमधील रेड्डी, कर्नाटकातील वोक्कलिंग, आणि बंट त्यानंतरचा घटक येतो जमिनीचे मालक नसणारे पण कसणारे (कूळं), पारंपरिक व्यावसायिक, बलुतेदार आणि जातवार काम करणारे,

असे काम करणारे म्हणजे बिहारमधील अहीर, कहार. गुजरातमधील कोळी, दक्षिण भारतातील वडार यांची जात हिंदू पण अशुद्धतेकडे झुकणारे असे मानले जाते. गेल्या अनेक पिढ्यांमध्ये यांच्या हाती राजकीय सत्ता नव्हती. यांच्यापैकी अनेकजण अल्पभूधारक, कुळं किंवा शेतावर रोजगार करणारे आहेत. जमीनदाराच्या जातीनुसार त्यांच्यावर आर्थिक व राजकीय निर्बंध ठरत. यातील जमीनदार हे अनेक वेळा कष्टकऱ्यांना वेठबिगार, मैलावाहक, घरकाम यांसारख्या कामासाठी सक्ती करत तसेच सणासुदीला यांच्याकडून भेटवस्तूची सक्ती करत. सर्वात शेवटी येतात ते 'अस्पृश्य', यांना भारतीय राज्यघटनेनुसार 'शेड्यूल्ड कास्ट' असा दर्जा दिला. यांपैकी बऱ्याचशा शेड्यूल्डकास्टची आर्थिक तसेच सामाजिक परिस्थितीत मागासवर्गीय जातींच्या सामाजिक, आर्थिक परिस्थितीमध्ये गुणवत्तेतच फरक आहे. जरी अनेक उच्चवर्णीय नसलेल्यांचा ब्राह्मणविरोधी चळवळीमध्ये अस्पृश्यांचा सहभाग होता तरीही. अस्पृश्यांनी केलेल्या अनेक चळवळींचा अभ्यास करताना असे आढळून आले की त्यात मागासवर्गीयांच्या चळवळींचा सहभाग नव्हता. तरीही एम. एस. ए. राव हे अस्पृश्यांचा अंतर्भाव इतर मागासवर्गीयातच करतात. ख्रिस्तोफर जोफ्रेली हे दलित तसेच इतर मागासवर्गीयांची गणना एकत्रितपणे खालच्या जातीतले अशीच करतात. या प्रबंधाच्या सोयीसाठी आपण शेड्यूल्ड कास्ट हे मागासवर्गीयांपासून वेगळे काढत आहोत आणि त्याचा अभ्यास वेगळा करतो आहोत. १९५६ मध्ये काका कालेलकर कमिशन - भारत सरकारने नेमले आणि त्या कमिशनने सुमारे ३००० जाती-जमातींचा बाकी (इतर) मागासवर्गीय (Other Backword Class (OBC)) असे वर्गीकरण केले. १९८० मध्ये मंडल कमिशनने लोकसंख्येच्या ५२% लोकसंख्या - यात हिंदू नसलेल्यांचापण अंतर्भाव होता - यांना अदर बॅकवर्ड क्लास म्हणून नाव दिले. तसेच अनेक राज्य सरकारांनी कमिशन नेमून सामाजिक तसेच शैक्षणिक बाबीत मागासलेल्या जाती-जमातींची गणना केली. गुजरातमधील १९८३ चा राणे कमिशनचा अहवाल वगळता बाकी सर्व समित्यांनी मागासवर्गीयांना निकष लावताना सामाजिक, शैक्षणिक आणि आर्थिक निकष लावले. इथे आपला संबंध अशा काही जातींच्या संघर्षाविषयी येणार आहे. अनेक जातींनी स्वत:च्याच अनेक चळवळींचा अभ्यास करण्याच्या अनेक प्रदत्त स्तरावरील स्वजातीयांच्या उत्कर्षासाठी केला. बरेचसे अभ्यास हे सामाजिक सुधारणेसाठी झाले. त्यांनी सत्ता मिळवण्यासाठी राजकीय रिंगणात प्रवेश केला नाही. या लेखामध्ये 'सामाजिक एकीकरण' या विषयावरील अभ्यासाकडे आपण लक्ष देणार नाही आहोत. तसेच OBC च्या राजकीय चळवळीपण कमीच आहेत. बऱ्याचशा चळवळी या दक्षिण भारतातील ब्राह्मणाविरुद्ध चळवळीपुरत्याच मर्यादित आहेत.

एम. एस. ए. राव (१९७९) हे भारतातील मागासवर्गीय जातींच्या चळवळींची त्यांच्यातील रचनेतील फूट आणि जाणवलेल्या वादावर आधारित चार भागांत विभागणी करतात. प्रथम विभागात अशा चळवळीचे त्याचे नेतृत्व उच्च जातींनी पण ब्राह्मण नव्हे अशा लोकांनी केले. जसे वेल्लाळ, रेड्डीज आणि कम्म हे जुन्या मद्रास राज्यातले होते. तसेच म्हैसूरमधील रामस्वामी नाइकर यांनी "Self Respect' स्वत्त्व टिकवण्याची चळवळ मद्रासमध्ये १९२० च्या उत्तरार्धात केली ज्यात लग्नविधी हे भटजीशिवाय करण्याची चळवळ होती. महाराष्ट्र आणि तमिळनाडू येथील ब्राह्मणविरोधी चळवळीने अनेक सांस्कृतिक मुद्दे उपस्थित केले. ब्राह्मणविरोधी चळवळींच्या पुढाऱ्यांनी जातिभेदाला विरोध केला आणि जातीयवाद हे ब्राह्मणांनी दडपशाहीसाठी वापरलेले एक हत्यार असून या वादाला मोडीत काढले (हँडग्रेव्ह १९६५). या सर्व चळवळी ब्राह्मणविरोधी चळवळी म्हणून ओळखल्या जात. अशा चळवळी उत्तर भारतात आढळून आल्या नाहीत. कारण त्या भागातील ब्राह्मण हे आधुनिक शिक्षणाच्या दृष्टीने आणि सरकारी नोकरीतील त्यांच्या सहभागावर आधारित दृष्टीने बरेच मागे होते (राव १९७९ : ११). दुसऱ्या प्रकारची मागासवर्गीय चळवळ ही ब्राह्मण नसलेल्या जातींमधील फाटाफुटीवर झाली. त्यामध्ये मुख्यत: ब्राह्मण नसलेले पण वरच्या वर्गातील आणि खालच्या वर्गातील लोकांचा जसे बिहारमधील अहीर आणि कुर्मी यांचा समावेश होता, पंजाबमधील नोनिया, गुजरातमधील कोळी आणि महाराष्ट्रातील माळी लोकांचापण सहभाग होता. तिसऱ्या प्रकारात शोषित वर्गातले किंवा अस्पृश्य यांचे उच्चवर्णीय तसेच इतर मागासवर्गीयांच्या विरुद्धची चळवळ येते. चौथ्या प्रकारात आदिवासींची चळवळ येते. या चार प्रकारांतील तिसऱ्या आणि चौथ्या प्रकारच्या चळवळींचा अभ्यास आपण वेगळा केला आहे.

गेल ओमवद (१९७६) म्हणतात, महाराष्ट्रातील ब्राह्मणविरोधी चळवळीत रूढिप्रिय बुद्धिजीवी असे आणि खरोखरीचे जातीयतेत सुधारणा करू इच्छिणारे होते. यामुळे रूढिप्रिय प्रश्न हाताळले गेले. सुधारणेचे प्रश्न हाताळले गेले नाहीत. महाराष्ट्रातील बुद्धिजीवी ब्राह्मणांनी जरी शिक्षणक्षेत्रात आणि सांस्कृतिक क्षेत्रात आपले वर्चस्व अजुनी राखले असले तरी ब्राह्मण नसलेल्या श्रीमंत उच्चवर्णीयांनी ब्राह्मणांचे राजकारणातून समूळ उच्चाटन केले. अशा लोकांनी खेडेगावातील शिक्षणसंस्थांमध्ये, सहकार क्षेत्रामध्ये आपले चांगलेच बस्तान बसवले. रुडॉल्फ (१९८४) समजतात की, पश्चिम, उत्तरी आणि दक्षिण भारतातील थोडी वरची राज्येही यातले मागासवर्गीय जातीजमाती या 'बुलक कॅपिटालिस्ट' (शेतीसंबंधी सामान्य गुंतवणूकदार) आहेत. मागील दोन दशकांत,

'बुलक कॅपिटालिस्ट'चे एकत्रीकरण एक आर्थिक गट म्हणून केले

गेले. त्याचबरोबर ओबीसींचे पण एकत्रीकरण तसेच त्या बरोबरीने केले गेले. खरे तर समाजात मागासवर्गीय किंवा शोषित होते त्यांना इतर मागासवर्गीय म्हणजे कडवट सत्य जरा गोड शब्दात सांगण्यासारखे होते. अशा तऱ्हेने वर्गीकरण करणे आणि वेगवेगळ्या स्तरांवर गटानुसार विभागणी करणे यामुळे दोघांचेही राजकीय वर्तुळात महत्त्व वाढते.

मुद्दे

शेतीविषयक बाबींमध्ये रचनात्मक फरक झाल्याने, आर्थिक बाजारांचे आगमन झाल्यामुळे, शहरांमध्ये झालेल्या वाढीमुळे आणि ब्रिटिशांच्या सत्तेमुळे शिक्षण हे सर्व स्तरांना सहज शक्य झाल्याने मागासवर्गीयांपैकी काहींनी आपली आर्थिक स्थिती सुधारली. एकोणिसाव्या शतकाच्या शेवटी आणि या शतकाच्या सुरुवातीला त्यांना त्यांच्या जमातीमध्ये अधिकाराने मोठे व्हायची महत्त्वाकांक्षा झाली. यांतील पहिली पायरी म्हणून त्यांनी आपला सांस्कृतिक विकास घडवून आणला. त्यासाठी त्यांनी अनेक धार्मिक पद्धती आणि जीवनपद्धती या उच्चवर्णीयांकडून घेतल्या. त्यांनी त्यांच्या पूर्वजांच्या गोष्टींचे महत्त्व शोधून समाजामध्ये वरचे स्थान मागितले. महाराष्ट्रातील मराठा, माळी तसेच सागर धनगर (ओरेनस्टेन १९६३, ओमवेद १९७६), बिहारमधील यादव आणि कुर्मी (झा १९७७, राव १९७९, दास १९८३), गुजरातमधील कोळी (शाह १९७५), प. बंगालमधील कैवर्त (निकोलस आणि मुखोपाध्याय १९६२), कर्नाटकातील लिंगायत (श्रीनिवास १९६६) आणि ओरिसामधील तेवी-तोंती (बैले १९५७), (पुराणिक आणि रॉय १९६०) या सर्वांनी विसाव्या शतकाच्या पहिल्या पंचवीस वर्षांत सांस्कृतिक सुधारणेची सुरुवात केली. असे असले तरी तमिळनाडूमधील ब्राह्मणेतरांनी पण उच्चवर्गीय असलेल्यांनी जातीवार रचनेमध्ये उच्चस्थान मिळवण्यासाठी या मार्गाचा अवलंब केला नाही. त्यांनी ब्राह्मणांच्याच वर्चस्वांना आव्हान दिले. आधीच्या उदाहरणामध्ये उच्चवर्णीयांचा गट हा मागासर्गीयांसाठी एक संदर्भ होता. पण नंतरच्या उदाहरणामध्ये ब्राह्मण नसलेल्यांनी स्वत:ला द्रविड असे म्हणवून घ्यायला सुरुवात केली. द्रविड म्हणजे त्या भागातील मूळ स्थानिक आणि ब्राह्मण म्हणजे बाहेरून आलेले, आगंतुक, शतक बदलण्याच्या सुमारास असा एक प्रवाद मोठ्या प्रमाणात पसरला तो म्हणजे ब्राह्मण हे वंशविचार करता ब्राह्मणेतरांपेक्षा वेगळे आहेत. ब्राह्मणेतरांचा असा विश्वास होता की दक्षिणेकडील तमिळ संस्कृतीचे तेच संस्थापक आहेत. तसेच ब्राह्मण हे उत्तरी संस्कृतीचे पालक, संरक्षक होते (आयर्श्चिक १९६९).

१९१० मध्ये बिहारमधील वेठबिगार पद्धतीला तेथील अहीर (यादव) आणि कुर्मी लोकांनी विरोध केला. त्यांनी एकत्र येऊन वेठबिगार म्हणून काम करण्यास

तेथील जमीनदारांना नकार दिला. तसेच जमीनदारांकडून लावल्या जाणाऱ्या करालापण विरोध केला. अहीर लोकांनी शेणाच्या गोवऱ्या, दूध, दही या वस्तू जमीनधारक उच्चवर्गीयांना स्वस्तात विकण्यास नकार दिला (झा १९७७). परंपरागत पद्धतीला विरोध करायचा या कारणांमुळे उच्चजात आणि मागासवर्गीयात तेढ निर्माण झाली. दक्षिण भारतातील उच्चवर्गीय ब्राह्मणेतर जसे वेल्लाळ, रेड्डी, कम्मालर, लिंगायत, वोक्कलिंग, मराठा या सर्वांनी ब्राह्मणी वर्चस्वाला विरोध केला. त्यांनी ब्राह्मणांकडून केल्या जाणाऱ्या शोषणाचा, दडपशाहीचा, सांस्कृतिक आणि आर्थिक दोन्ही मुद्द्यांवर आवाज उठवला (हार्डग्रेन १९६५, आयर्श्चिक १९६९, ऑम्वेट १९७६). तमिळनाडूमधील ब्राह्मणेतरांनी द्रविडांसाठी वेगळ्या राज्याची मागणी केली. १९२० मध्ये त्यांनी ब्राह्मणी वर्चस्व असलेल्या राष्ट्रीय चळवळीला विरोध केला आणि ब्रिटिशांना समर्थन दिले. त्यांनी असे जाहीर केले की, ब्राह्मणेतर ज्या भारतातले आहेत त्याच भारतातील ब्राह्मण आहेत असे म्हणणे विपर्यस्त आहे. जसे इंग्लिश हे विदेशी परकीय आहेत. भारतीय ब्राह्मण हे आम्हाला इंग्रजांपेक्षा परकीय आहेत (आयर्श्चिक १९६९, ५१-५२). या शतकाच्या प्रारंभीच्या पंचवीस वर्षांत त्यांनी राज्य विधानसभेत राजकीय प्रतिनिधित्वाची मागणी केली. महाराष्ट्रातील आणि तमिळनाडूमधील काही मागासवर्गीय किंवा ब्राह्मणेतरांनी वेगळ्या मतदारसंघाची मागणी केली, ज्यामुळे ते स्वत:चे उमेदवार निवडू शकत होते. सरकारी नोकरी आणि शिक्षणसंस्थांमध्ये राखीव जागांची मागणी १९८९ मध्ये चालूच राहिली (रुडॉल्फ आणि रुडॉल्फ १९८४).

दक्षिण भारतातील ब्राह्मणेतरांच्या चळवळीचे एक कारण असे होते की, ब्राह्मणांनी आधुनिक शिक्षणाचा फायदा घेतला आणि उच्च ब्राह्मणेतरांपेक्षा जास्त नोकऱ्या मिळवल्या. सरकारी नोकऱ्या मिळवल्या आणि सरकारी खात्यामध्ये वरचष्मा राखण्याचा प्रयत्न केला. बिहारमध्ये यादवांनी सैन्यात तसेच सरकारी नोकरीत त्यांच्याकरिता राखीव जागांची मागणी केली (राव १९७८, ७९). स्वातंत्र्योत्तर काळामध्ये सरकारी नोकरी आणि शिक्षणसंस्थांमध्ये मागासवर्गीय जागांसाठी राखीव जागांची तरतूद करायची मागणी वारंवार व्हायला लागली.

निवडणूक पद्धती ही राजकारणाच्या एकत्रीपणाचे मुख्य रूप होते. कारण त्यांचा संख्येने जास्त असण्याच्या बळावर त्यांनी राज्याच्या विधानसभेमध्ये आपली संख्या वाढवली. क्रिस्तोफी जाफ्रेलॉट यांच्या म्हणण्यानुसार, ही भारतातील शांत क्रांती होती (२००३). मागासवर्गीयांनी त्यांच्या मागण्या मान्य करून घेण्यासाठी मोठ्या प्रमाणात सरळ कृती (दंगेधोपे) करायचे फार क्वचित अवलंबिले. बऱ्याचजणांनी सामाजिक सुधारणेसाठी उच्चवर्णीयांबरोबर विरोधी नसलेल्या मार्गाचा अवलंब केला. तरी काही सामाजिक सुधारणेसाठी उच्चवर्णीयांबरोबर झगडा झालाच. त्यांनी समाजामध्ये वरचे

स्थान मिळविण्याची जोरदार मागणी निवडणूक समितीकडे निवेदनाद्वारे आणि अर्जांद्वारे केली. दक्षिण भारतातील ब्राह्मणेतरांनी एक राजकीय पक्ष राजकीय सत्ता मिळवण्यासाठी स्थापन केला. बऱ्याच जणांनी निवडणुकांच्या रणधुमाळीत आपल्या जातीचा उमेदवार निवडून आणण्यासाठी मोठ्या प्रमाणात सहभाग घेतला. या दृष्टीने त्यांचे एकत्रीकरण हे फार क्वचितच लढ्यासाठी झाले. गेल्या दोन दशकांत (१९८० नंतर) वेगवेगळ्या जातींच्या लोकांनी त्यांच्या जातीच्या लोकांसाठी काहीतरी सुधारणेचा कार्यक्रम घ्यावा यासाठी अर्जविनंत्या आणि सभा घेतल्या. पण अशा प्रकारच्या एकत्रित येण्याचा अभ्यास अजून झाला नाही.

सहभागी आणि नेते

आधी नमूद केल्याप्रमाणे मागासवर्गीयांची संख्या फार मोठी आहे. पण त्यांपैकी फारच थोड्याजणांनी राजकीय वर्चस्वाचा प्रयत्न केला. एखाद्या जातीची लोकसंख्या ही त्यांच्या राजकीय नियोजनाच्या प्रयत्नात महत्त्वाचा घटक होती. मागासवर्गीय जातींच्या तुलनेने लहान आणि देशाच्या वेगवेगळ्या भागांत विखुरलेल्या आहेत अशांना राजकीय लढत देण्याची कुवत कमी होती (शाह १९७५). ज्यांनी योजनाबद्ध चळवळ केली त्यांना त्यांच्या पोटजातींचा पाठिंबा मिळाला. याचे उदाहरण म्हणजे बिहारमधील यादव आणि कुर्मी (झा १९७७, राव १९७८, दास १९८३). महाराष्ट्र आणि तमिळनाडूमधील ब्राह्मणेतरांनी सुरुवातीला अस्पृश्यांसकट बऱ्याच जातीजमातींना लढ्यात सामील करून घेतले. पण काही काळानंतर अस्पृश्यांना या चळवळीतून डावलण्यात आले. बिहारमधील यादवांची चळवळ (राव १९७९) आणि महाराष्ट्रातील ब्राह्मणेतरांची चळवळ (ऑम्वेट १९७६) या चळवळी त्या जातीतल्या समृद्ध अशांकडूनच झाल्या. यादवांच्या चळवळीला व्यापारी आणि मोठ्या जमीनदारांनी पाठिंबा दिला (राव १९७९). महाराष्ट्रातील ब्राह्मणेतरांच्या चळवळीवर भाष्य करताना गेल ओमवेट म्हणतात, सुरुवातीच्या काळात या चळवळीला समृद्ध ब्राह्मणेतर, आधी कंत्राट घेणारे आणि काही व्यावसायिक ज्यांनी त्वरित स्वत:मध्ये ग्रामीण असा बदल केला. तमिळनाडूमधील ब्राह्मणेतरांच्या चळवळीमधील कार्यकर्त्यांच्या आणि पुढाऱ्यांचा पुरेसा अभ्यास झाला नाही असे दिसते.

महाराष्ट्रातील ब्राह्मणेतर चळवळीचे जोतीराव फुले हे आदर्श होते. आत्तापर्यंत जोतीराव फुले यांच्या धारणेविषयी आणि आयुष्यासंबंधी बरेच अभ्यास झाले आहेत (कीर १९६९, ऑम्वेट १९७१, १९७३, १९७६, ओ'हॅनलेन १९८५). फुले यांनी हिंदूंच्या पवित्र ग्रंथांना तसेच जातीय पद्धतीला विरोध केला. ब्राह्मणांनी हिंदू धर्माचा अर्थ लावला आणि त्यामुळे खालच्या जातींच्या लोकांच्या दडपशाही आणि दारिद्र्य

या दोन गोष्टी वाटणीला आल्या. ग्रामीण आणि अस्पृश्य हे दोघेही या दडपशाहीला बळी पडले. ब्रिटिशांच्या काळामध्ये ब्राह्मणांनी आपल्या धार्मिक प्राबल्यामुळे जुन्या धर्मरूढींना खतपाणी घातले आणि त्यामुळे स्वत:चे महत्त्व वाढवले किंवा स्वत:चे व्यक्तिगत स्थान अधिक प्रबल केले (ओ'हॅनलेन १९८५ : ११). गेल ऑम्वेट १९७६ म्हणतात, फुले यांची शोषणपद्धतीची मीमांसा ही सांस्कृतिक तसेच जाती विषयाला केंद्रस्थानी मानून होती. आर्थिक किंवा राजकीय नव्हती. फुले यांच्या मते, शिक्षण आणि नियोजन या दोन गोष्टींद्वारे सर्व ब्राह्मणेतरांमध्ये एकी आणि स्वत्व जपण्याची क्रिया आणि त्यायोगे ब्राह्मणांचा आधी असलेल्या धार्मिक परंपरांकडे जाण्याचा मार्ग होता. यामुळे ब्राह्मणी आचारविचारांची शृंखला तोडून जातिभेदविरहित एकच समान निर्मिती शक्य होती (ओ'हॅनलेन १९८५). १८७३ मध्ये फुले यांनी सत्यशोधक समाजाची स्थापना केली. ज्यामुळे ब्राह्मणेतरांची चळवळ महाराष्ट्रात सुरू झाली (ऑम्वेट १९७१, १९७३, १९७६, पठाण १९७७). शाहू छत्रपती – कोल्हापूरचे महाराज – हे ब्राह्मणेतर चळवळीतील महत्त्वाचे नेते होते (कोपलँड १९७३, ऑम्वेट १९७६). रामस्वामी नायकर यांनी उभारलेली द्रविडी चळवळ ही आर्यांच्या वर्चस्वाविरुद्धच होती (राम १९७४). द्रविडी लोकांच्या चळवळींचे ते १९२० पासून ते १९७३ पर्यंत त्यांच्या देहावसानापर्यंत केंद्रस्थानी होते.

अनेक मागासवर्गीय जातींनी त्यांच्या सामाजिक सुधारणेसाठी तसेच राजकीय सत्ता मिळविण्यासाठी त्यांच्या जातींचे संघटन केले. जातीच्या संघटना स्थापन केल्या. (रूडॉल्फ आणि रूडॉल्फ १९६०). यादवांनी तर फक्त जिल्हावार नव्हे तर राज्यवार आणि देशाच्या पातळीवर जातीची संघटना बांधली (राव १९७९). महाराष्ट्रात माळी आणि मराठ्यांनी तसेच केले (ऑम्वेट १९७६). गुजरातमध्ये कोळी (शाह १९७५). या संघटना काहीशा लवचिक आणि तात्पुरत्या होत्या. त्यांनी बैठका घेतल्या, ठराव सम्मत केले आणि कधीकधी निवेदनेपण पाठवली. दक्षिण भारतातील मागासवर्गीयांनी आधी जस्टिस पार्टी आणि नंतर द्रविड मुन्नेत्र कळ्घम असे दोन राजकीय पक्ष स्थापन केले. बिहारमधील मागासवर्गीयांनीदेखील राजकीय पक्ष स्थापन करण्याचा प्रयत्न केला पण तो प्रत्यक्षात आणण्यात अपयश आले (दास १९८३).

हाताशी असलेल्या अभ्यासांवरून, मागासवर्गीयांची चळवळ ही दक्षिण आणि आदिवासींच्या चळवळीपेक्षा वेगळी दिसते. तसेच दक्षिण भारतातील मागासवर्गीयांची चळवळ आणि उत्तर भारतातील मागासवर्गीयांच्या चळवळीत गुणवत्तेत फरक दिसतो. उत्तर भारतातील चळवळीत या जाती चौकटीवर आणि संस्कृतीपुरत्याच मर्यादित होत्या. असे महाराष्ट्रातील फुले यांच्या नेतृत्वाखालील चळवळीत किंवा तामिळनाडूमधील द्रविड मुन्नेत्र कळघमच्या चळवळीत नव्हते. त्यांनी जातिव्यवस्थेविरुद्धच बंड केले.

पण कालांतराने त्यांचा जातिव्यवस्थेविरोधी विरोध संपुष्टात आला. अशा प्रकारे मिळालेल्या वळणाचा अभ्यास होणे जरुरीचे आहे. स्वातंत्र्योत्तर काळातील मागासवर्गीय जातींची चळवळ ही राजकीय निवडणुकांपुरतीच मर्यादित राहिली. दबावतंत्राचा अवलंब करून नोकरीमध्ये राखीव जागा आणि शैक्षणिक सोयी मिळवून देणारा गट असे त्यांचे कार्य झाले.

६ महिलांच्या चळवळी

आंतरराष्ट्रीय महिला दशकामुळे, १९७५ ते १९८५ सर्वसाधारण महिलांवरील समाजशास्त्रीय साहित्याला चांगले उत्तेजन मिळाले; त्यांचे समाजातील स्थान, लिंगावर आधारित केल्या जाणाऱ्या भेदभावामुळे निर्माण होणारे मुद्दे आणि विशेषत: म्हणजे असमानतेची वागणूक. इंडियन कौन्सिल ऑफ सोशल सायन्स रिसर्च (ICSSR) ने लिंगावर आधारित अभ्यासांना एकूण कार्यक्रमांमध्ये विशेष प्राधान्य दिले आहे. युनिव्हर्सिटी ग्रँट्स कमिशनने (UGC) सुद्धा लिंगाधारित अभ्यासकांना अग्रक्रम दिला आहे. महत्त्वाच्या अनेक विद्यापीठांनी स्त्रियांसंबंधीच्या अभ्यासासाठी केंद्रे चालू केली आहेत. १९८० साली 'सेंटर फॉर विमेन्स डेव्हलपमेंट स्टडीज्' या स्त्रियांवर लक्ष केंद्रित करणाऱ्या शोध संस्थेची खउडडठ च्या मदतीने स्थापना करण्यात एक शैक्षणिक पत्रिकासुद्धा आहे. विमेन्स् स्टडीज ॲन्ड विमेन्स डेव्हलपमेंट'ने या विषयावर (स्त्रियांसंबंधीचे अभ्यास आणि स्त्रियांची प्रगती) ICSSR ने प्रायोजित केलेल्या मालविका कार्लेकर (२०००) यांच्या साहित्याच्या एका सर्वेक्षणाने १९९० पर्यंतच्या अभ्यासांचा मागोवा घेतला आहे. या क्षेत्रात पुढे करता येण्याजोग्या अभ्यासाच्या दृष्टीने या सर्वेक्षणाचे मोल फार आहे. आता आमच्याकडेसुद्धा सटीप ग्रंथकोशासह स्त्रियांच्या अभ्यासासंबंधी (व्यास आणि सिंग १९९३) काही संग्रह आहेत.

१९८० ते १९९० च्या दरम्यान लिंगासंबंधीच्या विविध पैलूंवर प्रकाश टाकणाऱ्या समाजशास्त्रीय साहित्यामध्ये लक्षात येण्याइतपत वाढ झाली आहे. कित्येक आलेख आणि निबंध स्त्रियांसंबंधीच्या लिखाणात, भाषणात, सामाजिक आणि आर्थिक वर्तुळांमधील स्त्रियांच्या स्थानावर परिणाम करणारे मुद्दे, यांमध्ये 'चळवळ' ही संज्ञा स्थूलमानाने वापरतात. हे करीत असताना स्त्रियांचे लढा देण्यासाठी एकत्र येणे आणि स्त्रियांची सामुदायिक कृती यांचा फारसा विचार केलेला दिसत नाही. स्त्रियांसंबंधीचे अभ्यास आणि स्त्रियांच्या चळवळी समानार्थी वापरले जातात. अर्थात दोन्हींचा

एकमेकांशी खूप जवळचा संबंध आहे. आणि पहिल्यामध्ये दुसऱ्याचा समावेश होतो हे जरी खरे असले तरी आपल्या या आताच्या निबंधाचा रोख, आपण प्रकरण क्र. १ मध्ये चर्चा केल्याप्रमाणे, स्त्रियांच्या सामुदायिक कृतीबद्दलच्या साहित्याचा आढावा घेण्यापुरता मर्यादित आहे. त्या दृष्टीने स्त्रियांच्या चळवळींसंबंधी संशोधनावर आधारित आलेख (आढावा) कमी आहेत. त्यांपैकी बहुतेक सगळे चाचपडण्याच्या स्थितीमध्ये आहेत. काही थोडे अपवाद वगळल्यास बरेचसे अभ्यास उपाख्यानस्वरूपात, प्रतिमावादी आणि कृतीसंबंधी वादग्रस्त आहेत, कृतीसाठी सुचविलेली उपाययोजना – पत्रकारिता शैलीमध्ये स्त्रीमुक्तिवादी कार्यकर्त्यांकडून लिहिली गेली आहे. महिलावादी चळवळींमध्ये गुंतलेल्या कार्यकर्त्यांसाठी स्त्रीत्व म्हणजे काही विश्लेषण करण्याचा भाषणाचा विषय नाही, तर एक सामाजिक बदल घडवून आणण्याची एक पद्धती असते. कोणी कितीही वाद घातला की भाषण आणि पद्धती – युक्ती, डावपेच आणि कार्यक्रम, सामाजिक बदलांसाठी वेगळे काढता येण्यासारखे आहेत किंवा नाहीत, तरी सध्याचे वाढते साहित्य नक्कीच अतिशय मोलाचा पद्धतशीर आणि तात्त्विक स्पष्टपणा आणि अनुभवजन्य माहिती पुरवतात, आणि अशा प्रकारचे योग्य प्रश्न उपस्थित करतात की, ज्यामध्ये सामाजिक संस्थांचा सर्वसाधारणपणे आणि त्यामधील विशेषत: स्त्रियांचे स्थान यासंबंधी सखोल अभ्यास करण्याची आवश्यकता निर्माण होते. काही पद्धतशीरपणे केलेले अभ्यास उपलब्ध आहेतही, पण त्यापेक्षासुद्धा असे जाणवते की, पाश्चात्त्य अभ्यासकांनी उपस्थित केलेल्या प्रश्नांवर ते चर्चा करतात. जरी असे असले तरी त्यामुळे अशा अभ्यासांचे महत्त्व कमी होत नाही. खरं म्हणजे पाश्चात्त्य प्रभावामुळे आपल्या संपूर्ण जीवनावरच परिणाम झाला आहे. जागतिकीकरणाच्या सध्याच्या काळात हे जास्त खरे आहे. पुरुषी वर्चस्वाला स्त्रियांचा विरोध आज ज्याप्रमाणे आपण समजतो, तो पाश्चात्य शिक्षणाचा परिणाम आहे. ब्रिटिश महिलांनी स्त्रियांच्या संस्था स्थापन करण्यामध्ये आणि त्यांची उद्दिष्टे ठरविण्यामध्ये पुढाकार घेतला. पाश्चात्त्य देशातील स्त्रियांच्या चळवळींचा भारतातील स्त्रियांच्या मुक्ततेच्या चळवळींवर विशेष परिणाम झाला. पाश्चात्त्य चळवळी लिंगभेदावरून होणाऱ्या जुलमांची सार्वत्रिकता समजतात आणि म्हणून जागतिक किंवा वैश्विक भगिनीभावावर जोर देतात, याबद्दल कित्येक बुद्धिवंत लोकांनी प्रश्न उपस्थित केले आहेत. असे म्हटले जाते की एक चळवळ म्हणून राष्ट्रीय इतिहास आणि संस्कृतीमध्ये आपली मुळे रूजवून बसली आहे (निरंजन २०००).

काही अभ्यासू कार्यकर्त्यांनी भारतीय संदर्भाला अनुसरून प्रश्न उपस्थित करण्यास सुरुवात केली आहे. लिडल आणि जोशी यांच्या मते, पाश्चात्त्य समाजापेक्षा भारतातील पुरुषी वर्चस्वाचे स्वरूप वेगळे आहे, त्यामुळे स्त्रियांच्या मागण्या आणि पुरुषांबद्दलचा

विरोध हेही वेगळे आहेत. ते म्हणतात,

> ''आदर्शवादाप्रमाणे, सांस्कृतिक साम्राज्यशाहीने सूतोवाच केलेली स्त्रीच्या गौणत्वाची कल्पना भारतीय संस्कृतीत बसत नाही, कारण स्त्रीशक्ती आणि तिचा समावेश यांवर जोर दिलेला होता. जरी उच्च जातींमध्ये स्त्रियांना घरगुती वर्तुळांमध्ये अडकवून बाजूला काढण्यात आले होते, तरी याप्रकारे वेगळे काढून घरगुती गोष्टींना कमी लेखण्यात येत नसे, कारण जातीची पवित्रता टिकविण्यासाठी हा आखाडा फार महत्त्वाचा होता. गौणत्वाची कल्पना लिंग आदर्शवादाला कमीपणा आणते, की ज्यामुळे स्त्रियांची परिस्थिती अजूनच ढासळते. पाश्चात्त्यवंशीय वर्चस्वाच्या भावनेमुळे पाश्चात्त्य देशातील स्त्रियांचा दर्जा अजूनच खालावतो, कारण साम्राज्यशाहीचे संदर्भ पुरुषांपेक्षा स्त्रीचे गौणत्वच नुसते दाखवत नाहीत तर पाश्चात्त्य स्त्रियांचे भारतीय स्त्रियांवरील वर्चस्वही दाखवून देतात (लिडिल आणि जोशी १९८६ : २४०).''

मधु किश्वर, मानुशी (स्त्रियांचे नियतकालिक)च्या संपादक आणि अभ्यासू कार्यकर्त्या – यासुद्धा आपल्या परंपरेमध्ये डोकावण्यावर भर देतात आणि सांस्कृतिक परंपरेतील उद्ध्वस्त करणारे मुद्दे शक्तिस्थलांपासून बाजूला काढून, ती ताकद परंपरा बदल्याच्या कामी वापरण्यास सांगतात. जर आपण शक्तिकेंद्रे शोधून काढू शकलो आणि नवनिर्मितीच्या दृष्टीने वापरू शकलो तर आपल्या सांस्कृतिक परंपरेमध्ये प्रचंड क्षमता आहे की जिच्यामुळे प्रतिक्रियात्मक आणि स्त्रीविरोधी कल्पनांशी आपण लढा देऊ शकू (१९८४ : ४६–४७).

गॅब्रिएल डिट्रीच म्हणतात की, धर्म म्हणजे एक जुनी रीत समजून धर्माच्या उपयोगाकडे स्त्रियांच्या चळवळीने दुर्लक्ष केले आहे. त्यांच्या मते,

> ''स्त्रियांच्या चळवळीने सांस्कृतिक प्रश्नांमध्ये अजून खोलवर शिरायला पाहिजे. स्त्रियांना कुटुंब, जात, धर्म यांच्या पलीकडे जाऊन एक नवीन व्यक्तिमत्त्व मिळवून देण्यासाठी सांस्कृतिक तादात्म्य आणि सातत्य यांच्या प्रश्नाला पकडून ठेवले पाहिजे. आपल्या सांस्कृतिक वारशामध्ये स्त्रियांसाठी कोणत्या गोष्टी जुलमी आणि कोणत्या गोष्टी नाशकारी आहेत, हे समजून घेणे तुलनात्मकदृष्ट्या सोपे आहे. परंतु उथळपणा टाळायचा असेल तर आपल्या सांस्कृतिक परंपरेच्या मानवी मूल्यांचा आणि विरोधी मूल्यांचासुद्धा विचार झाला पाहिजे (१९८६ : १६७). ''

फरक शिल्लक राहतो

दुसरीकडे, पारंपरिक म्हणी आणि प्रतीके यांचासुद्धा कल्पक वापर करून सामाजिक पद्धतीमधील स्त्रियांची गौण स्थितीमधून सुटका होऊ शकते. या संदर्भात

स्वातंत्र्यसंग्रामात स्त्रियांना राजकीय वर्तुळामध्ये आणण्यासाठी महात्मा गांधींची भूमिका, याबद्दल वाद आहे. वीणा मजूमदार (१९७६), देवकी जैन (१९८६) आणि इतर गांधींकडे एक महान मुक्तिदाता, स्वातंत्र्यदाता म्हणून पाहतात. ज्यांनी स्त्रियांची प्रतिष्ठा वाढविण्यासाठी क्रांतिकारक मार्ग निवडला. मालविका कार्लेकर म्हणतात, गांधीजींनी नवीन स्त्रीत्वाची परंपरा शोधून काढली. अशा प्रकारे गांधीवादी स्त्री एका नवीन कृती, विरोध आणि बदल यांच्या प्रतिमेसाठी तिच्या पारंपरिक गुणांचा वापर करणार होती. स्वत:ला प्रश्न विचारण्याची आणि विश्लेषणाची गांधीजींची पद्धत आता स्त्रियांच्या चळवळीकडून उचलली जाते की जी चळवळ कायम स्वरूपांना कारावासात टाकण्याच्या जागतिकतेचा निषेध करते (१९९१ : ४६) मधु किश्वर म्हणतात,

> ''अनेक प्रकारे स्त्रियांबद्दलचा दृष्टिकोन आणि स्त्रियांची समाजातील भूमिका ह्यासंबंधीचे विचार १९ व्या शतकातील सुधारणावाद्यांपेक्षा फार वेगळे नव्हते, तरी त्या परंपरेपासून काही महत्त्वाच्या गोष्टींच्या बाबतीत ते आपला वेगळा ठसा उमटवितात. सर्वांत लक्षात घेण्याचा महत्त्वाचा फरक म्हणजे सुधारणा घडवून आणण्याची वस्तू, धर्मादाय सेवा मिळण्याची लायकी असलेला एक असहाय्य प्राणी अशा स्वरूपात ते स्त्रीकडे बघत नसत. त्याऐवजी ते त्यांच्याकडे कृतिशील, सामाजिक बदलाचे स्वत:च्या अस्तित्वाची जाणीव असलेला सामाजिक बदलाचा प्रतिनिधी म्हणून बघत असत. ..... त्यांचा मुख्यत्वेकरून काळजीचा विषय असायचा तो अस्सल सामाजिक पुनर्रचना हा .... गांधीजींनी स्त्रियांच्या कार्यासाठी दिलेली सर्वांत मोलाची भर म्हणजे या कामाला त्यांनी नैतिक कायदेशीरपणा दिला. अशी एक परंपरा आणि सामाजिक राजकीय वातावरण निर्माण करण्यास त्यांनी मदत केली की ज्यामध्ये आजसुद्धा क्वचितच कोणी सार्वजनिकरीत्या उभा राहून म्हणेल किंवा स्त्रियांच्या मूलभूत हक्कांचा विरोध करेल किंवा त्यांच्या राजकारणातील सहभागाचा विरोध करेल .... समाजजीवनामध्ये स्त्रियांचा सन्मान राखणे, त्यांच्या सामाजिक आणि राजकीय जीवनात भाग घेण्याविरुद्धचे पूर्वग्रह नष्ट करणे, ह्या गांधीजींच्या कृती त्यांचे स्वत:चे दृष्टिकोन आणि स्त्रियांचे समाजातील स्थान आणि स्त्रियांची भूमिका ह्यासंबंधीचे प्रकटन ह्यांच्या पार पलीकडे जातात (१९८५ : १७५७–५८).''

काहीजण असेही ठासून सांगतात की, स्त्रियांचे मुख्य कार्यक्षेत्र चूल आणि मूल आहे या वस्तुस्थितीवर गांधीजींनी शिक्कामोर्तब केले (शाह १९८४ : १०). वर्ग–पद्धतीवर आधारलेल्या स्त्रियांवर होणाऱ्या पितृसत्ताक जुलूमजबरदस्तीविरुद्ध त्यांनी आवाज उठविला नाही (सांगरी आणि वैद १९८९ : २१). सुजाता पटेल यांचं असं

म्हणणं आहे की गांधीजींच्या स्त्रिया आणि स्त्रीत्वविषयक पुनर्रचनेने स्त्रियांच्या शोषणाचे मूळ कारण आणि स्वरूप यासंबंधीचे रचनात्मक विश्लेषण केले नाही. खरंतर गांधीजींनी स्त्रीची घरातील माता आणि पत्नी ही जागा निश्चित करण्यासाठी आवश्यकतावादी विचारपद्धती वापरली (१९८८ : ३८६). साम्राज्यवादी अभ्यास सांगतात की, गांधींनी दाखविलेल्या मार्गावर चालताना कित्येक संस्था पुरुषांपेक्षा गौण असलेली स्त्रीची पारंपरिक योग्यता (स्थान) अधोरेखित करतात. गांधीजींचे विचार आणि व्यवहार त्या काळी (१९३०) इतिहासामध्ये क्रांतिकारक होते ही गोष्ट मान्य करूनसुद्धा ह्या गोष्टीची शहानिशा करायला पाहिजे, की गांधीप्रणीत स्त्रियांच्या संस्थांपैकी बऱ्याचशा संस्था गांधीजींच्या १९३० मधील स्थानाला का चिकटून राहिल्या आहेत. सर्व नाहीत पण कित्येक अशा संस्था स्त्रियांसंबंधीच्या विचारांच्या बाबतीत भारतीय जनता पक्षाच्या आदर्शवादाच्या जवळ का जातात? अर्थात, सर्व गांधीवादी स्त्री कार्यकर्ते भाजपाच्या पावलावर पाऊल टाकत नाहीत.

सार्वजनिक क्षेत्रामध्ये स्त्रियांना लढ्यासाठी एकत्र गोळा करण्यासाठी जैसे थे स्थितीच्या कैवाऱ्यांनी परंपरा आणि प्रतीके यांचा कौशल्याने वापर केल्याचे दिसून येते. संस्कृती आणि परंपरा यांच्या संबंधीच्या कल्पना अशा प्रकारे मांडण्यात येतात की त्यामुळे स्त्रियांचे स्थान पुरुषांपेक्षा गौण मानण्याला पुष्टी मिळते. पारंपरिक धार्मिक कायद्याच्या संहितेवर आधारित समाजाचे हक्क नागरिकत्वाच्या हक्कांच्या वर मानले जातात. पितृसत्ताक आणि अधिकारशाहीवादी रचना आणि मूल्यव्यवस्था यांच्या आधारे रक्षण करण्यासाठी आणि पारंपरिक संस्था चिरस्थायी करण्यासाठी स्त्रियांना संघटित केले जाते आणि लढ्यासाठी एकत्र केले जाते. उदाहरणार्थ, शाहबानो नावाच्या ७३ वर्षांच्या एका घटस्फोटितेच्या विरुद्ध मुस्लीम महिलांना लढा देण्यासाठी एकत्र करण्यात आले. त्या घटस्फोटितेला सुप्रीम कोर्टाने पालनपोषणासाठी छोटासा भत्ता तिच्या आधीच्या पतीकडून मान्य केला होता. ह्या उलट हिंदू स्त्रियांच्या संघटनांनी, हिंदू आदर्शवादाच्या कैवाऱ्यांनी, एका सर्वसाधारण नागरी कायदा-संहितेची, की जिचा कल हिंदूंकडे होता, मागणी केली. भाजपाचा महिला मोर्चा म्हणतो की, पश्चिमेकडील देशांमध्ये स्त्रियांच्या स्वातंत्र्याच्या चळवळीचा जो अर्थ आहे, त्यापासून तत्त्वतः आम्ही वेगळे आहोत. आम्हाला सामाजिक आणि आर्थिक व्यवस्थेमध्ये एक प्रकारची तडजोड हवी आहे. मूल्यव्यवस्थेमध्ये कोणतेही मूलभूत स्वरूपाचे बदल अपेक्षित नाहीत. घरात आणि समाजात भारतातील स्त्रियांना कायमच एक अभिमानाचे स्थान आहे. ते परत एकदा पुनर्प्रस्थापित आणि सुनिश्चित केले पाहिजे (कपूर आणि कॉसमन १९९५ : WS ३९ यांचेकडून उद्धृत). कारण चालीरिती आणि रूढींपेक्षा ब्राह्मणी धर्मग्रंथांवरून या पदाची, स्थानाची परंपरा आणि मूल्ये ठरविण्यात आली आहेत.

राजकीय शत्रू कमी करण्यासाठी हे केले जाते, तसेच भगव्या सत्तेची स्थापना करण्यासाठी हे केले जाते (मणी १९८९, कपाडिया २००२). संघ परिवाराने सती पद्धतीचे संरक्षण केले आणि 'राणी सती सर्व संघ' स्थापन करून 'सती' उत्सव साजरा करण्यासाठी प्रचार केला आणि महिलांना गोळा केले. स्त्रियांच्या स्वातंत्र्याच्या चळवळीची एक घोषणा त्यांनी पळविली : 'हम भारत की नारी है, फूल नहीं, चिंगारी है।' (अकेरकर १९९५ : थ १८). काही पुढाऱ्यांनी (स्त्री-पुरुष दोन्ही) परिवारातील स्त्रियांना लढाऊ होण्यास आणि पुरुषी वर्चस्व झुगारून देण्यास स्फूर्ती दिली. अमृता बसू म्हणतात, हे नेते असा संदेश स्त्रियांपर्यंत पोचवितात की, हिंदू स्त्रीत्वाचे कोणतेही नियम झुगारून न देता किंवा कर्तव्यदक्ष पत्नी आणि माता असण्याचे न सोडता स्त्रिया कार्यकर्त्यांची भूमिका घेऊ शकतात. धार्मिक आणि राजकीय जीवनात प्रसिद्ध पुरुषांचा पाठिंबा मिळाल्याने त्यांच्या भूमिकेला कायदेशीर वजन प्राप्त होते. एवढेच नव्हे तर चांगले नागरिक आणि निष्ठावान पत्नी आणि माता यांच्यामधील दरी कमी होते (१९९९ : १७९).

देशाच्या निरनिराळ्या भागांतील दंग्यांचा अभ्यास केला असता स्त्रियांच्या सामाजिक मार्गावरील सहभागाचा पुरेसा पुरावा मिळतो. पारंपरिक प्रतीके आणि म्हणी वापरून पितृसत्ताक मूल्यांना अशा संघटना बळकटी आणतात, एवढेच नव्हे तर खूप मोठ्या संख्येने यशस्वीरीत्या एका समाजाच्या स्त्रियांना दुसऱ्या समाजातील स्त्रियांविरुद्ध गोळा करतात (आम्वेट १९९३, ॲग्नेस १९९४, सरकार १९९१).

> दंग्यामुळे जो दणका बसतो त्यामुळे स्त्रियांची अशी एक राखीव जागा नष्ट होते की जेथे त्यांना त्यांचे म्हणून एक, सामाजिक व्यक्तिमत्त्वापासून दूर, स्वतंत्र अस्तित्व असते, जेथे त्या बलात्कार, घटस्फोट आणि पालनपोषण या त्यांच्या खास समस्यांबद्दल एका सामान्य व्यासपीठावरून चर्चा करू शकतात. एकाच प्रकारच्या समस्या वेगवेगळ्या काळामध्ये, वेगवेगळ्या स्त्रियांना, वेगळ्याप्रकारे प्रभावित करू शकतात. स्त्रियांच्या चळवळी एकट्या उभ्या राहू शकत नाहीत आणि इतर सामाजिक चळवळींचा त्या एक महत्त्वाचा भाग असतात (ॲग्नेस १९९४ : ११२७).

१९९२-९३ मध्ये अहमदाबाद, सुरत आणि भोपाळमध्ये बाबरी मशीद प्रकरणानंतर जे सामाजिक दंगे झाले, त्यासंबंधीची हकीकत मांडणारा महिलांच्या एका गटाचा अभिप्राय म्हणतो,

''अत्यंत निष्ठेने, सहजासहजी बळी पडणाऱ्या स्त्रियांसाठी काम करणारा गटसुद्धा अशा प्रकारच्या स्त्रियांना व्यक्तिमत्त्वाकडे विघटन करणाऱ्या राजकारणाच्या दबावापासून स्वातंत्र्य मिळवून देऊ शकत नाही. स्त्रियांचे हक्क आणि समानतेची चळवळ यांच्यासाठी

अतिशय हानिकारक असे हे विघटनवादी राजकारण असते (अग्निहोत्री आणि मजूमदार यांचेकडून उद्धृत १९९५ : १८७४). अशा प्रकारच्या चित्रांमुळे अनेक तात्त्विक प्रश्न उपस्थित होतात. राजकीय जुळवाजुळवीमध्ये रचनात्मक तादात्म्य शोधण्याच्या प्रयत्नात सिकता बॅनर्जी भौतिक आणि रचनात्मक स्पष्टीकरणाचा शोध घेतात. मुंबईमध्ये शिवसेनेने केलेल्या महिलांच्या एकीकरणाचे त्या विश्लेषण करतात. त्या म्हणतात, हिंदुत्वाशी तादात्म्य म्हणजे भौतिक आणि रचनात्मक गोष्टींचा त्याग नव्हे. खरं तर, सेनेची स्त्रीविषयक जी प्रतिमा आहे तिच्या प्रभावाला मूलभूत संबंध प्रस्थापित करणे, आर्थिक फायद्यांचा पुरवठा आणि एकजिनसी जमावाच्या पायावर (case) रोख, या रचनात्मक बाबींचा टेकू मिळाला (१९९५ : २२९).'' या परिस्थितीत लोकिता सरकार म्हणतात,

''स्त्रियांच्या या शक्तिप्रदर्शनामध्ये आम्ही स्त्रीवादी म्हणून कुठे असतो? ही गोष्ट अजिबात नाकारण्याजोगी नाही की त्यामुळे एका विशिष्ट आणि सामाजिक दृष्ट्या निर्णायक मध्यमवर्गीय स्त्रियांच्या गटाला ताकद मिळते, पूर्णपणे स्त्रीवादी दृष्टिकोनातून नव्हे, पण निश्चितपणे एका तौलनिक अर्थाने. घरात अडकून पडलेल्या स्त्रीला सार्वजनिक जीवनात स्थान मिळते. सार्वजनिक व्यक्तिमत्त्व मिळते, राजकीय भूमिका मिळते आणि काही वेळा तर नेतृत्वसुद्धा. स्त्रियांना त्यामुळे ही शिकवण मिळते की आपण फक्त एक स्त्रीच नाही तर संपूर्ण नागरिक आहोत. गंभीर बौद्धिक ज्ञानाचा मार्ग तिला मिळतो. त्यामुळे स्त्रीला एका अधिकारशाहीवादी हिंदू राष्ट्राची नागरिक होण्यास लागणारी शिदोरी मिळते, की ज्यामुळे निधर्मी लोकशाही राजकारणाचा कणा मोडता येईल (सरकार १९९१ : २०६२).''

त्या पुढे म्हणतात,

> ''वर्गाप्रमाणे लिंगामध्ये बंधमुक्त करण्याची नैसर्गिक किंवा अंतर्भूत क्षमता नाही. दृढ ऐक्याची भावना, मध्यस्थी स्पर्धा, निवडीबद्दलची कसरत आणि धडपड, यांमधून स्वत:च एक शक्ती असल्याची लिंगाची भावना वाढीस लागते. हे नक्कीच की स्त्रीत्वाची जाणीव स्वत: स्त्रीमध्ये नसते, अनुकूल परिस्थितीमध्ये प्रगत स्वत्वाची जाणीव तर असण्याची शक्यता कमीच; परंतु निवडीबद्दलचे तीव्र संघर्ष आणि समस्या – ज्या तिच्या स्वत:मध्येच बहुतकरून असतात. त्यामधून ती जाणीव मिळवता येते (सरकार आणि बटालिया १९९५ : २१० – ११).''

वर्गीकरण

वेगवेगळे अभ्यासक स्त्रियांच्या चळवळीचे वर्गीकरण आपापल्या तात्त्विक

दृष्टिकोनाप्रमाणे करतात. नीरा देसाई म्हणतात, स्त्रियांची चळवळ म्हणजे समानता आणि स्वातंत्र्य हे समान ध्येय मिळविण्यासाठी केलेला संघटित प्रयत्न आणि स्त्रियांच्या जीवनावर परिणाम करणाऱ्या निर्णायक बाबींविषयी संवेदनाशीलता त्यामध्ये गृहीत धरलेली असते. एखादी संबंधित क्रिया उद्देशाकडे जाण्याच्या दृष्टीने विविध एककांमध्ये त्यांना बांधणारा आदर्शवादी धागा असावा लागतो (१९८८ : 1X) आदर्शवादी नमुन्याच्या आधारावर गेल ऑम्वेट (१९७८) ह्यांनी स्त्रियांच्या चळवळीचे दोन प्रकारांमध्ये वर्गीकरण केले आहे : (१) स्त्रियांच्या समानतेच्या चळवळी (२) स्त्रियांच्या मुक्तीच्या चळवळी. पहिला प्रकार अस्तित्वात असलेल्या आर्थिक किंवा राजकीय किंवा कौटुंबिक ढाच्याला प्रत्यक्षरीत्या आव्हान देत नाही. पण शक्यतो त्यामध्ये स्त्रीसाठी समान स्थान मिळवून देण्याकडे त्यांचा रोख असतो. आणि खुले असलेले लोकशाहीतील पितृसत्ताक अवशेष नष्ट करण्याकडे त्याचा रोख असतो. स्त्रीमुक्तीची चळवळ प्रत्यक्षपणे लैंगिक कामाच्या विभागणीला आव्हान देते. याना एव्हरेट (१९७९) स्त्रीत्वाच्या दोन वेगवेगळ्या आदर्शवादावर आधारित वर्गीकरण करतात : (१) स्त्रिया म्हणून राजकारणामध्ये आपला विशेष ठसा उमटवू शकतात असा दावा करणारी सामुदायिक स्त्रीत्वाची चळवळ. (२) स्त्रिया या पुरुषांच्या बरोबरीने असल्यामुळे, पुरुषांना मिळालेले हक्क स्त्रियांच्या चळवळीचे वर्गीकरण करतात. सध्याच्या समाजात असलेली स्त्रियांची असमान पातळी आणि त्यांना जुलमामधून मुक्त करण्याच्या त्यांच्या कार्यपद्धतीप्रमाणे त्यांनी हे प्रकार केले आहेत. (१) सौम्य किंवा स्त्रियांच्या हक्कांची परिस्थिती. (२) अस्सल स्त्रीत्व (३) सामाजिक स्त्रीत्व (१९८४). संगरी आणि वैद स्त्रियांच्या चळवळीचे दोन तात्त्विक प्रकारांमध्ये वर्गीकरण करतात. (१) स्त्रियांना ताब्यात ठेवणाऱ्या पितृसत्ताक पद्धतीचे आधुनिकीकरण (२) घरी आणि कामाच्या ठिकाणी लिंगाधारित नात्यांचे लोकशाहीकरण. त्यांच्या मते कामगार वर्ग आणि शेतकरी स्त्रिया ह्यांच्यामध्ये पितृसत्ताक लोकशाहीकरण करण्याची क्षमता जास्त आहे (आधुनिकीकरणाच्या चळवळीपेक्षा) (१९८९ : १९). भारतातील स्त्रियांच्या चळवळीचे कालाप्रमाणेसुद्धा प्रकार पडतात (कुमार १९९३, चौधरी १९९०, गांधी आणि शाह १९९१) ते असे : (१) स्वातंत्र्याच्या चळवळीच्या वेळची सामाजिक सुधारणेची चळवळ (२) १९४७ ते १९७५ या काळातील चळवळी (३) आंतरराष्ट्रीय स्त्री दशकाच्या दरम्यान आणि नंतर निर्माण झालेल्या चळवळी.

सामाजिक सुधारणेच्या चळवळी आणि स्त्रिया

सध्या भारतात चालू असलेल्या स्त्रियांच्या चळवळींचा उगम गेल्या शतकात हिंदूंमध्येच झालेल्या सामाजिक सुधारणेच्या चळवळीमध्ये सापडतो. (मुस्लीम,

ख्रिश्चन, पारशी, शीख इत्यादींमध्ये झालेल्या सामाजिक सुधारणेच्या चळवळींनी समाजशास्त्रज्ञांचे लक्ष वेधून घेतले नाही.) राजा राममोहन रॉय, ईश्वरचंद्र विद्यासागर, महादेव गोविंद रानडे, बेहरामजी मलबारी यांनी तत्कालीन धार्मिक आणि सामाजिक जुलमी रीतिरिवाजांविरुद्ध त्यांचा आवाज उठवला (हैमसाथ १९६४, मजूमदार १९७९, सेन १९७९, चौधरी १९९०). त्यांच्या प्रभावामुळे ब्रिटिश सरकारने काही ठरावीक कायदे केले. सतीची प्रथा बंद केली, स्त्रियांच्या पुनर्विवाहाला संमती, बाल विवाहाची पद्धत बंद केली इ. मुलींमध्ये शिक्षणाचा प्रसार करण्यासाठीसुद्धा प्रयत्न झाले. त्यांपैकी काही मुद्द्यांचा या शतकातील स्त्रियांनासुद्धा त्रास सहन करावा लागतो. फरक एवढाच की मागचं शतक उलटेपर्यंत समाजसुधारकांकडून सार्वजनिकरीत्या त्यांच्या प्रश्नांसाठी लढा देण्यास स्त्रियांना एकत्र केले नाही.

स्त्रियांसाठी काम करणाऱ्या पुढाऱ्यांनी राजकीय हक्कांची – समान मतदानाचा अधिकार आणि संसदेत प्रतिनिधित्व – मागणी केली आणि या मागणीला काँग्रेस पक्षाचा पाठिंबा होता (हैमसाथ १९६४, देसाई १९७७, एवरेट १९७९, शाह १९८४). स्त्रियांमध्ये शिक्षणाचा प्रसार करण्यासाठी १९२० साली विमेन्स इंडियन असोसिएशन आणि ऑल इंडिया विमेन्स कॉन्फरन्स (AIWC) ह्या संस्था अस्तित्वात आल्या. या संघटनांनी अशाच तऱ्हेचे प्रश्न उपस्थित केले आणि स्वातंत्र्योत्तर काळात कल्याणाच्या योजना हाती घेतल्या. सर्व राज्यांमध्ये त्यांनी शाखा काढल्यामुळे त्यांना अखिल भारतीय प्रतिष्ठा लाभली. वैदिक काळातील कल्पनांवर आधारित हिंदू आदर्शवादाला समाजसुधारकांनी आणि स्त्रियांच्या संघटनांनी स्त्रियांचे प्रश्न सोडविण्यासाठी केलेल्या प्रयत्नांमुळे धक्का पोचला. बहुतेक समाजसुधारकांचा असा विश्वास होता की समाजामध्ये स्त्री–पुरुषांच्या भूमिका वेगवेगळ्या असाव्यात. स्त्रियांनी घराबाहेर काम करण्यास त्यांचा विरोध नव्हता तरी स्त्रियांसाठी बाहेरच्या जगात स्वतंत्र आयुष्यक्रम असावा, या गोष्टीला ते अनुकूल नव्हते. त्यांचा असा विश्वास होता की स्त्रियांनी पुरुषांची बरोबरी करू नये (बासू १९७६). सुधारकांनी स्त्रिया पवित्र, शुद्ध, निश्चयी आणि आत्मसंयत असाव्या ह्याबद्दलचा आपला आग्रह सोडला नाही. त्यांनी पतिव्रता असले पाहिजे, म्हणजेच पवित्र आणि निष्ठावान पत्नी म्हणून पतीचे सर्व विकार सहन केले पाहिजेत (शाह १९८४ : १३५). सामाजिक सुधारणेच्या चळवळींमधून ज्या स्त्री संघटनांचा जन्म झाला, त्यांची विचारसरणी साधारणपणे सारखीच होती. कल्पना शाह म्हणतात,

> ''स्त्रियांच्या मुक्तीच्या चळवळीमध्ये AIWC ची भूमिका नकारात्मक आहे. खरं तर परिषद (AIWC) तिच्या कार्यक्रमांमधून स्त्रियांची पारंपरिक पत्नी, घरवाली आणि माता याच भूमिकांना बळकटी देते. गांधीजीं–सारख्या

सौम्य सदिच्छापूर्ण विचारवंत पाठीशी असतानासुद्धा स्त्रीची पत्नी म्हणून भूमिका पुरुषांच्या बरोबरीची नाही असे स्वत: बायकांनाच वाटते. घराच्या चार भिंतींच्या बाहेर काही कामे तिला करायला सांगितली जातात ती नवऱ्याला मदत म्हणून, स्वत:ची मान ताठ रहावी म्हणून नव्हे किंवा एक माणूस म्हणून तिची योग्यता वाढावी म्हणून नव्हे. अशा प्रकारच्या स्त्रियांच्या संघटना स्त्रियांना गौण भूमिका देण्यामध्ये कार्यरत झालेल्या दिसतात. स्त्रियांना जुलमी असणारी पुनरुज्जीवनाची मूल्ये अशा संघटना दृढ करतात. जुलमी सामाजिक रूढींविरुद्ध लढा देण्याचा अशा संघटनांचा उत्साह पूर्णपणे संपुष्टात आला आहे (१९९४ : १४५).''

एव्हरेट् (१९७९) पाच घटक सांगतात की ज्यांनी भारतातील सुधारणावादी स्त्रियांच्या चळवळींना आकार दिला आहे ते घटक : (१) क्रमवार जातिसंस्था (२) हिंदू धर्म (३) एकत्र कुटुंब पद्धती (४) इस्लामी राज्यकर्ते (५) ब्रिटिश वसाहतवाद. समाजाच्या विशिष्ट घटकांसाठी जातिसंस्था गतिक्षमता आणि सहिष्णुता मान्य करते.

राजकारणात प्रवेश करण्यासाठी पूर्वी समावेश न केल्या गेलेल्या उच्चभ्रू महिलांचा एक प्रयत्न म्हणूनही भारतीय स्त्रियांच्या चळवळीकडे बघता येईल. एका ठरावीक क्रमाने बनलेल्या चौकटीला या महिला आव्हान देत नाहीत. पूर्वी नाकारले गेलेले हक्क मिळविण्याचा प्रयत्न म्हणून आपल्या मागण्या त्या मांडतात. ... कारण भारतीय स्त्रियांची चळवळ उच्चभ्रू व्यक्तींनी सुरू केली. समाजधारणेच्या स्थैर्याला धक्का लावण्याचे सामर्थ्य त्यामध्ये नव्हते (१९७९ : ३७).

हिंदू धर्माने जरी स्त्रियांना गौण स्थान दिले होते तरी स्त्री-पुरुष तत्त्वाचे द्वैत-शिव-शक्ती आणि वैदिक काळातील स्त्री-पुरुषांची समानता यामुळे हिंदू पुनरुज्जीवनवादी सुधारकांना स्त्रियांचे स्थान सुधारण्यासाठी पाठबळ मिळाले (हैमसाथ १९६४).

पर्दा पद्धतीमुळे स्त्रियांना पुरुषांपासून वेगळे ठेवण्यात आले आणि त्यांचा सार्वजनिक जीवनातील सहभागही नाकारण्यात आला. त्यामुळे स्त्रियांना एक प्रकारची दृढ ऐक्याची भावना मिळाली. या पर्दा पद्धतीच्या आदर्शवादी ध्वन्वर्थामुळे पूर्वीच्या स्त्री चळवळीच्या पुढाऱ्यांना संयुक्त ध्येयाकडे नेले (स्त्रियांची पारंपरिक स्त्रीची भूमिका सुधारण्यासाठी) आणि मुक्तीच्या विचारांपासून दूर नेले (स्त्री-पुरुषांसाठी समान महत्त्वाचे हक्क मिळविण्यासाठी) तरीही ब्रिटिश सत्तेमध्ये मुक्त शिक्षणाचा भारतात खूप प्रसार झाला. वरच्या वर्गातील सुशिक्षित पुरुषांनी स्त्री-पुरुषांमधील तफावत भरून काढण्यासाठी स्त्रियांच्या शिक्षणाला खूपच उत्तेजन दिले आणि अशा प्रकारे त्यांनी पत्नींना त्यांच्या मुलांना पाश्चात्त्य शिक्षित बदलत्या वातावरणासाठी तयार करण्यास सक्षम केले. जयवर्धने म्हणतात (१९८२), राष्ट्रीय मध्यम स्थितीतील नागरिक साम्राज्यशाही शक्तींशी आणि

नोकरशाही आणि आदर्शवादाशी एकाच वेळी लढायला तयार झाले. सांस्कृतिक साम्राज्यशाहीला शह म्हणून, पुरुष समाजसुधारकांची खात्री पटली की रानटी भूतकाळातून स्त्रियांची मुक्तता झालीच पाहिजे, आणि म्हणून काही विशिष्ट जुलमी रुढींविरुद्ध त्यांनी आवाज उठविला. ज्या स्त्रियांनी पाश्चात्त्य धर्तीवरचे शिक्षण घेतले आहे त्यांनी स्वत:ची प्रतिमा उजळावी असे त्यांना वाटत होते. एकपत्नीत्व आणि विभक्त कुटुंबपद्धती या मध्यमवर्गीय संकल्पना की ज्या भांडवलशाही प्रगतीच्या कोनशिलेचे दगड आहेत, त्यांचे महत्त्व मनावर बिंबवणे हे समाजसुधारकांचे ध्येय होते. रोमिला थापर म्हणतात, स्त्रियांच्या स्वातंत्र्याच्या चळवळीला भारतीय सामाजिक परिस्थितीमध्ये लगेचच काही समर्पकता आहे असे वाटत नाही. स्त्रीस्वातंत्र्य हे वाढलेल्या शैक्षणिक संधींमुळे ज्यांना धंदेवाईक शिकवण मिळालेली आहे, की ज्या स्त्रियांची कौशल्ये त्यांना घरगुती कामांमध्ये डांबून ठेवल्यामुळे वाया गेली असती, अशा नागरी मध्यमवर्गीय स्त्रियांचे फलित आहे.

स्वातंत्र्यसंग्राम आणि स्त्रिया

कमलादेवी चट्टोपाध्याय (१९५८), अपर्णा बसू (१९७६, १९८४), मनमोहन कौर (१९८०), रजनी अलेक्झांडर (१९८४), उमा राव आणि मीरा देवी (१९८४) आणि इतर काहींनी स्वातंत्र्यसंग्रामातील स्त्रियांच्या भूमिकेचा अभ्यास केला. काही अभ्यासकांचे असे म्हणणे आहे की स्त्रियांना त्यांच्या मुक्तिसंग्रामामध्ये स्वातंत्र्यलढ्याचा फायदा झाला कारण स्त्रीवाद आणि राष्ट्रवाद या एकमेकींमध्ये गुंतलेल्या गोष्टी आहेत. स्त्रियांची समाजातील गृहिणींची भूमिका शाबूत ठेवून गांधीजींच्या आदर्शवादाने स्त्रियांना सार्वजनिक जीवनात भाग घेणे सोपे केले. तसेच स्त्रियांना लढ्यासाठी एकत्र गोळा केल्यामुळे स्त्रियांचा स्वातंत्रसंग्रामामधील सहभाग सोपा झाला. सुभाषचंद्र बोस यांनीसुद्धा महिला राष्ट्रीय संघ नावाची संघटना स्थापन केल्यामुळे स्त्रियांना स्वातंत्र्यसंग्रामामध्ये सक्रिय सहभाग घेता आला (मेहता १९८२). स्त्रियांच्या स्वातंत्र्यसंग्रामातील सहभागाचा अभ्यास लहान आणि मोठ्या प्रमाणावर करण्याबरोबरच प्रादेशिक बदलांसंबंधी आपली क्षितिजे रुंदावण्याचे कामही या अभ्यासकांनी केले : गुजरातवर अपर्णा बसू (१९८४) आणि प्रवीण शेठ (१९७९) यांचा अभ्यास, कर्नाटकावर सरोजिनी शिंत्री आणि राघवेंद्र राव (१९८३) यांचा अभ्यास, उत्तर प्रदेशावरचा उमा राव आणि मीरा देवी (१९८४) यांचा अभ्यास. अपर्णा बसू (१९७६) यांच्या मते, भारताच्या स्वातंत्र्यसंग्रामामध्ये स्त्रियांना राजकीय सोबती म्हणून स्वीकारण्यात आले होते, आणि सहभागाची समान संधी त्यांना देण्यात आली होती. अशा प्रकारचे निष्कर्ष काही तुरळक घटनांवरून काढण्यात आले पण त्यांना फारसा पुरावा नव्हता. गोविंद केळकर

(१९८४) म्हणतात की, अहिंसावादी लढा पार पाडण्यासाठी स्त्रिया जास्त योग्य असल्यामुळे त्यांना स्वातंत्र्यचळवळीसाठी एकत्र करण्यात आले. त्यांचे असेही म्हणणे आहे की स्वातंत्र्याच्या चळवळीत त्यांना सहाय्यक म्हणून वागविण्यात आले, बरोबरीचे सहकारी म्हणून नव्हे. पुढील संशोधनासाठी रजनी अलेक्झांडर यांनी एक रंजक निरीक्षण केले आहे; विशेषत: सध्याच्या समाजाच्या एकत्र येण्याबद्दल त्या म्हणतात,

> ''स्वातंत्र्याच्या चळवळीत स्त्रियांच्या सहभागाने भिन्न वळण घेतले आणि तो सहभाग नेहमी सुसंघटित आणि सुसंबद्ध नव्हता. उदा. पश्चिम भारतात महाराष्ट्र आणि गुजरातमध्ये स्वातंत्र्यलढ्याच्या वेळी देशभक्तीची भावना जागवण्यासाठी प्रभातफेरी निघत असे. सगळ्या भारतभर, असंख्य स्त्रिया निर्वासित आणि भूमिगत व्यक्तींना अन्न पुरवत असत, राजकीय कैद्यांना भेटत असत. सर्व बाह्य गोष्टींपासून सुरक्षित असलेल्या घराच्या बाबतीत नवीन आणि बाह्य उत्तेजनांशी सामना करत असत. स्त्रियांच्या चळवळीतील बहुतेक सहभाग हा अशाच स्वरूपाचा – समाज आणि घर यांच्यावर आधारित होता (१९८४ : २).''

लोकांच्या चळवळी आणि स्त्रिया

निरनिराळ्या चळवळी – स्वातंत्र्याची चळवळ, शेतकऱ्यांची चळवळ, जमातींच्या चळवळी, विद्यार्थ्यांच्या चळवळी – या सर्व लढ्यांमध्ये स्त्रियांची भूमिका आणि सहभाग ह्यासंबंधी बरेच अभ्यास चर्चा करतात. ह्या चळवळी स्त्रियांवर परिणाम करणाऱ्या मुद्द्यांबद्दल काही आवाज उठवत नाहीत. परंतु सामाजिक आणि वर्गीय मुद्द्यांसंबंधी आवाज उठवतात. गेल ऑम्वेट अशा चळवळींना, जोवर स्त्रियांचा संबंध आहे, पूर्व चळवळ असे म्हणतात. त्या (चळवळी) स्त्रीशक्तीला समाजाची ताकद मानतात, त्या स्त्रियांना स्वत:च्या गरजा दाखवून देण्यासाठी संधी उपलब्ध करून देतात, आणि त्या स्त्रियांच्या चळवळींना प्रगतीकडे नेणाऱ्या एका प्रक्रियेचा भाग असतात (१९७८ : ३७३). चळवळींचे बहुतेक अभ्यास त्या चळवळींमधील स्त्रियांचा सहभाग विशेषरीतीने विचारात घेत नाहीत. सर्वसाधारणपणे असे गृहीत धरले जाते की, या चळवळींचे पुढारीपण पुरुषांकडे असते, आणि त्यामध्ये स्त्रियांना कोणतीच भूमिका नसते किंवा त्यांच्याकडे गौण भूमिका असते. ते अभ्यास पुरुषांच्या दृष्टिकोनातून केलेले असतात. अशा अभ्यासांना पुरुषी वर्चस्वाचा शाप आहे (मित्रा १९८४, केळकर १९८४, सलढाणा १९८६). गोविंद केळकर म्हणतात,

> स्त्रियांनी सामाजिक आणि राजकीय चळवळींमध्ये वैशिष्ट्यपूर्ण भूमिका बजावली आहे, जिचा अजून पुरता अभ्यास झालेला नाही आणि जिचे

स्पष्टीकरण मिळालेले नाही. ह्या भूमिकेची चुकीची जाण नेहमी इतिहास-लेखनाच्या बाबतीतील तात्त्विक कमकुवतपणाशी जोडली जाते. इतिहास (इतर सर्व सामाजिक शास्त्रांप्रमाणे) टीकेला पात्र होतो, कारण त्यामधील त्रुटी मुख्यत्वे अनेक अभ्यासक समजतात त्याप्रमाणे स्त्रिया कमी योग्यता घेऊन जन्माला आलेल्या नाहीत. अपुऱ्या पुराव्यामुळे त्यांना त्यासंबंधी विचारणा केली पाहिजे कारण त्यामुळे त्यांची सामाजिक आणि राजकीय चळवळींबद्दलची स्पष्टीकरणे पूर्वग्रहदूषित आणि चुकीची असतात (१९८४ : १२७).

खास करून स्त्रियांच्या भूमिका आणि त्यांचा सहभाग यांच्यावर लक्ष ठेवून या चळवळींचा पुन्हा अभ्यास होऊ लागला आहे. स्त्रियांचा अदृश्य सहभाग (ते अभ्यास) पुढे आणतात. १९८४ साली या विषयावर 'साम्य शक्ती' नावाच्या स्त्रियांच्या मासिकाने एक खास अंक काढला आहे. लोकांच्या विविध चळवळींमधील स्त्रियांचा सहभाग यावर भर देऊन या अंकाचे स्पष्टीकरण संपादकाने दिले आहे. त्या म्हणतात,

> ''स्त्रियांच्या विशिष्ट प्रश्नांसंबंधीच्या चळवळींना खालच्या दर्जावर ढकलणे ही समाजशास्त्रज्ञांची सामान्य पद्धत आहे. इतर चळवळींच्या संदर्भात स्त्रियांसंबंधी उल्लेख करण्याची वेळ आली तर स्त्रियांचा उल्लेख अनेकांपैकी एक असा सामान्यपणे केला जातो. अशा प्रकारचे अभ्यास काही थोड्याच पुढाऱ्यांपुरते मर्यादित असतात. जर स्त्रियांची तथाकथित निष्क्रियता नष्ट करायची असेल तर ज्यांनी अशा प्रकारची दक्ष भूमिका चळवळींमध्ये पार पाडलेली आहे, त्यांची ऐतिहासिक अदृश्यता दूर करायला पाहिजे असे आम्हाला वाटले. (साम्य शक्ती १९८४ : VII).''

स्वातंत्र्योत्तर काळामध्ये लोकांच्या चळवळींमध्ये स्त्रियांचा जो सहभाग होता, त्यासंबंधीचे महत्त्वाचे वेचे इलिना सेन यांनी संपादित केले आहेत. त्या म्हणतात,

> ''ज्या चळवळी आपण तपासून पाहत आहोत, त्या चळवळी मोठ्या समुदायाच्या असून ज्यांच्यामध्ये स्त्रियांचा सहभाग आहे, असा फार मोठा राजकीय किंवा सामाजिक बदल घडवून आणणे हे त्यांचे ध्येय आहे. ह्या सर्व लढ्यांमध्ये स्त्रियांची भूमिका कुठे सुरू झाली आहे तर कुठे तिच्याकडे पूर्ण दुर्लक्ष झाले आहे. स्त्रियांचा सहभाग म्हणजे अर्थातच स्त्रियांची चळवळ नव्हे, अशी चळवळ की जी पुरेशी मोठी आहे त्यामुळे मोठ्या संख्येने स्त्रिया तिच्यामध्ये सहभागी होऊ शकतील. खरोखर, पारंपरिक स्त्रीत्वाचे मापदंड वापरून आपण ह्या चळवळींचा तपास केला तर – ज्याला लोक नेहमी एकाच 'संकुचित' किंवा 'एकच परिणाम' असलेले मुद्दे मानतात त्यांच्याभोवती केंद्रित – तर आपली निराशा होईल. अशा चळवळींमध्ये सामील होणाऱ्या स्त्रिया स्वयंपूर्ण

किंवा स्वतंत्रपणे फक्त त्यांच्याच विशिष्ट मागण्यांसाठी धडपडत नाहीत, पण त्याच वेळी त्यांच्या मुद्द्यांची आणि मागण्यांची मांडणी त्यांच्या चळवळींवर असा दबाव आणते की त्यांना (चळवळींना) पायाभूत स्त्री समुदायाची दखल घ्यावीच लागते (१९९० अ : ३-४).''

सिंघा रॉय शेतकऱ्यांच्या चळवळींच्या बाबतीत महत्त्वाचे सामाजिक प्रश्न मांडतात :

''शेतकऱ्यांच्या चळवळींमध्ये आणि इतर प्रकारच्या राजकीय जमवाजमवीमध्ये स्त्रिया का सहभाग घेतात? अशी कोणती सामाजिक, आर्थिक परिस्थिती असते म्हणून स्त्रियांचा सहभाग खुंटतो किंवा स्त्रियांच्या सहभागाला चालना मिळते? स्त्रियांच्या सहभागाच्या प्रकारामध्ये आणि प्रमाणामध्ये कोणते बदल घडतात की ज्यामुळे एखादी 'अस्सल शेतकरी चळवळ' सुधारक शेतकरी चळवळ बनून जाते? शेतकऱ्यांना लढ्यासाठी एकत्र करण्याच्या प्रक्रियेमध्ये स्त्रिया स्वत:च स्वत:च्या प्रश्नांकडे कशा पाहतात? (१९९२ : २४).''

काळाच्या ओघामध्ये लिंगाच्या दृष्टिकोनातून पुन्हा एकदा या सर्व चळवळींना भेट देण्यात येत आहे. स्त्री इतिहासशास्त्र पुढील दोन वेगळे मार्ग अनुसरत आहे. एक मार्ग मुख्यत्वे लिंगाधारित पितृसत्ताकत्व. त्याप्रमाणे स्त्रिया हा एक एकजिनसी सामाजिक गट आहे. बाहती कुंबा म्हणतात, व्यक्तिनिष्ठ किंवा वस्तुनिष्ठ – कोणत्याही स्तरावर लिंगाचा सामाजिक चळवळींमधील (१) भरती आणि लढ्यासाठीची जमवाजमव (ह्यावर परिणाम घडवून आणते), (२) पार पडलेल्या भूमिका आणि चळवळीत पार पाडलेली कार्ये (ह्यावर परिणाम घडवून आणतात), (३) विरोधाचे डावपेच आणि संस्थेची धाटणी (ह्यावर परिणाम घडवून आणतात), (४) चळवळीच्या फलिताचा परिणाम आणि समर्पकता (ह्यावर परिणाम घडवून आणतात). परिणामत: लिंगविषयक नमुना लक्षात घेतला की, पूर्वी पर्दाफाश न झालेल्या समस्या आणि चिंतेचे विषय यांची पँडोराची पेटी उघडल्यासारखे होते (२००१ : २६). या उलट मार्क्सची विचारपद्धती पितृसत्ताकत्व आणि वर्गविभागणी या दोन्हींना एकत्र पाहते. असं म्हटलं जातं की स्त्रियांवरचे जुलूम हा भारतीय लोकांच्या शोषणाचा एक अंतर्भूत भाग आहे (चक्रवर्ती १९८०). एका महत्त्वाच्या वेच्यांमध्ये, 'रिकास्टिंग विमेन (१९८९), कुमकुम सांगरी आणि सुदेश वैद स्पष्ट करतात की इतिहासशास्त्र म्हणजे पुढील गोष्टी नव्हे :

प्रातिनिधिक स्वरूपात स्त्रियांचा समावेश किंवा सांख्यिक किंवा गुणात्मक किंमत ठरविणे (स्त्रियांच्या या ना त्या चळवळीतील सहभागाची). त्या वेच्याने इतिहासशास्त्राचा सर्वसमावेशक विचार केला आहे आणि स्त्रियांना एका विशिष्ट

संदर्भाच्या चौकटीत बंदिस्त करण्याची कल्पना त्याज्य ठरविली आहे, का तर विशाल सामाजिक नात्यांच्या बांधणीला कारणीभूत होणाऱ्या किंवा बांधणीमुळे कारणीभूत होणाऱ्या लिंगभेदाचा विचार करण्यासाठी ... ऐतिहासिक पुनर्बांधणीचा कोणताही प्रयत्न कंबर कसून करताना संपूर्ण समाजाचा विचार केला जातो. वस्तुनिष्ठ–लिंग–तटस्थ पद्धतीने स्वत:च्या पूर्वसमजुतींना ध्यानात घेऊन, तसेच सामाजिक चळवळींच्या पूर्वसमजुती आणि ज्या चळवळींचे प्रतिनिधित्व करायचे (त्यांचा पूर्णत: विचार केला जातो.).

अनुभवजन्य पातळीवर लोकांच्या चळवळीचे दोन प्रकार होतात : (१) राजकीय पक्ष आणि गट यांनी चालविलेल्या चळवळी (२) अ–पक्षीय सामाजिक चळवळी. पहिला प्रकार – वेगवेगळ्या राजकीय आदर्शवादाचे पक्ष स्त्रियांच्या चळवळीतील सहभागाकडे कसे बघतात आणि कसे वागतात – त्याचा तपास करतो. कपिलकुमार म्हणतात, ऐतिहासिक संशोधनामध्ये कितीही प्रगती झाली, तरी खेडेगावातील आर्थिक, सामाजिक आणि राजकीय जीवन बदलण्यामध्ये विशेषत: शेतकरी स्त्रियांची कितीही महत्त्वाची भूमिका असली तरी ऐतिहासिक विश्लेषणाने त्यांच्याकडे दुर्लक्षच केले आहे (१९८९ : ३३७).

शेतकरी आणि जमातींच्या चळवळी

प्रकरण २ मध्ये यापूर्वी म्हटल्याप्रमाणे सुनील सेन (१९७९) यांचा बेंगालवरील अभ्यास, कपिल कुमारांचा (१९८४) अवधवरील अभ्यास, शिरिन मेहतांचा बारडोलीच्या सत्याग्रहावरील अभ्यास आणि के. पी. कण्णन यांचा (१९८८) केरळमधील ग्रामीण कामगारांना लढण्यासाठी एकत्र करण्याबद्दलचा अभ्यास – यामधून वेगवेगळ्या शेतकरी चळवळींमधून दाखवली गेलेली स्त्रियांची लढाऊ वृत्ती दिसते. लिंगाबद्दलच्या अभ्यासामुळे या चळवळींमधील स्त्रियांची भूमिका ठरविण्याच्या अभ्यासाला सुरुवात तर झाली. मीरा वेलायुधन (१९८४) यांनी त्यांच्या विश्लेषणात्मक आणि सविस्तर अभ्यासात अलेप्पीच्या कामगार स्त्रिया आणि वर्गलढा आणि त्यामधील स्त्रियांची केरळमधील कम्युनिस्टांनी चालवलेली काथ्या कामगारांची चळवळ – यामधील स्त्रियांची भूमिका आणि सहभाग यांचा विचार केला. त्यांनी दाखवून दिले की १९३८ च्या संपामध्ये स्त्रियांनी मोठ्या प्रमाणावर भाग घेतला. त्यांनी परस्परसंबंधाचे निर्णायक जाळे विणले. त्यानंतर, स्त्री कामगारांनी बाळंतपणाचे फायदे, नोकरीतून कपात या विषयांवर लढा सुरू केला (कन्नन १९८८). १९४० साली कम्युनिस्ट पक्षाने सुरू केलेल्या सशस्त्र लढ्यामध्ये भाग घेतला. ह्या लढ्यामध्ये, स्त्री कार्यकर्त्यांना अटक झाली, छळ झाला, बलात्कार झाला – घराघराच्या छाप्यामध्ये पोलीस आणि

मिलिटरीकडून.

तेभागा चळवळीमधील स्त्रियांच्या सहभागाबद्दल पीटर कस्टर्स यांनी अभ्यास केला आहे (१९७८). त्यांनी हे दाखवून दिले आहे की मजूरवर्गातील आणि शेतकरी वर्गातील स्त्रिया परिणामकारकरीत्या नेतृत्व करतात. केरळमधील अलेप्पीतील कामगारांच्या लढ्यावरील मीरा वेलायुधनच्या अभ्यासापेक्षा वर उल्लेखिलेला अभ्यास आणि वरळीच्या बंडावरील इंद्रमुन्शी सलढाणांचा अभ्यास, केरळमधील मजूर वर्गासंबंधीचा के. पी. कन्नन यांचा अभ्यास हे कम्युनिस्ट पक्षाच्या भूमिकेबद्दल अधिक साक्षेपाने विचार करतात. रेणू चक्रवर्ती (१९८०) या स्वत: कम्युनिस्ट नेत्या होत्या आणि त्यांनी अनेक लढ्यांमध्ये भागही घेतला. निरनिराळ्या चळवळींमध्ये लढ्यासाठी स्त्रियांना एकत्र करण्यासाठी कम्युनिस्ट पक्षाने जे प्रयत्न केले, त्यावर त्या जोर देतात. त्यांच्या मते, कम्युनिस्ट स्त्रियांनी कष्टकरी स्त्रियांबरोबर तादात्म्य साधले आणि स्त्रियांच्या चळवळींना एक नवे वळण आणि दृष्टिकोन दिला. तरीसुद्धा, इतर अभ्यासकांनी जरी कम्युनिस्ट पक्षाची भूमिका स्वीकारली तरी ते अशी टीका करतात की कम्युनिस्ट पक्षाने स्त्री वर्गाला जी समानतेची वागणूक द्यायला हवी होती ती दिलेली नाही. शिवाय, चक्रवर्तींनी जंगली जमातीतील शेतकरी स्त्रियांना, की ज्यांना सामुदायिक कृतीची परंपरा आहे, त्यांना कोणतेही श्रेय दिलेले नाही (सेन १९८९). इंद्र मुन्शी सलढाणा म्हणतात,

> लढा अतिशय तीव्र असतानासुद्धा किसान सभेने स्त्रियांना पुरुषांप्रमाणे सामील करून घेतले नाही किंवा तेवढ्या प्रमाणात स्त्रियांवर जबाबदारी टाकली नाही. स्त्रियांच्या लढाऊपणा, बांधिलकी आणि कौशल्य यांचा पुरेसा पुरावा असतानासुद्धा स्त्रियांना कधीही पूर्णपणे सामील करून घेण्यात आले नाही किंवा प्रगत करण्यात आले नाही; सर्वसाधारणपणे स्त्रियांना पूरक भूमिका देण्यात आल्या (१९८६ : ५१).

केरळाच्या बाबतीत कण्णन म्हणतात,

> नेतृत्वाच्या सर्व स्तरांवर स्त्रियांच्या सहभागाची अनुपस्थिती ही वेगवेगळ्या प्रमाणात आजपर्यंत चालूच आहे. संघटनेच्या आणि एकत्रीकरणाच्या सुरुवातीच्या काळात स्त्रियांची मदत मागितली जात होती आणि स्वीकारली जात होती, पण नेतृत्वाच्या महत्त्वपूर्ण स्तरावर किंवा निर्णय-प्रक्रियेमध्ये त्यांना कधी सहभागी करून घेतले जात नव्हते. जेव्हा या सगळ्याला गौण दर्जाच्या इतर गोष्टींची साथ मिळाली, उदाहरणार्थ, खालच्या जातीचा दर्जा, तेव्हा परिस्थिती अजूनच चिघळली आणि ग्रामीण कामगारांचा लढा चालू ठेवण्यात त्या प्रयत्नशील होत्या तरी सहभागाच्या दृष्टीने स्त्रियांचा दर्जा अजूनच खालावला

(१९८८ : १३८-३९).

पीटर कस्टर्स (१९८७) यांनी असेच निरीक्षण केले आहे. मुन्शी सलढाणांप्रमाणे ते म्हणतात की पितृसत्ताक विचारांचा कम्युनिस्ट पक्षावर प्रभाव आहे. पितृसत्ताक पूर्वग्रह मुळाशी असलेल्या पक्षबांधणीच्या मार्क्सिस्ट विचारप्रणालीबद्दल ते प्रश्न उपस्थित करतात. स्त्रियांच्या प्रश्नांमध्ये लक्ष घालणे आणि निर्णयप्रक्रियेमध्ये त्यांना सहभाग देणे, या बाबतीत व्यापारी संघटनांची भूमिका पक्षापेक्षा वाईट होती (किश्वर आणि रूथ १९८४, रोहिणी आणि इतर). भारतीय कम्युनिस्ट पक्षाने (उखझ चङ) वायनाड (मलबार) येथील चळवळीत सहभाग घेतलेल्या अजिताचे निरीक्षण असे आहे की स्त्रियांच्या समानतेविषयी पक्षनेतृत्व संवेदनशील नव्हते आणि स्त्रियांचा सहभाग वाढविण्याच्या दृष्टीने त्यांना काही करायचे नव्हते. १९५८-६८ या काळात नक्षलवाद्यांकडून चालवल्या गेलेल्या श्रीकाकुलम चळवळीबद्दल विंध्या (१९९०) यांचे असेच विचार आहेत. त्यांना वाटते की, प्रचलित पितृसत्ताक विचार - चळवळीतील आणि समाजातील - यांनी स्त्रियांची लढ्यातील भूमिका आणि स्थान या दोन्हींवर परिणाम केला (२०००). कल्पना कण्णाभिटन आणि इतर यांचे म्हणणे असे आहे की पक्षाचा स्त्रियांकडे बघण्याचा दृष्टिकोन असा आहे की स्वत:ला पारंपरिक रूढींमधून सोडवून घेण्यासाठी स्त्रियांनी जरी डाव्या पक्षाने चालू केलेल्या शेतकऱ्यांच्या लढ्यामध्ये सहभाग घेतला तरी शेवटी त्यांना चळवळीतून वगळले जाते.

> पितृसत्ताक विचारांप्रमाणे स्त्रीचे जे पारंपरिक आदर्शरूप आहे, त्यावर क्रांतिकारक राजकारणातील स्त्री-पुरुष नातेसंबंध ठरतो. पक्षातील वरिष्ठ स्त्रियांना लैंगिक सेवा पुरविणारे घटक समजत. स्त्री कार्यकर्त्यांना सहन कराव्या लागणाऱ्या लैंगिक छळाबद्दल आणि वर्चस्व गाजविण्याच्या इतर प्रकारांबद्दल उघडपणे फारसे बोलले जात नसे. अंतिम ध्येयाची प्राप्ती आणि शिस्तपालन यांच्या नावाखाली स्त्रियांच्या प्रश्नांबाबत दुर्लक्ष करण्यात येई (राणी आणि विद्महे १९९९ : २६८).

तरीही, असे दिसते की, परिस्थिती आता बदलत आहे. आणि स्त्रियांच्या स्वयंपूर्ण चळवळींचा डाव्या पक्षांवर परिणाम होत आहे. आंध्र प्रदेशातील पीपल्स फॉर ग्रुपने स्त्रियांसाठी वेगळी संघटना हैद्राबादमध्ये स्थापन केली आहे - प्रोग्रेसिव्ह ऑर्गनायझेशन ऑफ विमेन (POW). कुटुंबामध्ये सहन करावी लागणारी हिंसा, बलात्कार आणि विनयभंग यांसारख्या खास स्त्रियांच्या प्रश्नांसंबंधी आवाज उठविला. पितृसत्ताक हा शब्द पक्षाच्या कागदपत्रांमध्ये आता खूपच वापरला जातो. यू. विंध्या म्हणतात की, त्यामुळे चळवळीवर आतून आणि बाहेरून दोन्हींकडून दबाव वाढला की ज्यामुळे त्यांना स्त्रीवादी टीकाकारांना तसेच जातीय प्रश्नांना आणि यापूर्वी विचारात

न घेतलेल्या प्रश्नांना सामोरे जावे लागले. स्त्री-पुरुषांच्या आयुष्यामध्ये लिंग हा विषय एक निर्णयात्मक घटक बनला आणि त्याला कारण घडले ते वरील प्रकारच्या आव्हानांमुळे घडवून आणलेले क्रांतिकारक बदल (२०० : १७०).

बीना अगरवाल यांनी तेभागा आणि बोधगया चळवळींची तुलना केली आहे. पहिल्या चळवळीचे नेतृत्व किसान सभा आणि भारतीय कम्युनिस्ट पक्ष (उझख) यांनी १९४० मध्ये केले होते आणि नंतरची चळवळ १९७० मध्ये गांधीवादी कार्यकर्त्यांनी सुरू केली. बीना अगरवाल यांचं असं म्हणणं आहे की स्त्रियांचा सहभाग असूनसुद्धा तेभागा चळवळीमध्ये असमान लिंग नातेसंबंध चळवळीच्या आत आणि बाहेर टिकून राहिला (१९९४ : ९९). बोधगयेच्या चळवळीत मध्यमवर्गीय स्त्रियांच्या स्त्रीवादी दृष्टिकोनामुळे, स्त्रियांनी चळवळीमध्ये लिंगविषयक वाटणारी काळजी स्पष्ट केली. त्या म्हणतात, पहिल्या टप्प्यानंतर अनेक गोष्टींसंबंधीच्या पुरुषी पूर्वग्रहांना स्त्रियांकडून आव्हान दिले गेले आणि संघटनेच्या अंतर्गत त्यासंबंधी वाद झाले, त्यानंतर लक्षणीय बदल घडून आले : निर्णय घेण्याच्या प्रक्रियेमधील स्त्रियांचा सहभाग बऱ्याच प्रमाणात वाढला.

पुष्कळच वैयक्तिक अभ्यासाची कागदपत्रे स्त्रियांच्या वेगवेगळ्या लढ्यांमध्ये भाग घेण्यासंबंधी उपलब्ध आहेत. शेतकामगार, गरीब शेतकरी, कोळी, आदिवासी इत्यादी. १९७० ते १९८० च्या दरम्यान अपक्ष संघटनांनी अशा प्रकारचे अभ्यास केले. मणिमाला १९८३, सवादा आणि गोठोसकर १९८४, वैद १९८४, नायक १९९०, सुभद्रा आणि राहुल १९९९. शेतकऱ्यांच्या चळवळीमध्ये लढा देण्यासाठी शेतकरी संघटनेने स्त्रियांना गोळा करण्याचे काम केले (ऑम्वेट १९८६, १९९०, १९९३). स्त्रिया आणि पुरुष यांच्यात त्यांच्या वेगळ्या भूमिकांमुळे चळवळीतील सहभागीदार म्हणून कशा प्रकारचा तणाव निर्माण होतो ते पुढील अभ्यासावरून दिसून येते. छत्तीसगडमधील कामगारांची चळवळ (सेन १९९० बी), श्रमिक संघटनेने पुढाकार घेतलेला आदिवासींचा लढा (साठे १९९०, बासू १९९२), आणि तमिळनाडूमधील बांधकाम कामगारांची संघटना. चळवळ प्रक्रियेमध्ये काही संघटनांनी स्त्रियांसाठी वेगळ्या संघटनांची उभारणी केली. छत्तीसगडमधील महिला मुक्ती मोर्चा आणि धुळ्याची श्रमिक स्त्री मुक्ती संघटना. लढ्यांमधून त्यांनी फक्त स्त्रियांचे प्रश्न धसाला लावले.

जंगलातील ठेकेदारांच्या वृक्षतोडीला विरोध करण्यासाठी चिपको आंदोलनामध्ये स्त्रियांनी लढाऊ भूमिका पार पाडली (डोग्रा १९८०, बहुगुणा १९८४, जैन १९८४, शर्मा १९८४, वेबर १९८७, भट्ट १९८८). पर्यावरण स्त्रीत्ववादी भूमिकेतून चिपको आंदोलनाचे विश्लेषण करण्याचे प्रयत्न झाले आहेत. असे मांडले गेले की जीवन आणि पर्यावरण पद्धती यासंबंधी स्त्रियांना विशेष काळजी होती (सेन १९९० बी :

७). वंदना शिवा म्हणतात, स्त्रिया आणि निसर्ग यांचे जवळचे नाते असते. आणि त्यांचे वर्चस्व आणि मुक्ती यांचेही त्याचप्रमाणे लागेबांधे जुळलेले असतात. स्त्रियांच्या आणि पर्यावरणाच्या चळवळी ह्या म्हणून एकच होत आणि मुख्यत्वे पितृसत्ताक अधोगतीला शह देणाऱ्या आहेत (१९८८ : ४७). चिपको आंदोलनाच्या संदर्भात शोभिता जैन म्हणतात,

> "खेड्यातील ग्रामपंचायत आणि इतर समिती यांमध्ये नियुक्त पुरुष आणि कुटुंबप्रमुख असलेले पुरुष हे सरकारी अधिकाऱ्यांकडे फार आदराने आणि भीतीने बघतात. ह्या अधिकाऱ्यांना विरोध करण्याचे धाडस त्यांच्यामध्ये नसते. ह्याउलट स्त्रियांचा सरकारी अधिकाऱ्यांशी कधीही संबंध येत नाही आणि इतरही कोणाशी त्यांचा कोणताच परस्पर व्यवहार होत नाही. त्यांना एवढेच समजत होते की ही झाडे पडणे म्हणजे त्यांच्या स्वास्थ्याला योग्य नव्हते आणि त्या आधारावर त्यांच्या समजुतीप्रमाणे त्यांनी कृती केली (१९८४ : १७९३)."

सुमी कृष्णा म्हणतात, शारीरिक वेगळेपणामुळे स्त्रिया निसर्गाशी नाते जोडत नाहीत तर त्यांच्या स्त्रीत्वाच्या भूमिकेतून (जोडतात) (१९९६). असे पाहिले गेले की चळवळीच्या ओघात स्त्रियांनी काही वेळा पुरुषांशी बरोबरी करण्यासारखे काही मुद्दे उपस्थित केले. चिपको आंदोलनाचे वर्णन स्त्री चळवळ म्हणून केले जात असले तरी स्त्रियांच्या चिपको आंदोलनातील सहभागाचा जुलमाविरुद्ध लढा देण्यास काही उपयोग झालेला नाही असे कुमुद शर्मा (१९९४) म्हणतात. एम्मा मॉडस्ली म्हणतात, मला हे अजिबात अमान्य करायचे नाही की, डोंगराळ भागातील स्त्रिया शेती वातावरणाच्या बाबतीत विशेषकरून सखोलपणे सतर्क असतात, परंतु उत्तरांचलमधील, उदरनिर्वाहाशी संबंधित इतर अनेक गोष्टींशी त्यांनी हे जोडले, यामध्ये जंगलांचे व्यापारी शोषण आणि त्याला असलेला उत्तरांचलमधील विरोध यांचाही समावेश होता (१९९८ : ४८).

छात्र संघर्ष वाहिनीने (CSV) एक गांधीवादी संघटना, भाडेकरू आणि मजूर यांना एका मठाविरुद्ध लढण्यास एकत्र जमा केले. हा मठ म्हणजे बिहारमधील बोधगया येथील एक धार्मिक संघटना. अनुपस्थित मालकाप्रमाणे काही जागा त्या मठाच्या ताब्यात होती. चळवळीच्या ओघात स्त्रियांनी त्या जमिनीवर आपला हक्क सांगितला. त्यांनी आग्रह धरला की ती जमीन स्त्रियांच्या नावावर करण्यात यावी. काही खेड्यांमध्ये त्यांच्या मागण्या मान्य करण्यात त्या यशस्वीपण झाल्या (मणिमाला १९८३, १९९१). या आंदोलनाने स्त्रियांवरील अत्याचाराविरुद्ध आवाज उठविला. या संघर्षात सामील झालेली एक कार्यकर्ती म्हणते,

''माणुसकीच्या कारणांनी आम्ही बायकोला मारण्याविरुद्ध आवाज उठवला. कोणत्याच व्यक्तीने कोणालाही मारू नये. मग कारण कोणतेही असो. स्त्रियासुद्धा माणूसच आहे. बोधगयेला जमिनीच्या हक्कासाठी लढताना आमच्या हे लक्षात आले की स्त्रियांना मार खाण्याची खरीखुरी भीती वाटते. सर्वच पुरुषांना – मग तो भणंग भिकारी का असेना, बायको म्हणजे स्वत:ची मालमत्ता वाटते. आमच्या संघर्षामध्ये पुढे आम्हाला जमीन मिळालीच तर त्यामुळे त्याची बायकोवरची सत्ता वाढणार होती. पती, जमीनमालक आणि हिंदू मठातील पुरुष यांच्यामधील साम्य आम्ही दाखवून दिले. सर्वांमध्ये स्त्रियांवर जुलूम करायची ताकद होती (मणिमाला १९९१ : ६४).''

आश्चर्य म्हणजे छात्र संघर्ष वाहिनीने स्त्रियांच्या हक्कांच्या बाबतीत गांधींच्या पुढे एक पाऊल टाकले आहे.

वाढलेल्या किमतीविरुद्ध आवाज उठविणाऱ्या मध्यम वर्गातील स्त्रियांच्या चळवळीची नोंद काही अभ्यासकांनी घेतली आहे – गुजरातमधील नवनिर्माण चळवळ, बिहारमधील जे.पी. चळवळ (देसाई आणि पटेल १९८५, पटेल १९८५, गांधी आणि शाह १९९१). या संघर्षामध्ये स्त्रियांच्या सहभागाचे प्रमाण आणि स्वरूप यांचे विश्लेषण आपल्याकडे नाही आणि संघर्षात कार्यकर्ती म्हणून स्त्रियांना काय स्थान होते हेही आपल्याला माहीत नाही. आंध्र प्रदेशातील बल्लोर जिल्ह्यामध्ये दारूच्या विरोधात (१९९१–९३) स्त्रियांनी आवाज उठविला. रेड्डी आणि पटनाईक यांनी त्यांच्या अभ्यासात (१९९३) असे दाखवून दिले की या अहवालामध्ये दारू हे सर्व दु:खाचे कारण आहे, समाजाने केलेला गुन्हा आहे, याचा साधा उल्लेखही त्यात नव्हता.

रॉबर्ट व्हाइट आणि पॉनलिन व्हाइट (१९८२) आणि साफा (१९८४) असे म्हणतात की, आशियातील स्त्रिया स्वत:कडे जुलूम झालेल्या स्त्रिया म्हणून पाहत नाहीत, आणि जुलूम सोसणाऱ्या सामाजिक, आर्थिक गटाच्या सभासद म्हणून स्वत:ला बघतात. वारली बंडासंबंधी गोळा केलेल्या पुराव्याच्या आधारावर इंद्र मुन्शी सलढाणा म्हणतात (१९८६), जमीनमालक आणि त्याचे मजूर या नात्याने 'जास्त महत्त्वाची जुलूमजबरदस्ती' होती. खेड्यांमध्ये उत्पादनप्रक्रियेमध्ये त्यांचा (स्त्रियांचा) सहभाग जेव्हा सुरू झाला तेव्हा गेल ऑम्वेट यांच्या मते, स्त्रियांचा निरनिराळ्या वर्गसंघर्षांमधील सहभाग वाढला.

खेडेगावामध्ये नोकरशाहीवर आधारलेले नातेसंबंध संपुष्टात येऊन साम्राज्यशाहीवादी नातेसंबंध येऊ लागले आहेत. त्यामुळे केवळ शेतकऱ्यांचे बंड म्हणून हा विषय न राहता गरीब शेतकरी आणि शेतमजूर बंड असे त्याला स्वरूप आले आणि विशेष करून ग्रामीण भागातील गरीब लोकांमध्ये स्त्रिया

या शेतकऱ्यांमधील वर्चस्व असलेल्या उत्पादक कामगार नसल्यामुळे या सर्व गोष्टींचा स्त्रियांवर परिणाम होत राहतो. ग्रामीण गरिबांचे आता हे नवीन उदयाला येणारे बंड – शेतमजूर आणि गरीब शेतकरी – गेल्या दशकात भारतात आकार घेऊ लागले आहे. हे सर्व खऱ्याखुऱ्या मोठ्या समुदायाच्या चळवळीकडे – स्त्रियांच्या स्वातंत्र्य आणि समानतेकडे घेऊन चालले आहे (१९७८ : ३७४).

स्त्रियांच्या समस्यांवरील स्त्रियांची चळवळ

गेल्या तीन दशकांमध्ये स्त्रियांच्या स्वायत्त गटांकडून सुरू झालेले छोटे-मोठे संघर्ष स्त्रियांच्या समस्यांभोवती काम करत स्त्रियांवर परिणाम घडवून आणतात आणि त्यांच्या मुक्तीसाठी अनेक प्रश्नांना हात घालतात (किश्वर आणि रूथ १९८४, देसाई आणि पटेल १९८५, रोहिणी आणि इतर). बलात्कार, कामाच्या ठिकाणी लैंगिक छळ, कुटुंबात आणि सार्वजनिक ठिकाणी स्त्रियांविरुद्धची हिंसा यांसारख्या समस्या आहेत की ज्यावर छोटे मोठे संघर्ष होऊ लागले आहेत. मोर्चा, धरणे, सार्वजनिक सामुदायिक अर्ज या सर्व प्रकारे चिडलेल्या मध्यमवर्गीय नागरी स्त्रियांनी १९७८ साली मथुरा रेप केसमुळे आपल विचार प्रकट केले. महाराष्ट्रात मथुरा नावाच्या एका १४ वर्षे वयाच्या मुलीवर पोलिस स्टेशनमध्ये बलात्कार झाला होता. दोन पोलिसांवर बलात्कार करण्याच्या आरोपावरून केस करण्यात आली. त्यांना खालच्या कोर्टाने आणि सुप्रीम कोर्टाने निर्दोष म्हणून सोडून दिले. न्यायाधीशांच्या मते, मथुराने लैंगिक संबंधांना स्वत:हून मान्यता दिली होती. निरनिराळ्या शहरातील स्त्रियांनी या प्रसंगाविरुद्ध आवाज उठविला होता आणि न्यायाधीशांच्या निकालाचाही निषेध केला होता. त्यांनी मिरवणुका, सार्वजनिक सभा, सह्यांची मोहीम या सर्व मार्गांचा अवलंब केला.

> जेव्हा स्त्रियांच्या गटांनी राज्य आणि समाजाचा निषेध केला, तेव्हा त्यांना म्हणावयाचे होते की निसर्गाने नव्हे तर समाज, त्यांचे कायदे आणि संस्था यांनी पुरुष आणि स्त्री यांच्यामध्ये अग्रक्रम निर्माण केला. वर्गाचा आणि जातीचासुद्धा (अग्रक्रम निर्माण केला), बलात्कार काही पूर्वविचार न करता केलेले कृत्य नव्हे, परंतु सबळाने दुर्बळावर केलेली, गरीब आणि शोषिताची हिंसा आहे (देसाई आणि पटेल १९८५ : ४८).

स्त्री कार्यकर्त्यांनी आपला राग पुढील प्रसंगी व्यक्त केलेला आहे. बलात्कार, लैंगिक छळ, स्त्रियांना सहन करावी लागणारी घरगुती हिंसा, हुंडा आणि सुनेला जाळणे. कधीकधी काही स्त्रिया एकत्र येऊन पोलीस, राजकीय पुढारी, यांच्यावर दबाव आणून गुन्हेगारांना अटक आणि शिक्षा करायला लावतात. जरी अशा प्रसंगांचे अहवाल बरेच असले तरी अशा प्रसंगी स्त्रिया एकत्र येण्यासंबंधीचे विविध पैलू आणि त्यांचा

टिकाऊपणा यासंबंधीचे पद्धतशीर अभ्यास उपलब्ध नाहीत. तळागाळातील काही लढे का यशस्वी झाले आणि काही अयशस्वी का झाले याचा शोध आवश्यक आहे. अनेक गटांनी गर्भलिंगनिदान परीक्षेचा विरोध केलेला आहे, कुटुंबनियोजनाचा आणि राज्याच्या प्रजोत्पादन, आरोग्य आणि लोकसंख्याधोरणांचा विरोध केलेला आहे. कायदेशीर पालनपोषण, मुलांचे पालकत्व आणि ताबा, समान नागरी कायदा इत्यादी प्रश्नांवर कित्येक गटांनी आपली मोहीम चालू केली आहे. अशा मोहिमांनी नवीन कायदे, स्त्रियांना न्याय देण्यासाठी आणि हिंसा कमी करण्यासाठी कायद्यात सुधारणा करण्याची मागणी केली. आता तर काही कार्यकर्त्यांना कायद्याच्या परिणामकारकतेबद्दल शंका वाटू लागली आहे.

जोवर प्रस्थापितांचा दृष्टिकोन गरीबविरोधी, अल्पसंख्याकविरोधी, स्त्रीविरोधी आहे ..... विचाराधीन असलेल्या प्रश्नांसंबधी आणि राज्याला आवश्यकतेपेक्षा जास्त अधिकार देणाऱ्या कायद्यांचा विचार करण्याची वेळ आलेली आहे. कदाचित या चळवळींचा दृष्टिकोन अशा प्रकारच्या मागण्या करताना संकुचित असावा आणि त्यामुळे सरकारच्या लबाड योजनांमध्ये त्या आयत्याच जाऊन पडतात. स्त्रियांच्या चळवळी आता कायद्याची अंमलबजावणी आणि त्याचा दुरुपयोग टाळणे या दृष्टीने अत्यंत क्षुल्लक आहेत (ॲग्नेस १९९२ : WS ३३).

गेल ऑम्वेट यांच्या पुस्तकात 'वुई विल स्मॅश धिस प्रिझन' (१९८०) १९७५ मधील दहा महिन्यांचा सविस्तर तपशील देतात. मध्य भारतातील एका दूरच्या खेड्यातील स्त्री शेतमजुरांच्या सभेने या पुस्तकाची सुरुवात होते आणि शेवटी त्या सभेची सांगता 'युनायटेड विमेन्स ऑर्गनायझेशन'ची स्थापना होण्यात होते. तिच्या कथनाचा तपशील समाजाच्या वेगवेगळ्या स्तरांतून – आदिवासी, दलित, मध्यमवर्ग, जाती, ग्रामीण–नागरी, शेतमूजर – येणाऱ्या स्त्रियांच्या जाणिवेचे स्वरूप आणि स्तर दाखवून देतो आणि भारतातील स्त्रियांना संघटित करण्यामधील नागरी मध्यमवर्गीय स्त्रियांची सक्षमता आणि अक्षमता दाखवून देतो. स्त्रियांना त्यांच्या हक्कांची जाणीव करून देण्यासाठी आणि राजकीय कृतीसाठी त्यांना एकत्र करण्यासाठी स्त्री नेत्यांनी आणि डाव्या पक्षांनी वापरलेल्या डावपेचांची ती माहिती देते. एका अर्थी स्त्रियांना एकत्र आणण्यासाठी काम करणाऱ्या स्त्री कार्यकर्त्यांनी दिलेले आत्मविश्लेषण आहे. काही कार्यकर्त्या अभ्यासकांचे असे म्हणणे आहे की नागरी आणि ग्रामीण भागातील स्त्रियांच्या चळवळीला अनेक कारणांमुळे स्थैर्य आले नाही. रोहिणी, सुजाता आणि नीलम यांच्या मते, त्यांपैकी एक कारण म्हणजे,

स्त्रिया म्हणजे सतत दबावाखाली राहणारा गट आहे, हे समजून घेण्यात आलेले अपयश. समस्या कोणतीही असो – गर्भपात किंवा गर्भनिरोधक –

दोन्हींमधला संबंध स्पष्ट केलेला नसतो. मूल पोटात वागविणे आणि मूल वाढविणे या दोन्हींमधला दुवा आणि म्हणून सामाजिकदृष्ट्या त्यात असलेले परिश्रम समजून घेतले जात नाहीत. नको असलेला गर्भ वाढविणे ही एकच समस्या केंद्रित केली जाते. जुलूम जर अनेकजणींमध्ये वाटून घेतला तर त्यामुळे एकत्र असण्याची एक दृढ भावना स्त्रीला मिळते की जी स्थिर संघटनेसाठी योग्य पाया बनू शकते. परंतु ती नुसती भावना शक्ती देऊ शकत नाही की जिचा उपयोग जुलमाविरुद्ध चालू असलेला रेंगाळलेला लढा सोसण्यास ताकद देईल. दबावाखाली असणे ही सत्यताच मुळी कोणताही सौदा करण्याची ताकद काढून घेते (प.व. : १३७). निघणारे अनुमान विवाद्य आहे हे वेगळे सांगण्याची जरूरी नाही.

राका राय (१९९९) या त्यांच्या चांगल्याप्रकारे केलेल्या अनुभवजन्य अभ्यासात शोधून काढतात, निरनिराळ्या प्रदेशांतील स्त्रियांच्या चळवळी स्त्रियांवर परिणाम करणाऱ्या निरनिराळ्या समस्यांना वेगवेगळे प्राधान्य का देतात. त्यांना असे दिसून येते की स्वायत्त आणि संलग्न (पक्षाशी) दोन्ही प्रकारचे स्त्रियांचे गट मुंबईत स्त्रियांवरच्या अत्याचाराला आणि धार्मिक मूलतत्त्ववादाला प्राधान्य देतात. कलकत्त्यामधील गट कोणाशी संलग्न आहेत याचा विचार न करता गरिबी, बेकारी, जाणीव आणि साक्षरता हेच महत्त्वाचे प्रश्न असतात. दोन्ही शहरांतील राजकीय क्षेत्रे वेगळी आहेत. मुंबईतील स्त्रियांच्या गटांचे प्रश्न विखुरलेले असतात आणि सामाजिक चळवळ विभागात मोडतात. मुंबईतील स्त्रियांचे गट भिन्नधर्मीय असतात. याउलट कलकत्त्यातील गट एकजिनसी असतात. भारतीय कम्युनिस्ट पक्षाच्या विचारांनी भारलेली येथील संस्कृती आहे. त्या दाखवून देतात की वेगवेगळ्या राजकीय क्षेत्रांचा स्त्रियांच्या प्रादेशिक गटांवर गतिमानतेच्या बाबतीत वेगवेगळा परिणाम होतो. स्वायत्त किंवा पक्षसंलग्न संघटना स्त्रियांशी संबंधित ध्येये आणि डावपेच यांचा विचार करतात, त्यांच्या स्वतःच्या दर्जाचा नाही. स्त्रियांना बळकटी मिळवून देण्यासाठी सेल्फ एम्प्लॉइड विमेन्स असोसिएशन (डएथअ), वर्किंग विमेन्स फोरम, अन्नपूर्णा महिला मंडळ इत्यादी काम करतात. जरी त्यांच्या कार्याला चळवळ असे म्हटले जाते, तरी आमच्या विश्लेषणाच्या चौकटीत त्या जास्त संस्था आहेत, चळवळी कमी. कॅलमन लेस्ली ह्यांच्या मते हया संघटना मौल्यवान मध्यस्थ म्हणून एकत्र न आलेल्या, अधिकारहीन स्त्रिया आणि सरकारी संस्था यांच्यासाठी काम करतात. सेल्फ एम्प्लॉइड विमेन्स असोसिएशन ही अशीच एक दूरवर ओळखली जाणारी संस्था आहे. गरीब स्वयंरोजगार स्त्रियांची ही संस्था आहे. १९७० साली अहमदाबादमध्ये सुरुवात झाली आणि ती देशात अनेक ठिकाणी पसरली आहे. कालीमा रोझ यांचे असे मत आहे की या संस्थांनी स्त्रियांना त्यांच्या हक्कांची जाणीव

करून दिली. लेखिकेच्या मते, संस्था आणि सामुदायिक चळवळ मजूर स्त्रियांच्या दर्जामध्ये सकारात्मक सुस्थिती आणू शकतात (१९९२ : १६). तळागाळातील स्त्रियांना एकत्र आणण्यासंबंधीचे बरेच अभ्यास हाती घेण्यात आले आहेत. ते म्हणजे महत्त्वाचे वर्णनात्मक तपशील आहेत (पुरुषोत्तम १९८८).

नेतृत्व

सामाजिक सुधारणेच्या गेल्या शतकातील चळवळींचे पुढारी की ज्यांनी स्त्रियांच्या प्रश्नांविरुद्ध आवाज उठवला हे सर्व समाजाच्या उच्च स्तरातील पुरुष होते. बऱ्याच चरित्रांचा अभ्यास केल्यावर लक्षात येते की, सामाजिक सुधारकांना स्त्रियांच्या प्रश्नात लक्ष का घालावेसे वाटले असेल. लिंगाधिष्ठित समानतेबद्दल त्यांचे काय विचार होते याची आपल्याला माहिती मिळते. १९२० सालापासून स्त्रियांना एकत्र करणे आणि त्यांच्या मागण्या मांडण्यासाठी स्त्रिया पुढाकार घेताना दिसतात. ब्रिटिश स्त्रिया या बाबतीत पुढे होत्या. ह्या संघटना मुख्यत: नागरी, शिकलेल्या उच्च वर्गातील स्त्रिया आहेत. सुरुवातीचे नेतृत्व उच्च जात किंवा वर्ग, राजपुत्रांच्या मुली किंवा बायका, सहकारी अधिकारी किंवा राजकीय पुढाऱ्यांच्या बायका किंवा मुली यांच्याकडून आले. एवरेट् (१९७९) ऑल इंडिया विमेन्स ऑर्गनायझेशनच्या अध्यक्षांसंबंधी चांगली चरित्रात्मक माहिती पुरवतात. चरित्रात्मक काही अभ्यास (मजूमदार १९७६) नेत्यांचे समाजीकरण आणि दृष्टिकोन समजण्यासाठी अतिशय अनमोल आहेत. अखथउ च्या शाह (१९८४) आणि काप्लान (१९८५) यांच्या अभ्यासावरून हे समजते की स्थानीय स्तरावरचे नेते उच्च जातींचे आणि मध्यमवर्गीय असतात. इतर स्त्रियांपेक्षा सर्वसाधारणपणे त्यांचे शिक्षण जास्त झालेले असते. बायकोला मारणे, त्रास देणे, छळणे यासाठी ग्रामीण विभागात केलेल्या शेतकरी स्त्रिया किंवा आदिवासी स्त्रिया यांनी केलेल्या चळवळी किंवा स्वायत्त चळवळींमुळे स्त्री नेते आणि त्यांची संघटनक्षमता याबद्दल थोडी झलक पहावयास मिळते. परंतु त्यासंबंधी फारसा तपशील उपलब्ध नाही. पीटर कस्टर यांचा तेभागा चळवळीवरील अभ्याससुद्धा याच मर्यादेची शिकार झाला आहे. तरीसुद्धा मीरा सवारा आणि गोठोस्कर यांनी केलेला भूमिहीन स्त्रियांच्या संघर्षासंबंधीचा अभ्यास हा एक अपवाद समजता येईल कारण त्यात आपल्याला चळवळींच्या नेत्यांची काही माहिती मिळते. त्यांच्या असे लक्षात आले की ज्यांच्याकडे थोडीतरी जमीन आहे आणि त्यामुळे त्यांना स्थैर्य आणि स्थानीय श्रीमंत शेतकऱ्यांपासून थोडे तरी स्वातंत्र्य होते. दुसरे या नेत्यांचे वैशिष्ट्य म्हणजे, त्यांच्या स्वत:च्या घरातसुद्धा त्या वर्चस्व गाजविणाऱ्या व्यक्ती होत्या. त्यांना एक तर अगदी कमी मुले असायची किंवा नसायचीच. एकूणच, त्यांचा घराचा पसारा फार मोठा नसायचा. त्यामुळे त्यांचे घरकामसुद्धा मर्यादित असायचे (१९८४ : १४७).

स्त्रियांच्या स्वायत्त संस्थांमध्ये ऑल इंडिया विमेन्स कॉन्फरन्स ही सर्वांत जुनी संघटना आहे. ती संस्था सर्वांत मोठीसुद्धा आहे. आणि सर्व देशभर तिच्या शाखा पसरल्या आहेत. एव्हरेट (१९७९) संस्थांची ऐतिहासिक माहिती देतात, तिची वाढ व कार्यक्रम आणि नेतृत्व यासंबंधी माहिती देतात. भारतीय स्त्रियांची सतत दबावाखाली असण्याची स्थिती लक्षात आणून देण्याचे महत्त्वाचे काम १९३० ते १९४० च्या दरम्यान अखथउ ने केले आणि मध्यमवर्गीय स्त्रियांना हक्कांच्या लढ्यासाठी एकत्र आणण्याचे महत्त्वाचे काम केले. भारतातील स्त्रियांच्या लढ्याच्या सुरुवातीच्या काळात ह्या संस्थेने मोलाची कामगिरी बजावली. १९७० मधील सुरत आणि मद्रास या शहरांमधील अखथउ च्या कामांचा अनुक्रमे कल्पना शाह (१९८४) आणि पॅट्रिशिया काप्लान (१९७८) यांनी अभ्यास केला. दोन्ही अभ्यास एकाच निष्कर्षाप्रत येतात : अखथउ ही एक कल्याणकारी संघटना आहे आणि आहे तशी परिस्थिती टिकवून धरण्यास ही संघटना मदत करते. स्त्रियांना मुक्तीसाठी, स्वातंत्र्यासाठी एकत्र करण्याचे काम करण्याची क्षमता या संघटनेत नाही. मध्यमवर्गीय स्त्रिया संघटनेमध्ये वर्चस्व गाजवतात. स्त्रियांना भेडसावणाऱ्या समस्यांबरोबर लढण्यासाठी स्थानीय आणि प्रादेशिक स्तरावर अखथउ शिवाय सरकारने सुरू केलेल्या स्त्रियांच्या कल्याणकारी संघटना, स्वायत्त गट किंवा फक्त स्त्रियांच्या संघटना अस्तित्वात आल्या. नीरा देसाई आणि विभूती पटेल (१९८५) यांनी या संघटनांचे पुढील प्रकारे वर्गीकरण केले आहे :

१. असंतोष, प्रसार आणि जाणीव वाढविणारे गट ज्यांना स्वायत्त गट म्हणता येईल.
२. ट्रेड युनियन (कामगार संघटना), शेतमजूर संघटना, लोकशाही संघटनांचे गट, आदिवासी संघटना इत्यादी स्त्रियांच्या प्रश्नांसंबंधी लढणारे गट.
३. गरजू स्त्रियांना आसरा, घर, सेवा पुरविणाऱ्या संघटना.
४. डॉक्टर, वकील, शास्त्रज्ञ, संशोधक, पत्रकार यांच्यासारख्या धंदेवाईक (professional) स्त्रियांचा गट.
५. राजकीय पक्षांची स्त्रियांची आघाडी.
६. स्त्रियांच्या प्रश्नांवर संशोधन किंवा लेखी पुरावे गोळा करणारे गट.

हे गट स्त्रियांना एकत्र आणण्यासाठी त्यांनी केलेले प्रयत्न यासंबंधी सविस्तर अभ्यास उपलब्ध नाही. असे दिसून येते की, आपल्या मतांचा प्रसार करण्यापलीकडे या गटांची मजल गेलेली नाही; या कामासाठी हे गट पत्रकं वाटतात. मागण्यांच्या पुष्टीसाठी सह्यांची मोहीम राबवतात, पत्रिकांमध्ये आणि निरनिराळ्या वर्तमानपत्रांमध्ये लेख लिहितात. कोपरा सभा, पथनाट्य, व्यंग काव्य, भित्तिपत्रकांचे प्रदर्शन आणि सहली आयोजित करतात.

सारांश

स्त्रियांच्या बऱ्याचशा संघटना कावळ्याच्या छत्रीप्रमाणे राज्याच्या किंवा आंतरराष्ट्रीय दाता संघटनेच्या मदतीने उदयास आल्या आहेत. त्या सर्वांची संघटनात्मक बांधणी, कार्यक्रम आणि कार्यपद्धती वेगवेगळ्या असतात. स्त्रियांची शक्ती वाढविण्यासाठी काम करण्याचा दावा सर्व संघटना करत असल्या तरी कित्येक संस्था कुटिल हेतूंसाठी (cross purpose) सुद्धा काम करताना दिसतात. संबंधित स्त्री समाज शास्त्रज्ञांसाठी त्या बरेच पेच (कोंडी) निर्माण करतात. सध्या भारतात चालू असलेल्या स्त्रियांच्या चळवळींसंबंधी अग्निहोत्री आणि मजूमदार अनेक प्रश्न उपस्थित करतात. ते असे :

संस्थांची विकेंद्रित बांधणी आणि प्रतिक्रियांचा अनेकविध पसारा ही त्यांची ताकद की कमजोरी? राज्याच्या प्रगतीची धोरणे आणि स्त्रीवादी किंवा निर्णायक ध्येय धोरणांपेक्षा कल्याणकारी कायदे यांच्यामधेच संघटना गरजेपेक्षा जास्त गुंतलेल्या आहेत काय? घरगुती किंवा कौटुंबिक अत्याचारांकडून सामाजिक आणि राजकीय स्तरापर्यंत या प्रश्नांचा विस्तार अधोगती दाखवतो की प्रगती? आर्थिक कल्याणकारित्व आणि Body Politics यांच्या मधल्या द्वंद्वाशी संघटना यशस्वीपणे तोंड देते? पर्यावरण, लोकसंख्या, मुलांचे हक्क, वैश्विकीकरण / विक्रीकरण, आंतरराष्ट्रीय कर्जाचा बोजा, यासारख्या प्रश्नांशी स्त्रियांच्या संघटनांचा संबंध असावा काय? कारण ह्या सर्व समस्या पायाभूत गोष्टींचा विस्तार झाल्यामुळेच उद्भवल्या आहेत. की संघटनांनी आपला रोख ठराविक गोष्टींवरच ठेवून आपली स्वायत्तता टिकवावी? (१९९५ : १८७६).

स्त्रियांची एकच एक चळवळ नसल्यामुळे आणि स्त्रियांची समानता आणि स्वातंत्र्य ह्यासंबंधी वेगवेगळे दृष्टिकोन असल्यामुळे राज्यासंबंधी निरनिराळे विचार आहेत. काहींच्या मते, राज्य हे पितृसत्ताकच असते, काहीजण राज्याकडे स्त्रियांच्या नागरी आणि मानवी हक्कांचा तटस्थ राखणदार म्हणून पाहतात, आणि अनेकजणांसाठी राज्य शत्रू आणि मित्र दोन्ही आहे (मॅकीनन १९८३, मणी १९८९, कन्नवीरन आणि कन्नवीरन १९९५, रे १९९९). चळवळींच्या कार्यवाही आणि माहितीसाठी कित्येकजण आधीच आदर्शवादी चौकट बनवून घेत नाहीत. सुप्रिया अकेरकर म्हणतात, त्यांच्या अस्तित्वासाठी त्या मुक्ततेच्या पूर्वीच्या तत्त्वांवर अवलंबून नाहीत तर, विशिष्ट मर्यादिपुरता स्पष्टवक्तेपणा व मुक्ततेच्या समजुती यांद्वारे त्या नवे नाते शोधू पाहात आहेत. तत्त्व आणि व्यवहार या शब्दांचे पारंपरिक अर्थ पुन्हा तपासून निश्चित करणे. मुक्ततेच्या जुन्या तत्त्वांवर त्या चळवळी स्वत:च्या अस्तित्वासाठी अवलंबून नाहीत. परंतु स्थानीय स्पष्टवक्तेपणा आणि मुक्ततेसंबंधीची समज यांमधून तत्त्वांशी असलेले नवे नाते शोधून काढतात (१९९५ : W12). हे एक महत्त्वपूर्ण निरीक्षण आहे; पण त्यापूर्वी समाजशास्त्रज्ञांनी जोरकसपणे प्रश्न विचारले पाहिजेत : अनुभवावर आधारित कोणते

ठाम निश्चय (स्पष्टोक्ती) निर्माण झाले आहेत? त्यांच्या संघर्षावर आधारित वेगवेगळ्या गटांचा मुक्ततेचा अर्थ कोणता? कोणत्या अर्थाने हे सर्व समज स्त्रियांच्या मुक्ततेच्या तत्त्वांना आव्हान देतात?

समाजवादी आणि उदारमतवादी स्त्रीवादी संघटना भारतात आणि जगभर उजव्या शक्तींची वाढ झाल्यामुळे आश्चर्यचकित झाल्या आहेत. इतरांविरुद्ध आणि इतर समाजाच्या स्त्रियांविरुद्ध लढण्यासाठी मध्यमवर्गीय स्त्रियांना एकत्र करण्याचे काम त्यामुळे झाले आहे. समतावादी समाजव्यवस्थेसाठीच्या समाजसुधारणेच्या प्रक्रियेने उलटे वळण घेतले आहे. गेल्या तीन दशकांमध्ये चळवळीने जे मिळवले ते फायदे हरवले आहेत. मध्यमवर्गीय दृष्टिकोनाच्या पलीकडे आताचा स्त्रीत्ववाद – तत्त्वत: आणि व्यवहारात – गेला आहे असे वाटत नाही. तसं असेल तर मग कां? अनेकजणांना तीव्रपणे असे वाटते की कष्टणाऱ्या वर्गाच्या चळवळीसकट इतर अनेक चळवळींप्रमाणे स्त्रियांच्या चळवळी डळमळीत झाल्या आहेत आणि जवळपास दिशाहीनसुद्धा. ती एक केवळ चळवळ नाही तर कल्पना म्हणून राहिली आहे (एप्स्टाईन २००१).

७ औद्योगिक कामगार वर्गांच्या चळवळी

२० व्या शतकाच्या १९५० च्या सुमारास पाश्चात्य तंत्रज्ञानावर आधारलेले, आधुनिक विजेच्या वापरावर चालणारे उद्योगधंदे भारतात सुरू झाले.[१] मुंबई आणि कलकत्त्याभोवती आगगाडीच्या रुळांचे जाळे विणले गेले. गुजरातमधील बडोद्याशी मुंबई शहर जोडले गेले आणि कोळशाच्या खाणींचे केंद्र असलेल्या राणीगंजशी कोलकाता शहर जोडले गेले. १८५५ साली मुंबईतील पहिल्या सूतगिरणीने आपले उत्पादन चालू केले. जवळपास त्याच सुमारास कोलकात्यातील पहिला तागाचा कारखाना सुरू करण्यात आला. २० व्या शतकाच्या सुरुवातीपर्यंत औद्योगिकीकरण सूत आणि ताग यांच्याशीच संबंधित होते. मोठ्या प्रमाणावरील चहाची लागवड याच सुमारास सुरू झाली, परंतु तेथे काम करणाऱ्या कामगारांना औद्योगिक कामगार मानण्यात येत नव्हते. सूत गिरण्यांचा मुंबईत खूपच विस्तार झाला आणि गुजरातमधील अहमदाबाद, महाराष्ट्रातील नागपूर – सोलापूर आणि उत्तर प्रदेशातील कानपूर येथे त्या पसरल्या. १९१४ साली २६४ सूतगिरण्यांमधून २,६०,००० कामगार काम करीत होते. बंगालमध्ये ६० तागाच्या गिरण्यांमधे १९१२ साली २,७०,००० कामगार काम करीत होते. १९१४ सालपर्यंत रेल्वेखात्याने सुमारे ६ लाख लोकांना कामावर नेमले (कर्णिक १९६६). १९११ साली सुरू झालेली लोखंड आणि पोलादाची कारखानदारी जमशेटपूरमध्ये सुरू झाली, की जो औद्योगिक प्रगतीच्या मार्गावरील महत्त्वाचा मैलाचा दगड होता. पण त्यांनी फार मोठ्या संख्येने कामगारांची नेमणूक केली नाही. याव्यतिरिक्त, १९१० सालापर्यंत सुमारे १,५०,००० कामगार खाणींमध्ये नेमले गेले आणि ७ लाख कामगार चहाच्या लागवडीमध्ये नेमले गेले. १९९९ साली केलेल्या उद्योगांच्या एका सर्वेक्षणानुसार २८१ लाख कामगारांना खासगी आणि सार्वजनिक क्षेत्रामध्ये नेमले गेले होते. यामध्ये ग्रामीण आणि नागरी दोन्ही प्रकार येतात, आणि लागवड, खाण, बांधकाम, सेवा, वाहतूक आणि दळणवळण या सर्व

क्षेत्रांतील कामगारांचा समावेश होतो. (हँडबुक ऑफ इंडस्ट्रियल पॉलिसी अँड स्टॅटिस्टिक्स् २००१)

अर्थशास्त्रज्ञ, समाजशास्त्रज्ञ आणि योजक या सर्वांनी बिगर शेतीकामगारांचे दोन विभागांमध्ये वर्गीकरण केले आहे. संघटित आणि असंघटित. किंवा औपचारिक आणि अनौपचारिक. असंघटित किंवा अनौपचारिक विभागाची निश्चित अशी कोणतीही व्याख्या नाही. काही जणांच्या मते, लघुउद्योगाशी त्याचा संबंध आहे आणि बाकीच्यांच्या मते, या प्रकारामध्ये सर्व रोजंदार येतात – शेतमजूरसुद्धा – फक्त मोठ्या कारखान्यांमधील कामगार सोडून. लघुउद्योग कशाला म्हणावे हासुद्धा एक वादाचा मुद्दा होऊ शकतो.[२] सर्वसाधारणपणे, कामगारांची संख्या, त्यांची परिस्थिती आणि वापरले गेलेले भांडवल हे निकष असतात की ज्यांच्या आधारे उद्योग लहान आहे की मोठा आणि कामगारांना सुरक्षितता आणि वेतन याबाबतीत कायद्याचे संरक्षण आहे की नाही ते ठरते. कामगारांची परिस्थिती पुढील निकषांवर ठरते. पगार, सुरक्षितता आणि फॅक्टरी ॲक्टप्रमाणे मिळणारी इतर संरक्षणे – या आधारे कामगारांची परिस्थिती सर्वसाधारणपणे ठरविली जाते. कामगारसंघटना आणि जाणिवेचा स्तर हे ते निकष नव्हेत. या अर्थी, मार्क हॅमस्ट्रॅग (सामाजिक मानवशास्त्रज्ञ) म्हणतात, लघुउद्योग क्षेत्र ही स्वातंत्र्योत्तर घटना आहे.

> १९४७ पूर्वी छोटे मोठे खूप उद्योग होते. मुख्यत: इंजिनियरिंग क्षेत्रातील. हे उद्योग सूत आणि तागाच्या गिरण्यांना माल पुरवीत आणि त्यांच्यासाठी काम करीत. परंतु मोठे कारखाने आणि छोटे वर्कशॉप यांच्यामध्ये कोणतेही स्पष्ट संबंध नव्हते. मोठ्या उद्योगांना आरोग्य आणि सुरक्षितता याबाबतीत फॅक्टरी ॲक्टची बंधने पाळावी लागत. त्यांच्याकडे कामगारांच्या संघटना असत. परंतु त्यांच्या कामगारांना छोट्या वर्कशॉपमधील कामगारांपेक्षा काही फारसे वेतन किंवा सुरक्षितता, कामाची हमी नसायची. बाजारभावाप्रमाणे मजुरांना पैसे मिळायचे, की जे नेहमीच कमी असत, आणि त्यांना कामावरून कधीही कमी करण्यात येत असे (१८५६ : ७६).

टॉमस्टॉम यांचे विचार स्वीकारणं फार अवघड आहे. टाटा आयर्न आणि स्टील कंपनीच्या कामगाराला नागरी भागातील छोट्या उद्योगातील कामगारापेक्षा फारसा पगार नव्हता आणि कमी सुरक्षित होता किंवा ग्रामीण भागातील बीडी कामगाराशी त्याची तुलना – या गोष्टी स्वातंत्र्यापूर्वीसुद्धा फारशा स्वीकारण्याजोग्या नव्हत्या. मोठ्या उद्योगातील कामगाराला संघटनेचा फायदा करण्यास कोणी मदत केली? मोठ्या उद्योगांमधील कामगार सांघिक लढा का देऊ शकले; परिणामकारकरीत्या उद्योगमालकाशी चर्चा का करू शकले आणि छोट्या उद्योगांमधील कामगार तसे का

करू शकले नाहीत : कोणी असे प्रश्न विचारू शकेल परंतु सदर प्रकरणाच्या कक्षेबाहेरील हे प्रश्न आहेत कारण उपलब्ध साहित्याशी आपण बांधील आहोत. महत्त्वाचा मुद्दा असा आहे की असंघटित क्षेत्रातील कामगारांच्या लढ्यांबद्दल उपलब्ध अभ्यास कमी आहेत (जाफरी १९८१, कृष्णन १९८८). लघुउद्योगांमध्ये नोकरी असलेले कामगार आणि बिगर शेतीकामामधून वेतन मिळवणारे कामगार म्हणजे असंघटित कामगार. फेरीवाले, हमाल, छोटे दुकानदार, वाहनांची दुरुस्ती करणारे मेकॅनिक, कलाकार, छोट्या मोठ्या घरगुती उपकरणांची दुरुस्ती करणारे आणि असे अनेकजण स्वयंनियुक्त कामगार असतात. नागरी कामगारांमध्ये अशांचे प्रमाण खूप मोठे आहे. तत्त्वत: शेतमजूर आणि जंगलातील कामगारांचा यामध्ये समावेश करणे आम्हाला आवडेल, परंतु सोयीसाठी आम्ही त्यांचा समावेश शेतकऱ्यांकडून आणि आदिवासींकडून पगार मिळवणाऱ्यांच्या लढ्यामध्ये केला आहे. संघटित क्षेत्रातील कामगारांचे पांढरपेशा आणि निळ्या कपड्यातील कामगार असे दोन भाग पडतात. बाजारपेठेतील व्यवसायाच्या बांधणीतील त्यांचे स्थान, कामाच्या ठिकाणची परिस्थिती, गतिमानता, कामगारांची संघटना, त्यांचे लढे आणि सारासार विवेक यांचा विचार करता ही विभागणी खरी नाही, तर कृत्रिम वाटते. नागरी विभाग हे इतके तीव्रपणे बंद प्रभागांचे बनलेले नाहीत आणि एका विभागातून दुसऱ्या विभागात कामगारांचे येणेजाणे चालू असते (ब्रेमन १९७६, १९९६, चंदावरकर १९८५, १९९४, १९९८). आणखी म्हणजे, त्यांच्या हक्कांसाठीचे त्यांचे झगडे हे केवळ त्यांच्या कामाच्या जागेशी संबंधित नसतात. झोपडपट्टीचे रहिवासी, फूटपाथवर रहाणारे, प्रवासी, निर्वासित, दलित यांच्या बरोबरच्या सामुदायिक कृतींमध्ये हे लोक पोलिस, महानगरपालिकेचे कर्मचारी, झोपडपट्टीचे दादा, स्थानीय शक्तिशाली गट, अधिकारांची केंद्रे यांच्याविरुद्ध ताबडतोब उभे राहतात. परंतु नागरी गरिबांबद्दल एवढे कमी अभ्यास उपलब्ध आहेत, की त्यांचा आपण आता येथे विचार केलेला नाही. नागरी मध्यमवर्गीयांनी पुढाकार घेतलेले आणि वर्चस्व गाजवलेले लढे स्वतंत्रपणे विचारात घेतलेले आहेत. तसेच औद्योगिक प्रदूषण आणि नागरी पर्यावरण यांचाही इतरत्र स्वतंत्रपणे विचार केला आहे. आर्थिक समस्यांसंबंधी संघटित आणि असंघटित औद्योगिक क्षेत्रातील कामगारांच्या लढ्यांशी या प्रकरणाचा मुख्यत्वे संबंध आहे.

कामगारांचे राजकारण, आणि कामकरी वर्गाचा सारासार विवेक हे त्यांचे मुख्य आवडीचे विषय असूनसुद्धा राजकीय शास्त्रज्ञांनी हे क्षेत्र जवळजवळ अस्पर्श ठेवले आहे. परंतु एकूणच उद्योगधंदे आणि कामगार यांच्यासंबंधीचे अभ्यास हे पारंपरिक अर्थशास्त्रज्ञांच्या ठोक किंमत, किंमत, गुंतवणूक आणि उत्पादन या संकुचित दृष्टिकोनांशी निगडित आहेत. व्ही. डी. केनेडी म्हणतात, अर्थशास्त्र हे कामगार-संघटनावाद आणि

औद्योगिक नातेसंबंध यांच्या अभ्यासाच्या बाबतीत तसे कमी परिणामकारक ठरलेले आहे कारण तो एक व्यावहारिक, संस्थात्मक विषय आहे आणि त्यासाठी त्या क्षेत्रात अनुभवजन्य काम करावे लागते. अभ्यासाचा असा मार्ग की जो भारतीय समाजशास्त्रज्ञांनी आतापर्यंत दुर्लक्षित ठेवला आहे (१९६६ : ३). या क्षेत्रामध्ये वर्चस्व आहे ते मानसशास्त्रज्ञ, कामगार संघटनावादी, समाजकार्यकर्ते (Soical Workers) आणि व्यवस्थापनतज्ज्ञ यांचे. संघटनात्मक वर्तणुकीच्या अभ्यासात विशेष रस असणारे मानसशास्त्रज्ञ आणि व्यवस्थापनतज्ज्ञ यांना बांधिलकी आणि निमित्त - व्यक्तिगत पातळीवरचे - यात लक्ष घालावेसे वाटते ते फारच क्वचित. वर्ग किंवा समाज यांना आत्मीयता वाटते. औद्योगिक नातेसंबंधाचा अभ्यास करताना ई.ए. रामस्वामी यांच्या मते शैक्षणिक समाज कार्यकर्त्यांची मुख्य काळजी असते ती काम करणाऱ्या मंडळींची आणि कामगार अधिकारी यांच्या ट्रेनिंगसंबंधीची.

औद्योगिक संबंधांच्या संशोधनामध्ये ज्या गोष्टी संमत होतात, त्या ट्रेनिंग कोर्समध्ये वापरण्यात येतात. या पाठ्यपुस्तकांनी कोणतीही तपासणी न करता कालबाह्य माहिती स्वीकारली आणि तिला प्रस्थापित सत्याचा दर्जा देण्याचा प्रयत्न केला (१९७८ अ : २). त्यामुळे कामगारांच्या ह्या संघर्षाला पदभ्रष्ट आणि नीतिभ्रष्ट म्हणणे त्यांच्यासाठी नैसर्गिकच आहे.

तरीही इतिहासकारांनी कामगार इतिहासाचा भाग म्हणून हा भाग अभ्यासला आणि आता काही थोडे चांगले संशोधित अभ्यास आता उपलब्ध आहेत. (न्यूमन १९८१, लीटेन १९८२, १९८३, रॉब १९९३, चक्रवर्ती १९८९, चंदावरकर १९९८, गुपटू २००१). १९८० मधील आणि त्यापूर्वीचे काही अभ्यास फक्त औद्योगिक कामगारांशी संबंधित होते, परंतु समाजशास्त्रांचा दृष्टिकोन कामगारांकडे फक्त आर्थिक दृष्टिकोनातून न पहाता सामाजिक आणि सांस्कृतिक बाजू पाहण्याकडे जेव्हा बदलला, तेव्हापासून म्हणजे १९९० पासून अभ्यासांचा रोख नागरी गरिबांकडे वळू लागला. कामगारांच्या इतिहासकारांसाठी खाण, लागवड आणि कारखाने यांतील कामगारांची परिस्थिती आणि संघर्ष यासंबंधीच्या माहितीचे ए. आर. देसाई, पुणेकर आणि वरिकाथिल (१९८९) यांनी केलेले एकत्रीकरण हा फार मौल्यवान साठा आहे. १९६० आणि १९७० मध्ये खूपच अभ्यास प्रकाशित करण्यात आले की ज्यांचे शीर्षक ठोकळपणे 'कामगारांच्या चळवळी' असे होते. पण त्यांचा लेख फक्त कामगार-संघटनांची वाढ आणि कार्य एवढाच मर्यादित होता. कामगारांनी प्रत्यक्ष कामासाठी सामुदायिकरीत्या एकत्र येणे ह्या गोष्टींशी त्यांचा संबंध नव्हता (शर्मा १९६३, माथुर १९६४, कर्णिक १९६६, टेबरी १९७२, सेन १९७७, भौमिक १९९८). कोणी असेही म्हणेल की कामगारांनी कामगार संघटनांच्या कार्यात घेतलेला भाग म्हणजे

आपल्या मागण्या मान्य करून घेण्यासाठी लढ्यासाठी एकत्र येणेच होय. पण अशा प्रकारच्या चौकटीमुळे आपली दृष्टी कामगार संघटनेच्या संघर्षावरच फक्त केंद्रित होते आणि कामगार संघटनेच्या पाठिंब्याशिवाय, उत्तेजनाशिवाय नागरी कामगारांनी केलेले कितीतरी संघर्ष दुर्लक्षित राहतात. खरं तर, १९२० ते १९३० च्या दरम्यानचे आणि १९ व्या शतकातील शेवटच्या काळातील मुंबई, कानपूर, अहमदाबाद, नागपूर, कोईमतूर आणि कोलकाता येथे झालेले कित्येक संप कोणत्याही प्रभावी कामगार संघटनेच्या उत्तेजनाशिवाय झाले (चंदावरकर १९९८ : ५७५). कामगार इतिहासाकडून याच दृष्टिकोनाचे वर्चस्व मांडले गेले त्यामुळे नागरी कामगारांच्या चळवळींच्या विशाल भागावर प्रकाश टाकणारे फार थोडे अभ्यास आपल्याकडे आहेत (चंदावरकर १९९८, गुपटू २००१). या निबंधामधे समाजीकृत कामगार संघटना चळवळीवर लक्ष केंद्रित केलेले नाही. या चळवळीचा आपण संप आणि संघर्ष यासाठी इतर मार्ग वापरलेल्या पद्धतींचा विचार करणार आहोत.

समाजाच्या इतर विभागांप्रमाणेच संघटित आणि असंघटित भागांमधील कामगार सामुदायिक कृतीचे अनेक मार्ग वापरतात :- संप, सत्याग्रह, उपोषण, बंद, हरताळ, घेराओ, निदर्शने, सामुदायिक रजा, नियमाप्रमाणे काम, वीज बंद इ. (कण्णप्पन आणि सरन १९६७).

मागण्या मान्य करून घेण्यासाठी संप ही सर्वाधिक प्रमाणावर वापरली जाणारी पद्धत आहे. ढोबळपणे म्हणायचे झाले तर, संप म्हणजे कामगारांच्या गटाकडून काम करणे सामुदायिकपणे थांबवणे.[३] सत्याग्रह आणि उपोषण यांमुळे काम बंद होईलच असे नाही. या मार्गाचा अवलंब गांधींपासून सुरू झाला. संपूर्ण असा एकही अभ्यास उपोषण आणि बंद किंवा निदर्शने यांसंबंधी उपलब्ध नाही. कामगार सामुदायिक, प्रासंगिक रजा का घेतात, नियमाप्रमाणे काम ही पद्धत का अवलंबतात, पण त्यापेक्षा संपावर का जात नाहीत यासंबंधीचे कोणतेही प्रयत्न झालेले नाहीत. या गोष्टी म्हणजे संपाची प्रस्तावना असते का? अशा प्रकारचे कार्यक्रम म्हणजे बहुतेकवेळा, पण नेहमी नाही, संपाचाच एक भाग असतात, म्हणून अभ्यासकांनी अशा गोष्टींकडे खास लक्ष दिलेले नाही.

घेराओ म्हणजे गोल करणे, कामगार कचेरीला वेढा घालतात, निवासस्थान किंवा खोलीला वेढा घालतात - व्यवस्थापकाच्या किंवा मालकाच्या - आणि आपल्या मागण्यांचा त्यांच्यावर दबाव आणतात. पश्चिम बंगालमध्ये १९६० साली या तंत्राची सुरुवात झाली. घेराओच्या तंत्राबद्दल काही अभ्यास उपलब्ध आहेत आणि त्यांच्या औद्योगिक नातेसंबंधावरील परिणामासंबंधीसुद्धा काही माहिती मिळते (डे आणि श्रीवास्तव १९६७, कण्णप्पन आणि सरन १९६७, अगरवाल १९६९).

१९ व्या शतकातील आधुनिक औद्योगिक प्रगतीच्या अलीकडच्या टप्प्यावर औद्योगिक क्षेत्रातील कामगारांचे संप सुरू झाले. १८६२ साली हावरा स्टेशनवरील १२०० रेल्वे कामगार संपावर गेले. १८७७ आणि १८८२ साली अनुक्रमे नागपूर आणि मुंबईचे कामगार मोठ्या प्रमाणावर संपावर गेले. पण तपशीलवार माहिती उपलब्ध नाही. असंघटित आणि उत्स्फूर्त म्हणून त्यांना सर्वसामान्यपणे निकालात काढण्यात येते. परंतु मुंबईचा संप मात्र भारतातील कामगारांच्या चळवळीची सुरुवात मानण्यात येते (कर्णिक १९६६). १९ व्या शतकाच्या शेवटपर्यंत सूतगिरणी, ताग, लागवड, खाण आणि रेल्वे यांतील कामगारांनी मुंबई, कोलकाता, अहमदाबाद आणि चेन्नई येथे अनेक संप केले. अधिकृत माहितीप्रमाणे प्रत्येक कारखान्यात दरवर्षी दोन संप झाले. ते सर्व बहुतेककरून स्थानीय आणि थोड्या काळापुरते वैयक्तिक गाऱ्हाणी मांडण्यासाठी होते (बुकॅनन १९३४).

पहिल्या महायुद्धानंतर, कामगारवर्गाच्या संघर्षाने संघटित स्वरूप घेतले आणि आधुनिक काळानुसार संघटित संघर्षांनी कामगार संघटनांची घडण केली. चेन्नई (मद्रास) मधील सूतगिरणी कामगारांनी मद्रास लेबर युनियनची स्थापना केली की जिने १९१८ सालचा संप घडवून आणण्यात पुढाकार घेतला. त्याच सुमारास अहमदाबादमधील सूतगिरणी–कामगारांनी संप केला. गांधीजींनी मध्यस्थी केली आणि कामगारांचे नेतृत्व केले. ह्याचा परिणाम म्हणून १९२० साली टेक्स्टाइल लेबर असोसिएशनची स्थापना झाली. या काळातील अजून एक महत्त्वाचा संप म्हणजे १९२० साली जमशेदपूरला टिस्कोच्या कामगारांनी केलेला संप. याशिवाय मुंबई, नागपूर, कोलकाता आणि इतर ठिकाणी कामगार संघटना जन्माला आल्या. १९२० साल खूप मोठ्या संख्येच्या संपांनी सुरू झाले. अधिकृत माहितीनुसार, १९२१ साली झालेल्या ३९६ संपांमध्ये ६ लाख कामगारांनी भाग घेतला. एकूण ६,८९४ हजार मनुष्यदिवसांचे नुकसान झाले. १९२१ ते १९२५ सालामध्ये सरासरी ४ लाख कामगार संपांमध्ये सामील झाले. १९३० च्या अखेरीस संपांची संख्या पुन्हा एकदा वाढीला लागली. १९४७ साली संपांच्या संख्येने उच्चांक गाठला होता. त्यावर्षात १,८११ संप झाले आणि त्यामध्ये १,८४० हजार एवढे कामगार सहभागी झाले (इगिरी १९६२, कर्णिक १९६६, जोशी १९६९). १९४७ ते १९६० या काळामध्ये संपांची संख्या कमी झाली (मार्गस आणि कणप्पन १९५८). तरीसुद्धा एकूणच संघर्ष आणि टाळेबंदीसह संप, १९६० ते १९७० या दरम्यान वाढीला लागले. १९६४ साली २,१५१ तंटे झाले. ज्यामध्ये १,००२ हजार कामगार सामील झाले आणि ७,७२५ मनुष्यदिवस वाया गेले. रामस्वामी आणि रामस्वामी यांच्या मते, संघर्षाची तीव्रता आणि प्रभाव जाणवण्यासाठी किती मनुष्यदिवस वाया गेले हे समजणे तंट्यांची आणि कामगारांची गणती समजण्यापेक्षा महत्त्वाचे आहे (१९८१ : २१०).

कित्येक अभ्यासांमधून आपल्याला एखाद्या उद्योगात, शहरात, प्रदेशात किंवा देशाच्या स्तरावर किती संप झाले यासंबंधी माहिती मिळते (मुखोपाध्याय १९४६, जोशी १९६९, वैद १९७२, पटनाईक १९९३). सरकारी कचेऱ्यांमधून या अभ्यासासाठीची माहिती मिळते. निरनिराळ्या राज्यांमधून असलेल्या कामगार कचेऱ्या कामगार राजपत्र (गॅझेट) प्रसिद्ध करतात. त्यामध्ये महिना-वार संपांची माहिती दिलेली असते. औद्योगिक परिस्थितीचा एक सर्वसाधारण स्थूल आराखडा समजण्यास अशी माहिती उपयुक्त असते. पण हे लक्षात ठेवले पाहिजे की ही माहिती थोडी वाढवून सांगितलेली असते.

उपलब्ध माहितीच्या मर्यादांना विरोध न करता, ऐतिहासिक माहिती पुरवणारा व्ही.बी. कर्णिक यांचा 'स्ट्राइक इन् इंडिया' हा अभ्यास अतिशय उपयुक्त आहे. १८५० ते १९५० च्या दरम्यान झालेल्या संपांविषयी ती एक क्रमवार माहिती आहे. कामगारांच्या संघटनांवर लक्ष केंद्रित करून कामगार चळवळींचा १८८५ ते १९८० या काळातील संपांचा ऐतिहासिक आढावा घेणारे अजून एक जी. के. शर्मा यांचे पुस्तक उपलब्ध आहे. अशाच स्वरूपाचे अभ्यास असलेले अभ्यास म्हणजे झा (१९७०) आणि रेवरी (१९७२) यांची पुस्तके. औद्योगिक कामगारवर्गाच्या चळवळींचा कालावधी चार टप्प्यांमध्ये विभागला जातो :- (१) १८५० ते १८९० (२) १८९० ते १९१८ (३) १९१८ ते १९४७ (४) स्वातंत्र्यप्राप्तीनंतरचा कालावधी. पहिला टप्पा औद्योगिक उत्पादनांबरोबर सुरू होतो आणि कामगार संघटनांच्या स्थापनेबरोबर संपतो. या कालावधीमधील संप असंघटित आणि उत्स्फूर्त होते. दुसऱ्या टप्प्यामध्ये कामगारांची संघटना स्थापन झालेली होती. ही सुरुवातीची अवस्था होती आणि बाहेरच्या सज्जनांनी अंमलात आणलेल्या कल्याणकारी योजनांवर संघटनेचे लक्ष केंद्रित असायचे. या काळातील कामगारांची चळवळ परोपकारामधून किंवा लोकांचे हित करण्याच्या इच्छेमधून (लोकहितपणा) जन्माला आलेली होती. ती एक कामगारांसाठीची चळवळ होती, कामगारांतर्फे नव्हती (ओर्नाटा १९५५). तिसऱ्या अवस्थेमध्ये कामगार संघटनांना राजकीय पार्श्वभूमी मिळाली.

वसाहतवादाच्या काळामध्ये काही विशिष्ट भागातील दोन-तीन दशकांमध्ये झालेल्या कामगार चळवळींची माहिती देणारे आलेख आहेत. १९२० ते १९३० साली झालेल्या ताग, रेल्वे, ट्राम-वे, बाटा-मधील कामगारांनी केलेल्या निरनिराळ्या संपांचे वर्णन पंचानन साहा (१९७८) यांनी केले आहे. विविध पक्षांनी कामगारांना एकत्र करण्यासाठी आणि सरकार आणि मालक यांनी ते संप मोडून काढण्यासाठी ज्या निरनिराळ्या पद्धती वापरल्या त्यांची या पुस्तकात माहिती दिली आहे. जॉर्ज लीटेन यांचा अभ्यास (१९८३) जरी मुख्यत्वे कामगार वर्गावर आधारलेला नसला

तरी वसाहतवादाच्या काळामध्ये मुंबई विभागात झालेल्या सर्वसाधारण राष्ट्रीय चळवळ आणि विशेषत: मध्यम स्थितीतील नागरिक यांच्या संदर्भात झालेल्या कामगार संघटनांच्या चळवळी आणि संप यांची कसून तपासणी करतो. त्यांना वाटणारी मुख्य तात्त्विक काळजी ही की मुंबईतील कामगार कोणत्या मर्यादेपर्यंत कामगार वर्ग बनतात? की जो वर्ग उच्च व राजकीय स्तरावर स्वतंत्रपणे उच्च वर्गाशिवाय कार्यरत राहू शकेल? (१९८३ : ८). एम्मा मर्फी (१९८१) आणि रिचर्ड न्यूमन (१९८१) यांचे कामगार, त्यांचे संप आणि संघटना यासंबंधीचे अभ्यास – चेन्नई, मदुराई, अम्बासमुद्रम्, आणि कोईमतूर आणि मुंबई येथील – हे फार महत्त्वाचे की जे सरकारी दफ्तरखाना वापरतात. दोन्ही अभ्यासांमधून सामाजिक उगमाच्या संदर्भात कामगारवर्गाचे स्वरूप, भरतीची पद्धत की ज्यामुळे संघटना आणि संघर्ष यांच्यावर परिणाम होतो, आणि १९२० आणि १९३० मधील विविध संपांमध्ये नेत्यांची आतून आणि बाहेरून भूमिका.

स्वातंत्र्यप्राप्तीनंतरच्या काळातील सूतगिरणी कामगारांनी मुंबईत केलेला संप म्हणजे भारतातील कामगारवर्गाच्या चळवळीतील एक महत्त्वाचे वळण होते. कामगारचळवळींमध्ये या संपाला काही इतर समांतर गोष्टी होत्या कारण त्यामध्ये खूप मोठ्या संख्येने संघटित आणि असंघटित कामगार सहभागी झाले आणि हा संप एक वर्ष पुढे चालू राहिला. पारंपरिक कामगार संघटनेचे नेतृत्व अपयशी ठरले आणि एक नवीन प्रकारचे नेतृत्व उदयाला आले. रजनी बक्षी (१९८६) यांनी मुख्य प्रसंग आणि निरनिराळ्या नेत्यांच्या भूमिका आणि राजकीय पक्षांच्या संपातील भूमिका नमूद करून ठेवल्या आहेत. पुढच्या संशोधनासाठी ही माहिती खूप उपयुक्त ठरणार आहेत. सलीम लाखा (२००२) यांनी मुंबईतील कामगार वर्गाच्या संपाचे विविध पैलू आणि त्यांचा कामगारांच्या राजकारणावर होणारा परिणाम यांचे विश्लेषण केले आहे. मुंबईतील संपावर झालेल्या सर्व अभ्यासांमध्ये सर्वात चांगले अभ्यास केलेले रेखाचित्र एच्. व्हॉनरेंच (१९९२) यांनी रेखाटले आहे. संपामध्ये गुंतलेल्या अनेक समस्यांबद्दलच फक्त त्यांनी विचार केलेला नाही तर कामगारांच्या अंतर्गत जाळ्याबद्दलसुद्धा त्यांनी विचार केला की ज्याच्या आधारावर ते टिकून राहतात. कामगारांचे संप आणि नेते यांच्याबद्दल काय विचार आहेत हेही त्यांनी जाणून घेतले आहे. हा एक महत्त्वाचा मानवशास्त्रीय अभ्यास आहे. १९८० मधील अजून एक महत्त्वाचा संघर्ष म्हणजे लोखंड, सूत आणि खाण यांतील कामगारांचा छत्तीसगडमधील लढा. असंघटित क्षेत्रातील ठेकेदारांचे कामगार म्हणून ते काम करत होते. शंकर गुहा नियोगी (लिन १९९२) यांनी १९७७ मध्ये स्थापन केलेल्या छत्तीसगड खाण श्रमिक संघ (CMSS) या संघटनेखाली सर्व कामगार एकत्र आले. मालकाविरुद्ध लढण्याव्यतिरिक्त त्यांनी दारूच्या विरुद्ध आणि सामाजिक सदसद्विवेकबुद्धी कामगारांमध्ये निर्माण करण्याच्या

दृष्टीने प्रचार मोहीम आखली. चळवळीमुळे शेतकरी, आदिवासी आणि औद्योगिक कामगार एकत्र येतात (जॉन १९९८). आतापर्यंत संघर्षावर कोणतेही जोरकस अभ्यास झाले नाहीत.

संपावर लक्ष केंद्रित करताना विविध प्रसंगांवर भर दिलेला असतो. काही एका कारखान्यातील एका संपाबद्दल विचार करतात, काही एखाद्या विशिष्ट उद्योगातील एका किंवा अनेक संपांवर विचार करतात (मुखोपाध्याय १९४६, जोशी १९६९, घोष १९७३, दत्ता १९९३) आणि काही एखाद्या औद्योगिक केंद्रातील एका ठरावीक काळातील निरनिराळ्या संपांचा विचार करतात. या अभ्यासांचे तीन प्रकारांमध्ये वर्गीकरण करता येईल : (१) वर्णनात्मक किंवा आकडेवारीची माहिती (२) व्यवस्थापनाच्या दृष्टिकोनातून विश्लेषण (३) सामाजिक, आर्थिक आणि राजकीय दृष्टिकोनातून विश्लेषण.

पहिला प्रकार म्हणजे पत्रकारांचे क्रमवार माहिती देणारे लिखाण, कोणते प्रश्न अंतर्भूत आहेत आणि नेत्यांची नावे. त्यामुळे संदर्भासाठी बरेच साहित्य उपलब्ध होते (देसाई १९६१, जोशी १९६९). औद्योगिक व्यवस्थापनाचा विद्यार्थी संघर्ष सोडविण्याच्या दृष्टीने एखाद्या संघटनेच्या आयुष्यामध्ये घडलेले विविध प्रसंग तपासतो. हे अभ्यास मुख्यत्वे भांडवलदार आणि कामगार यांच्यामधले संप आणि संघर्ष यांची प्रशासकीय आणि सामाजिक-तांत्रिक उत्पादनपद्धती यांच्या संदर्भात तपासणी करतात (चक्रवर्ती १९६९).

हे अभ्यास कामगारांना स्वतंत्र समुदाय म्हणून मानतात आणि त्यांचा असा विश्वास आहे की संप किंवा कामगारांचे संघर्ष आणि राजकीय पद्धती आणि सामाजिक-आर्थिक ढाचा यांचा काहीही संबंध नाही. संपात सहभागी होणाऱ्या कामगारांचा दृष्टिकोन आणि सदसद्विवेकबुद्धी यांमध्ये ते डोकावूनसुद्धा बघत नाहीत. कामगारांमधील सामाजिक-सांस्कृतिक नातेसंबंधांचासुद्धा ते विचार करीत नाहीत. त्यांच्या दृष्टीने कामगार आणि व्यवस्थापन यांचाच फक्त संपाशी संबंध असतो, जणू काही ते नाते एका निर्वात पोकळीमध्ये असते. अशा प्रकारचा दृष्टिकोन चुकीचा आहे हे सांगण्याची आवश्यकता नाही.

सामाजिक-आर्थिक आणि राजकीय दृष्टिकोनातून एका विशिष्ट कालावधीतील संप किंवा कामगार वर्गाचे संघर्ष यांचा अभ्यास करणारे खूपच अभ्यास आतापर्यंत उपलब्ध आहेत (पुणेकर १९४७, १९६०, गोसेफ १९६५, कर्णिक १९६६, तुळपुळे १९७६, रामस्वामी १९७८ अ, कृष्णा १९७९, मर्फी १९८१, न्यूमन १९८१, बहल १९८२, कुमार १९८३, लीटेन १९८३, पटेल १९८४, १९८७, बसी १९८६, लाखा २००२, पाटणकर १९८८, वस्रह १९९२, चक्रवर्ती १९८९, चंदावरकर १९९८).

वेगवेगळ्या अभ्यासांचे वेगवेगळे तात्त्विक दृष्टिकोन आहेत. वसाहतवादातील आणि वसाहतवादानंतरचा काळ यांतील कामगारवर्गाच्या संघर्षातील गुंतागुंतीबद्दलच्या आपल्या ज्ञानात ते अभ्यास भर घालतात. दुर्गापूर स्टील प्लँटचे जनरल मॅनेजर म्हणून बी. तुळपुळे यांनी सांगितलेले त्यांचे अनुभव आपल्याला राजकीय प्रणाली, आर्थिक ढाचा आणि संस्कृती यांचे महत्त्व कामगार संघटना आणि कामगारवर्गाची जाणीव समजून घेण्यासाठी उपयुक्त ठरतात. कामगारांच्या संस्कृतीच्या संदर्भात दीपेश चक्रवर्ती (१९८४) यांनी १९२० ते १९३० च्या दरम्यान ताग कामगारांच्या संपाची शहानिशा केली आहे. वसाहतकाळातील कामगारांच्या संघर्षाबद्दल लीटेन (१९८४) आणि पटेल (१९८४,१९८७) त्यांच्या अभ्यासात म्हणतात, मध्यमवर्ग थेट किंवा राष्ट्रीय नेते आणि काँग्रेसपक्ष यांच्या मार्फत कामगारवर्गाच्या चळवळींना आळा घालतो. सुजाता पटेल म्हणतात :-

> अहमदाबादचे कामगार यांचा संघर्ष पुढे चालू ठेवण्यासाठी गांधीजींचे काही आदर्शवाद आपलेसे करू शकले. एकदा का भांडवलदाराच्या प्रतिनिधीने मध्यस्थी केली की भांडवलदार कामगार चळवळीच्या स्वरूपावर मर्यादा घालू शकतो. आणि मग ज्या मर्यादा घेरा घालणारे मापदंड होऊन बसतात की ज्यापासून अहमदाबादमधील कामगार संघटनेला स्वत:ची सुटका करून घेता आली नाही. भांडवलदाराने एक विशिष्ट आराखडा ठरवून दिला की कामगार-वर्गाची वाढ विशिष्ट प्रकारे निश्चित करता आली (१९८४ : ८६२).

कदाचित अहमदाबाद आणि मुंबई यांच्यासाठी जे खरे आहे तेच कोलकाता आणि चेन्नईसाठी खरे आहे.

चंदावरकर यांनी वसाहतकाळाच्या अवधीमध्ये मुंबईत जी कामगार चळवळ झाली, त्यातील कामगार, कामगारसंघटना आणि राज्य यांतील नातेसंबंधाचा अभ्यास केला. ते म्हणतात :-

> ‘‘भारतातील कामगार चळवळीची प्रगती असे सुचवते की कामगार-संघटनेची सुरुवात आणि प्रगती यांचे स्पष्टीकरण खास करून सामाजिक आणि सांस्कृतिकपेक्षा राजकीय बाबतीत शोधले पाहिजे. कामगार- संघटनांची प्रगती मुख्यत: मालकाच्या मर्जीवर अवलंबून होती आणि राज्याला त्यांचे अस्तित्व कितपत मान्य होते यावर अवलंबून होती. त्यामुळे कधीही एखादी वर्गव्यवस्थेची जाणीव किंवा समाजवादाचा उदय अपेक्षित नव्हता. कामगार संघटनांबद्दलची भांडवलवादाची सहनशक्ती ही नेहमीच कामगार, कामगार संघटना आणि राज्यसरकार यांच्यामधील बदलत्या नातेसंबंधावर अवलंबून होती. ठळकपणे, कामगारांनी राजकीय पाठिंब्याचा टेकू राज्यसरकारविरुद्ध मिळविला आणि त्यामुळे

राजकीय दबाव आणि वाटाघाटी यांच्या जोरावर भांडवलवादाच्या सहनशक्तीची पातळी वाढविण्यात ते यशस्वी झाले (१९९८ : ९९).''

भारतातील औद्योगिक कामगारवर्गाने वेगवेगळ्या प्रश्नांवर अनेकविध सामुदायिक कृती सुरू केल्या. उपलब्ध साहित्यावरून समस्या आणि त्याविरुद्धचे कृतीचे स्वरूप यांच्या नात्यासंबंधी काही विशेष प्रकाश पडत नाही. वर सांगितल्याप्रमाणे बहुतेक अभ्यास हे फक्त संपावर आहेत. आपण असे गृहीत धरतो की, जरी तसे करणे धोक्याचे आहे. संपामध्ये जे प्रश्न गुंतलेले असतात, तशाच प्रकारच्या समस्या इतर प्रकारच्या विरोधांमध्येसुद्धा गुंतलेल्या असतात. भारतीय कामगार आकडेशास्त्रानुसार संपाची कारणे पुढीलप्रमाणे :- पगार, बोनस, रजा, कामाचे तास, प्रशासकीय अधिकारी वर्ग (Personnel) आणि इतर. आता या यादीमध्ये हिंसा आणि बेशिस्त ही दोन कारणे वाढली आहेत. या वर्गवारीला खूप मर्यादा आहेत. (१) रामस्वामी (१९७८ ब) म्हणतात त्याप्रमाणे नुकतेच घडलेले एखादे कारण किंवा मुख्य मागणी हे बऱ्याचवेळेला आग लावणारी ठिणगी नसते की, तिच्यामुळे घुमसत राहणारा तणाव निर्माण होतो. (२) 'आणि इतर' हा प्रकार दिशाभूल करणारा आहे. संपाची जवळपास १/४ कारणे यामध्ये येतात. काहीतरी शिल्लक राहिल्याचा भाव त्यामध्ये येतो आणि म्हणून तो प्रकार क्षुल्लक, कमी महत्त्वाचा वाटू लागतो. परंतु ह्या शीर्षकाखाली एकत्र झालेली कारणे किंवा त्यापासून उद्‌भवणारे मतभेद अवशिष्ट किंवा कमी महत्त्वाचे या स्वरूपाचे नसतात (रामस्वामी आणि रामस्वामी १९८१ : २१८).

समस्यांच्या आधारावर संपाचे प्रकार रामस्वामी यांनी केले आहेत (१९७८ बी). ध्यानी (१९६५) यांनी केलेल्या प्रकारांचे हे सुधारित आणि जास्त समावेशक असे स्वरूप आहे. रामस्वामी यांनी संपाचे ६ प्रकार सांगितले आहेत: (१) नियमा-संबंधीच्या भांडणावरून निर्माण झालेले (२) वाइडकॅट स्ट्राईक - हे संघटनेच्या संमतीशिवाय होतात. (३) राइट ऑफ पॅसेज - संघटनेला मान्यता मिळावी म्हणून केलेला. (४) संघटनेमधील संघर्ष (५) कंटाळा घालविणारे संप (६) ब्रेड अँड बटर संप. रानमांजर संप हा संपाच्या स्वरूपाशी संबंधित असतो. संप कोणत्या समस्येविषयी आहे ते महत्त्वाचे नसते. त्यामुळे संघटनेची उदासीनवृत्ती कळते किंवा कामगारांचा स्वतंत्र निर्णय तरी समजतो. परंतु अशा संपामध्ये तेच प्रश्न असतात की जे संघटित कामगारांच्या संपाचे असतात. वर्गीकरणामुळे उत्पन्न झालेल्या प्रश्नांविषयी रामस्वामी यांना कल्पना आहे की हे सर्व प्रकार एकमेकांपासून पूर्ण स्वतंत्र नाहीत. तसेच संपाचा एक अतिमहत्त्वाचा पैलू सापडणे अवघड आहे. ही टीका मान्य करूनसुद्धा, त्यांचे प्रकार यापलीकडे जाऊ शकले नाहीत. संपाचे स्वरूप संपाच्या प्रश्नांमध्ये मिसळल्यामुळे नकळत त्यांनी संघटनांना महत्त्व दिले. परिणामत: त्यांनीसुद्धा इतरांप्रमाणे असंघटित

क्षेत्रातील संघटनांना दुर्लक्षित केले.

१९२० च्या पूर्वीच्या संपाबद्दल पद्धतशीर विश्लेषण उपलब्ध नसल्यामुळे त्या काळात कोणते प्रश्न जास्त करून असत ते सांगणे अवघड आहे. परंतु तरीसुद्धा पगार हा महत्त्वाचा प्रश्न होता की ज्यासाठी कामगार संपावर जात किंवा निषेधाचे इतर मार्ग स्वीकारीत. पगाराची समस्या - जास्त पगार , पगार न कापणे, सुट्ट्यांच्या दिवशीचा पगार कापणे, महागाईभत्ता इत्यादी - कोलकाता, अहमदाबाद, नागपूर, मुंबई आणि इतर ठिकाणी जास्त करून शेती (सेन १९७७). १९१८ चा प्रसिद्ध संप अहमदाबादच्या सूतगिरणी कामगारांनी सुरू केला तो त्यांच्या पगारात ३५% वाढ, महागाईभत्ता यास्वरूपात मिळावी म्हणून. १९१८ ते १९२९ या काळात मुंबईच्या कामगारांनी जे छोटे-मोठे संप केले. त्या प्रश्नांचे वर्गीकरण न्यूमन (१९८१) यांनी केलेले आहे. त्यांच्या माहितीनुसार १/४ संप हे पगार या कारणासाठी होते. या काळातील दोन सर्वसाधारण संप होण्यापूर्वी कामगारांनी बोनसची मागणी केली आणि पाठोपाठ पगारवाढीसाठी संप केला - विणकर, सूत गुंडाळणारे वारंवार काम बंद पाडत असत - पगाराच्या कारणावरून,- पण बाकी कामगारांचे असे नव्हते. न्यूमन म्हणतात, नुसत्या पगारासाठी पूर्ण गिरणी संपासाठी एकत्र करणे अवघड असे, परंतु संपकाळातील पगार किंवा महागाईभत्ता यांचे तसे नव्हते (१९८१ : ६४)ः पण कन्नन (१९८८) यांचे असे म्हणणे आहे की ताडी काढणारे आणि बिडी कामगार यांच्या संपाचे कारण पगारवाढ हेच असे. रामस्वामी आणि रामस्वामी (१९८१) यांनी विश्लेषण केल्याप्रमाणे पगारांच्या बाबतीतील सरकारी आकड्यानुसार १/३ भांडणांमध्ये सरकारी नियमाप्रमाणे किमान वेतन मिळते (स्ट्रीफकर्क १९८५, ऑर्मटॉम १९८५). क्वचित कामगारांनी किमान वेतनासाठी संप केलेला आढळून येतो. केरळमधील (१९८५) काथ्या कामगारांनी केलेल्या संपाचा मीरा वेलायुधन यांनी केलेला अभ्यास सोडल्यास, लघु-उद्योग आणि इतर क्षेत्रांमध्ये असंघटित कामगारांनी केलेल्या संपांचा अभ्यास आपल्याकडे नाही.

बोनस (लाभांश) हे अजून एक कारण की ज्यासाठी संप केला जाऊ शकतो. पण आकडेशास्त्रानुसार या कारणासाठी केलेले संप खूप नाहीत.[४] स्वातंत्र्यप्राप्तीच्या पूर्वी आणि नंतर जादा सुट्ट्या, प्रसाधनगृह, पाळणाघर, कँटीन यांसारख्या अंतर्गत सुखसोयी ह्या कारणांसाठीसुद्धा संप झालेले आहेत. १९३० च्या सुरुवातीला मुंबईतील कामगार कपातीच्या कारणावरून बरेच वेळा संपावर गेले (लीटेन १९८३). स्वातंत्र्यप्राप्तीनंतरच्या काळातील हे एकूण ७ ते १० टक्के प्रमाण झाले. हे प्रमाण कमी वाटते कारण हे तंटे हंगामी असत - बोनस सणावाराला मिळत असे त्या काळात (रामस्वामी आणि रामस्वामी १९८१ः २१८).

यंत्रसामग्रीमुळे कामगारांवरील ताण वाढत असे आणि त्याचा परिणाम संपात होत असे. अशा परिस्थितीमध्ये अगदी क्षुल्लक कारणावरून कामगार काम बंद पाडत असत अशा संपांना रामस्वामी कंटाळा घालवणारे संप म्हणत असत (१९७८ बी). व्यवस्थापनाने बुद्धी चालवून कामाची विभागणी केली की त्याचा ताण कामगारांवर पडत असे आणि काहीजणांना त्यामुळे कामावरून कमी करण्यात येई, त्यामुळे कामगार संपावर जात. १९२८ साली मुंबईमध्ये तीन माग अणि दोन फ्रेम ही पद्धत सुरू करण्यात आली, त्याचा परिणाम म्हणजे कामगारांचे कामाचे ओझे वाढले आणि काहींना कामावरून कमी केले गेले. कामगारांनी नवीन पद्धतीचा निषेध केला आणि संपावर गेले (न्यूमन १९८१). १९६० आणि १९७० मध्ये अशाच स्वरूपाचे प्रश्न निर्माण झाले.)

भेदभाव आणि वाईट वागणूक या कारणांवरून अहमदाबाद आणि तमिळनाडू येथील स्त्री कामगारांनी गेल्या शतकाच्या शेवटी आणि या शतकाच्या सुरुवातीला काम बंद पाडले (मर्फी १९८१). १९२० साली जमशेदपूरमधील टिस्कोच्या कामगारांनी व्यवस्थापकांकडून मिळणाऱ्या वाईट वागणुकीचा निषेध करण्यासाठी काम बंद पाडले. १९२९ साली रेल्वेचे कामगार फसवणूक, चुकीची कारणे देऊन काढून टाकणे, अयोग्य दंडात्मक कारवाई या कारणांवरून संपावर गेले (लीटेन १९८३). १९२० आणि १९३० च्या दरम्यान वाईट वागणूक, फसवणूक, कामावरून कमी करणे ही कारणे संपासाठी पुरेशी होती. स्वातंत्र्यप्राप्तीनंतरसुद्धा मोठ्या उद्योगांमध्ये त्यांचे प्रमाण कमी झाले तरी, आता कामगारसंघटना अशा प्रकारचे प्रश्न वैयक्तिक पातळीवर आणि लेबर कोर्टात जाऊन सोडवू लागल्या. रामस्वामी आणि रामस्वामी म्हणतात, १९७७ पर्यंत कामावरून तात्पुरते कमी करणे, कामावरून कमी करणे ही संप करण्यासाठी पुरेशी कारणे मानण्यात येणे बंद झाले (१९८१ : २२८).

१९२० साली संपाच्या कारणांपैकी एक कारण होते कामगार संघटनेची मान्यता. स्वातंत्र्यप्राप्तीनंतरसुद्धा या ना त्या स्वरूपात हे कारण पुरेसे ठरत गेले. उद्योजक किंवा मालक त्यांना हव्या असलेल्या संघटनांना पाठिंबा देतात किंवा एका ठरावीक संघटनेच्या बाबतीत पक्षपातीपणा करतात. यामुळे मालकाच्या मतलबाच्या गोष्टींचे रक्षण होते आणि नवीन संघटना निर्माण होते की जिला मालकाची लगेच मान्यता मिळते. कारखान्यातील एखाद्या संघटनेला या ना त्या कारणावरून मान्यता नाकारण्यात येते आणि कामगार ती मान्यता मिळविण्यासाठी संपावर जातात. रामस्वामी म्हणतात :

> ‘‘हे आता सिद्ध झालेले आहे की, औपचारिक मान्यता न मिळालेल्या संघटनांना वारंवार संपाचे हत्यार वापरावे लागते आणि त्यांच्या अस्तित्वाचा हक्क मिळविण्यासाठी प्रयत्न करावे लागतात. फक्त जवळचा निरीक्षकच संपाचा

हेतू शोधून काढू शकतो. मान्यता मिळविण्यासाठी संघटनांना ठोस समस्या निवडाव्या लागतात, त्यांच्याकडे नसलेली योग्यता त्यांनी निवडलेल्या समस्यांमुळे त्यांना मिळू शकते. आणि अशी धडपड करताना संघर्षाचा मूळ हेतू हरवू शकतो. यावरून हे समजते की अधिकृत आकडेशास्त्रानुसार एकही संप मान्यता मिळविण्यासाठी झालेला दिसून येत नाही (१९७८ बी : २९).''

दोन संघटनांमधील वैर, काही प्रसंगी – संपापर्यंत जाऊन पोचू शकते. ऐक्याचे प्रदर्शन करण्यासाठी काही वेळा दुसऱ्या कारखान्यातील संप करीत असलेल्या कामगारांना पाठिंबा देण्यासाठी कामगार संपावर जातात. बहुतेक अभ्यास एका कारखान्याशी संबंधित असलेल्या संपाबद्दल असतात. निरनिराळ्या प्रकारच्या उद्योगातील संपांच्या कारणांची आणि स्वरूपाची तुलना करणारे फार थोडे प्रयत्न झालेले दिसतात (राव १९७२).

कामगारवर्गाने १९२० च्या शेवटी आणि १९३० च्या सुरुवातीला स्वातंत्र्याच्या चळवळीला पाठिंबा दिला. कामगारांनी सभा घेतल्या, निदर्शने केली, ब्रिटिश सत्तेविरुद्ध मिरवणुका काढल्या, दिलिप सायमिऑन यांच्यामते कामगारांना राष्ट्रीयतेची, तादात्म्याची जाणीव होती, त्यांच्या भोवतीच्या हिंसेची आणि समाजगटांची भांडणे यांची माहिती होती (२००१ : ३०). मुंबई, सोलापूर, कोलकाता, अहमदाबाद आणि इतर ठिकाणच्या कामगारांनी नागरी आज्ञाभंगाच्या चळवळीला पाठिंबा दिला. गांधीजींच्या अटकेचा निषेध करण्यासाठी अहमदाबादचे कामगार पूर्णपणे संपावर गेले (चौधरी १९७१, कर्णिक १९७४, लीटेन १९८३, चॅटर्जी १९८४). कम्युनिस्ट पक्षाच्या राजकीय संघर्षाला पाठिंबा देण्यासाठी कामगार १९५० साली संपावर गेले. १९४८ साली झालेल्या पुन्नत्र–वायलर कामगारांची संपाची कारणे राजकीय स्वरूपाची होती. रॉबिन जाफरी म्हणतात,

''ऑगस्टच्या सुरुवातीला झालेल्या संपामुळे आर्थिक मागण्यांची पूर्तता झाली होती आणि काथ्या उद्योग स्वत: उत्साही होता, नोकऱ्या उपलब्ध होत्या. बंड म्हणजे उत्स्फूर्त उठाव नव्हता, आणि दोन महिन्यांपर्यंत त्याचीपण तयारी चालू होती. कामगार सशस्त्र छावण्यांमध्ये जात, जिथे त्यांना राजकीय सूचना मिळत आणि अशा छावण्यांमधून पुण्णप्रच्या पोलिसांवर हल्ला करण्यास ते बाहेर पडत. वायालटच्या छावणीमध्येही ते अशा धाडी घालत. खरं म्हणजे संघटना आणि कार्यकर्ते यांना फार थोडी कल्पना होती की शेवटी फलित काय असणार आहे, परंतु त्या सर्वांची अस्पष्ट स्वरूपात खात्री पटली होती की त्यांची कृती एका मोठ्या ऐतिहासिक शक्तीला किंवा एका फार मोठ्या भावी योजनेला हातभार लावत आहे (१९८१ : १२१).''

केरळातील काजू उद्योगासंबंधी के.पी.कन्नन म्हणतात,

"१९३७ ते १९४३ पर्यंतच्या एकत्रीकरणाच्या प्रक्रियेच्या पहिल्या टप्प्यामध्ये एक नवीन परिणाम पहायला मिळाला. राजकीय ध्येये आणि आर्थिक मागण्या यांचे एकत्र मिसळणे. पुढच्या १९४२ ते ४७ च्या दुसऱ्या टप्प्यामध्ये राजकीय संघर्ष हा सर्वसाधारणपणे स्वातंत्र्यसंग्राम बनला. कामगार संघटनांचा मुख्य रोख म्हणजे कामगारांची आर्थिक परिस्थिती, त्यामुळे कामगारांचे संघटनेत सहभागी होणे हे आर्थिक लाभाकडे लक्ष ठेवून होऊ लागले. देशाला स्वातंत्र्य मिळाल्यानंतर पूर्ण रोख हा फक्त आर्थिक मागण्यांकडे वळला (१९८४:४९-५०, १९८८ सुद्धा पहा.)"

केरळातील काजू उद्योग आणि विडी कामगार यांच्याबाबतीत जे खरे होते, ते इतर लघुउद्योगांतील कामगारांच्या बाबतीत खरे असेलच असे नाही, स्वातंत्र्याच्या आधी किंवा नंतर राजकीय कारणांवरून लढ्यासाठी एकत्र येणे होईलच असे नाही.

काही अभ्यासकांच्या मते (रामस्वामी आणि रामस्वामी १९८१, वैद १९७२, सायामिऑन १९९५), स्वातंत्र्यप्राप्तीनंतर राजकीय प्रश्न हे कामगार संघटनांना एकत्र येण्यासाठी महत्त्वाचे कारण झाले. रामस्वामी म्हणतात, १९५० - १९६० मध्ये बिगर काँग्रेस संघटना त्यांना विरोधी असलेले सर्व निर्णय सरकारला चिकटवीत असत. जेव्हा एखादा निर्णय कामगारांना विरोधी असायचा आणि पोलिस हस्तक्षेप करायचे, तेव्हा काँगेसपक्षाच्या कामगारविरोधी धोरणांवर आरोप केले जायचे. अशा काही प्रसंगी कामगारांनी अशा विरोधी निर्णयांमुळे संप केला (१९७८ बी : ३१). १९५५ साली कानपूरमधील सूतगिरण्यांतील कामगारांनी आणि १९५८ मध्ये टिस्कोच्या कामगारांनी सरकारच्या औद्योगिक धोरणाला विरोध केला आणि त्यांच्या संपातील तो एक मुख्य प्रश्न होता. (कन्नन आणि सरन १९६७). मुंबई, अहमदाबाद आणि इतर शहरांतील कामगारांनी बंदमध्ये १९६० साली भाग घेतला - त्याचे कारण किमतीची वाढ आणि आवश्यक वस्तूंची टंचाई (विजय राघवन् १९६६).

असेही काही संप असतात की ज्यांचा लगतच्या कोणत्याही राजकीय किंवा आर्थिक समस्येशी संबंध नसतो. रणजित गुप्ता म्हणतात, टाटानगर येथील स्टँडर्ड ज्यूट गिरणी आणि गार्डन येथील लोअर हुगळी ज्यूट मिल यांच्यामधील काही दंगे १८९८ साली संकुचित समाज किंवा पंथीय विचार यांच्यामुळे पेटले. अलीकडेच अनुसूचित जाती आणि अनुसूचित जमातींनी १९८१ मध्ये अहमदाबादमध्ये काम एक दिवस थांबवले. त्याचे कारण होते सवर्ण हिंदूंनी आरक्षणाविरुद्ध सुरू केलेली चळवळ. के.एन.वैद (१९७२) आणि रामस्वामी आणि रामस्वामी (१९८१) यांनी आकडेशास्त्रीय माहितीचे विश्लेषण करून असे सांगितले की आर्थिक नसलेले प्रश्नसुद्धा

कामगारांच्या संपाची महत्त्वाची कारणे असतात. खरंतर स्वातंत्र्योत्तर भारतात आर्थिक नसलेल्या प्रश्नांमुळे झालेल्या संपांची संख्या आर्थिक प्रश्नांवरून झालेल्या संपांपेक्षा जास्त आहे. वैद म्हणतात,

> "१९५६ ते १९६६ याकाळात पगार, भत्ते आणि बोनस यासंबंधीच्या आर्थिक मागण्या खूपच प्रमाणात कमी झाल्या. बोनसचे वाटप हा सूतगिरण्या आणि लोखंड आणि पोलाद कारखाने, यांमधीलच वादाचा मुद्दा म्हणून सदैव राहिलेला आहे. पुढे १९६७ मध्ये हे एकच वर्ष असे होते की पगार आणि बोनस हे पश्चिम बंगालमधील संपांचे कारण होते. याउलट, प्रशासकीय बाबींमुळे बडतर्फी, कामावरून कमी करणे, काढून टाकणे, पक्षाचे हक्क आणि कर्तव्ये , हस्तक्षेप, कायद्याची अंमलबजावणी, निर्णय आणि करार इत्यादी अनेक संपाची कारणे होती. याच कारणांमुळे ताग उद्योगातील ४६% संप, ३७% सूतगिरण्यांमधील संप, आणि ५१% लोखंड आणि पोलाद उद्योगांमध्ये संप घडून आले. (१९७२:८७)."

रामस्वामी आणि रामस्वामी (१९८१) यांना कोईमतूर कापड उद्योगामध्ये असाच प्रकार आढळून येतो. तरीसुद्धा आर्थिक आणि आर्थिक नसलेले प्रश्न यांच्यामधील दोन पोटविभाग समस्यापूर्ण आहेत. कोणी असेही म्हणू शकते की बडतर्फी, कमी करणे, करार मोडणे अशाप्रकारचे वैयक्तिक प्रश्नसुद्धा आर्थिक समस्यांशी अगदी जवळून निगडित आहेत. आर्थिक प्रश्नांची कोणाची व्याख्या काय आहे यावरही हे अवलंबून आहे. अजून म्हणजे, राजकीय पक्ष आणि कामगार संघटना यांनी तयार केलेले राजकीय प्रश्न कामगारांच्या दृष्टीने राजकीय स्वरूपाचे नसूसुद्धा शकतात, जरी त्यांनी त्या संपात भाग घेतला तरी हेही लक्षात ठेवले पाहिजे की वैद आणि रामस्वामी हे संघटित क्षेत्रातील कामगारांसंबंधी बोलत आहेत, याउलट कन्नन (१९८८) असंघटित क्षेत्रातील कामगारांसंबंधी की ज्यांचे पगार अतिशय कमी असतात. कामगारसंघटना आणि कामगार वर्ग यांच्या आर्थिक बाजूंवर राजकीय कार्यकर्ते आणि अभ्यासक जादा भर देतात, परंतु त्याबद्दलची उपलब्ध माहिती ही भांडणे स्वीकारण्यास तयार नाही.

बहुतेक संप एखाद्या विशिष्ट कारखान्यापुरते मर्यादित असतात. आणि काही थोडे पूर्ण उद्योगधंद्यांमध्ये पसरतात, म्हणजे एका विशिष्ट औद्योगिक प्रदेशातील सूतगिरण्या किंवा ताग उद्योग अशाप्रकारचे कोणतेही प्रयत्न केलेले दिसून येत नाहीत की उद्योगाच्या एका क्षेत्राकडून दुसरीकडे जाताना समस्येचा संप कसा बनतो, हे त्यामुळे आपल्याला समजेल. असे खुशाल गृहीत धरावे की प्रश्नांचे स्वरूप एका उद्योगापेक्षा दुसऱ्याचे वेगळे असते. दिलीप सुब्रमणियम (१९८०) एका मोठ्या प्रमाणावरील आधुनिक

उद्योगाचा अभ्यास करतात. त्यांचे असे म्हणणे आहे की आधुनिक क्षेत्रातील कामगारांना पारंपरिक क्षेत्रातील कामगारांपेक्षा चांगला पगार असतो. त्यांचे कौशल्य, शिक्षण आणि अनुभव हा पारंपरिक क्षेत्रातील किंवा लघुउद्योगातील कामगारांपेक्षा उच्च असतो. त्यामुळे त्यांच्या समस्या पगार आणि बोनस यांच्याशी निगडित समस्यांपेक्षा वेगळ्या असतात. त्यांचे संघर्ष दिवसेंदिवस कामाच्या ठिकाणासंबंधी गंभीर स्वरूप घेऊ लागतात की ज्यांचा संबंध उत्पादकता आणि कौशल्यांचा वापर यांच्याशी असतो - थोडक्यात, संस्थेवरती ताबा आणि कामातील बाबी (१९८० : ६८).

काही थोडे प्रसंग सोडल्यास, औद्योगिक कामगारवर्गाने शेतकऱ्यांबरोबर हातमिळवणी केलेली नाही. तसेच समाजातील इतर घटकांबरोबर राजकीय प्रश्नांवर सामुदायिक प्रत्यक्ष कृती करण्यासाठी संबंध प्रस्थापित केलेले नाहीत. पीटर वॉटरमन म्हणतात, स्वत:ला लोकशाही चळवळीचा भाग बनविण्यास कामगार संघटना अयशस्वी ठरल्या आहेत. नागरी हक्कांचा प्रश्न, शेतकऱ्यांचे हक्क, कामगारवर्गाच्या आयुष्याचे अवशिष्ट परिणाम, कामकरी स्त्रियांचे हक्क, आदिवासींचे हक्क - यांपैकी कोणत्याही प्रश्नासंबंधी कामगार संघटनांनी मदतीचा हात पुढे केलेला नाही (१९८०: ४६६). त्याचवेळी त्यांची ग्रामीण बाजू त्यांचा संघर्ष दीर्घकाळ चालू ठेवायला उपयोगी पडली. १९८२-८३ चा मुंबई सूतगिरण्यांचा संप याबाबतीत खूप महत्त्वाचा आहे (लाखा २००२, वेर्श १९९२, चंदावरकर १९८५, १९९८).

कोणत्या आर्थिक परिस्थितीमध्ये संप घडतात आणि यशस्वी ठरतात? कामगारसंघटनेच्या पुढाऱ्याचा वैयक्तिक स्वभाव, की जो केवळ योगायोगाचा विषय आहे, हा पुष्कळ वेळा एका ठराविक भागातील संपांचे कारण होऊ शकतो. १९२० साली चेन्नई येथे झालेल्या संपाच्या बाबतीत काही अभ्यासकांनी संपाचे हे कारण म्हणून सांगितले आहे (दत्त १९४७). या दृष्टिकोनाला इतरांनी विरोध केला आहे. एस. डी. पुणेकर यांच्या मते चेन्नईमधील घटना म्हणजे केवळ एक अपघात नव्हता, तर त्या घटना म्हणजे पहिल्या महायुद्धानंतरच्या चेन्नईमधील कारखान्यातील कामगारांच्या गंभीर आर्थिक आणि सामाजिक परिस्थितीची प्रतिक्रिया होती. पुणेकरांप्रमाणे इतरही अनेक अभ्यासकांना असे वाटते की जेव्हा आर्थिक परिस्थिती ढासळते तेव्हा कामगार संप किंवा इतर प्रत्यक्ष कृती करतात (मर्फी १९८१, पटेल १९८४, दास आणि गुप्ता १९८४). १९५० च्या सुमारास जे संप झाले त्याचे विश्लेषण करताना प्रदीपकुमार (१९६४) म्हणतात - १९५५-६० च्या दरम्यान औद्योगिक असंतोष वाढला त्याचे मुख्य कारण म्हणजे महागाई. ते असा निष्कर्ष काढतात की संप आणि आर्थिक परिस्थिती यांच्यामध्ये परस्पर नाते असते. व्ही.बी. कर्णिक (१९७४) त्यांच्या मते, संपाचे यश किंवा अपयश हे उद्योगांच्या आर्थिक परिस्थितीशी निगडित आहे. आर्थिक

स्थैर्याच्या काळातील संप यशस्वी झाले आणि आर्थिक मंदीच्या काळातील संप अयशस्वी झाले. या मतांशी सहमत किंवा विरोधी नसलेले काही अभ्यास आधुनिक उद्योगांचे की जेथे कामगारांना पगार चांगला मिळतो, अशा आधुनिक उद्योगातील संपांचे निरीक्षण करतात (सुब्रमणियम १९८०). ते म्हणतात की आर्थिक परिस्थिती हेच फक्त कोणत्याही प्रत्यक्ष कृतीसाठी कारण होऊ नाही. कोलकाता येथील ज्यूट कामगारांच्या संघटनेविषयी विचार करताना दीपेश चक्रवर्ती म्हणतात, १९२० सालची ताग-कामगारांची परिस्थिती अशी होती की त्यांना असमाधानी वाटत होते.

> परंतु कामगारांमधील लढाऊपणा फक्त परिस्थितीमुळेच वर आला किंवा परिस्थितीच फक्त त्यांच्यामध्ये लढाऊपणा निर्माण करण्यास पुरेशी होती असा, विचार चुकूनही करता कामा नये. १९२० मधील कामगारांची असंतोषाची चिकाटी आणि प्रमाण यांच्याकडे पाहताना हेही समजून घ्यावयास हवे की विरोध करणे आणि मालकाचा अधिकार आव्हान करू शकतो अशा प्रकारचा स्वाभाविक कल कामगारांचा होऊ लागला होता (१९८४ :१२०).

संघटना

सुरुवातीच्या काळातील सर्व संप उत्स्फूर्त आणि असंघटित होते. १८९० मध्ये चेन्नई येथे आणि १९१० मध्ये मुंबईत कामगारांचे संघर्ष लढा स्वरूपात मांडण्यासाठी कामगार संघटनांची स्थापना करण्यात आली. जेव्हा कामगार संघटना नव्हत्या, तेव्हासुद्धा अनौपचारिक, आत्मनिर्भर आणि स्थितिस्थापक स्वत:च्या संघटना होत्याच. ते आपण होऊन संप सुरू करीत आणि पगार एका स्थिर पातळीवर रोखून ठेवीत. औद्योगिकीकरणाच्या सुरुवातीच्या काळात कामगारवर्गाची जाणीव प्राथमिक किंवा खालच्या पातळीवर होती. १९१९ सालच्या महासंपाला रवींद्रकुमार 'a species of a working class jacquerie' (शेतकऱ्यांचे बंड) असे म्हणतात. त्यांच्या मते, शेतकऱ्यांच्या उठावामध्ये असलेली कितीतरी वैशिष्ट्ये त्या संपामध्ये होती. पूर्णपणे उत्स्फूर्त, वर्गजाणिवेचा अभाव, वर्गसंख्या आणि औपचारिक नेतृत्व आणि शेवटचे म्हणजे दीर्घकाळच्या दु:खाचे प्रकटन आणि कोंडलेल्या निराशेचा स्फोट. (१९८३ : २१५). फ्रान्समध्ये झालेल्या शेतकऱ्यांच्या बंडाशी १९१८ मधील कामगारांच्या संपाची केलेली तुलना रिचर्ड न्यूमन यांना पसंत नाही. ते म्हणतात :

> ''मुंबईचा संप निर्दय किंवा खास करून हिंसक नव्हता. तरी बाहेर पडणाऱ्या दु:खाला चुकीच्या प्रकारे गिरणीकामगार वाट करून देत होते. त्रासाला सुरुवात झाली तेव्हा संपाची ध्येये पुरेशी माहिती होती आणि ती ध्येये नंतर प्रगत होत गेली. सर्वात महत्त्वाचे म्हणजे संप संपला तेव्हा तो विस्मरणात

गेला नाही किंवा फ्रेंच शेतकऱ्यांप्रमाणे पुन्हा आपल्या वागण्याच्या मूळपदावर गेला नाही. त्यांच्यामध्ये दृष्टिकोनाची परिपक्वता आली आणि एक सर्वांसाठी समान व्यक्तिमत्त्वाची जाण आली की ज्यामधून संघटना वाढू शकते (१९८१ : १२८).''

औद्योगिकीकरणाचे स्वरूप आणि कामगारांचा लढा यांसंबंधीचा स्वत:चा अनुभवजन्य अभ्यास विचारात घेऊन चंदावरकर असा निष्कर्ष काढतात :

> ''राजकीय संघटना आणि कामगारांची कृती हा त्यांच्या मोठ्या कारखान्यांमध्ये आणि शहरात एकत्र येण्याचा नैसर्गिक थेट परिणाम नव्हता किंवा औद्योगिकीकरणाच्या स्तराचे थेट प्रतिबिंब नव्हते. अस्सल ग्रामीण आणि फुटकळ कामासाठी नेमलेली कामगारशक्ती जेव्हा एका विशिष्ट प्रकारच्या कामगारांच्या जाणिवेत आणि राजकारणात परिपक्व होते, तेव्हा ती निर्मितीची प्रक्रिया भारतीय कामगारांच्या पुराव्यात वाहून गेलेली नाही (१९८५ : ६६३).''

१९२० मध्ये पोलाद इंजिनिअरिंग उद्योगामध्ये जमशेदपूर येथे खूपच संप हे कामगार संघटनेच्या अस्तित्वाविना किंवा मध्यवर्ती नेतृत्वावाचून झाले. चेन्नई आणि मुंबई येथे अशा प्रकारचे संप शक्य होते कारण कामगारांचे सामाजिक स्वरूप एकजिनसी होते आणि ते एकमेकांशी अनेक प्रकारे संबंधित होते (कर्णिक १९६६). रवींद्रकुमार म्हणतात,

> ''कोणतीही वर्गविषयक जाणीव अनुपस्थित असताना आणि कोणतीही कामगारसंघटना पाठीशी नसताना, गिरणी कामगार अशा प्रकारे वागू शकले याचे कारण म्हणजे अनेक प्रकारच्या संस्थांमुळे ते एकमेकांशी जोडले गेले होते – समाजगटाची बंधने, काम करणाऱ्यांची निष्ठा, मुंबई शहरात एकत्र राहण्यामुळे आणि काम करण्यामुळे निर्माण झालेली शारीरिक जवळीक (१९८३:२३८).''

याउलट, १९२० मध्ये झालेल्या टिस्को कामगारांच्या संपाच्या एका अभ्यासावरून समजते की भिन्नधर्मीय सामाजिक उगम असून आणि १९२० साली कामगार संघटना नव्हती तरीसुद्धा कामगार लोखंडाच्या कारखान्यात अनेक संप घडवून आणू शकले (बहल १९८२, सायमिऑन १९९५). कोलकात्यामध्ये तागाच्या गिरण्यांमधील कामगार लढाऊ वृत्तीचे होते आणि १९२० साली त्यांची संघटना कमजोर होती तरी ते अनेक संप घडवून आणू शकले (चक्रवर्ती १९८४).

मद्रास लेबर युनियन ही आधुनिक प्रकारची १९१८ साली चेन्नईमध्ये स्थापन झालेली पहिली कामगार संघटना होती. त्याच सुमारास अहमदाबादमध्ये पहिली टेक्सटाईल लेबर असोसिएशन स्थापन झाली. १९२० साली ऑल इंडिया ट्रेड युनियन

काँग्रेस (AITUC) स्थापन झाली. त्यापूर्वी काही विशिष्ट उद्योगांच्या विशिष्ट संघटना होत्या. काही अभ्यासकांच्या मते, (माथुर जे. १९६४) शिकलेल्या गटांकडून संघटना स्थापन होऊ लागल्या : पोस्ट आणि तार खात्यातील कामगार, रेल्वे कामगार. १९१० च्या पूर्वी कामगारांसाठी, त्यांच्या कल्याणासाठी कल्याणकारी योजना राबवणाऱ्या काही संघटना स्थापन झाल्या. न्यायापेक्षा सहानुभूतीच्या जोरावर या संघटना चालल्या. वर सांगितल्याप्रमाणे कामगार संघटनांची वाढ, रचना आणि नेतृत्व यासंबंधी बरेच अभ्यास आहेत (कर्णिक १९६६, जोशी १९६९, सा.१९७०) शहर किंवा उद्योगाच्या स्वरूपावर आधारितसुद्धा काही अभ्यास आहेत (वैद १९६२, पांड्ये आणि विक्रम १९६९, जोशी १९६९). संप घडवून आणणे आणि संप चालू ठेवणे यांमधील संघटनेची भूमिका यासंबंधी बहुतेक अभ्यासांनी फारसा विचार केलेला दिसत नाही. संपाची सुरुवात संघटना करते का आणि कामगारांची प्रत्यक्ष कृती संघटना टाळते यासंबंधी अभ्यासकांनी फारसा विचार केलेला दिसत नाही. जास्तीत जास्त आपल्याला हे समजू शकते की नेते मालकांबरोबर आणि सरकारबरोबर वाटाघाटी कशा करतात. या गोष्टींची नोंद घेणे आवश्यक आहे की कामगार संघटना आणि नेते यांचा कायदेशीरपणा अलीकडच्या काळात अनेक ठिकाणी कमी झाला आहे. एकत्र कृती समितीतर्फे उद्योग, शहर आणि राज्यपातळीवर संप आयोजित करण्यात येतात (वॉटरमन १९८०).

कामगार संघटना निरनिराळ्या राजकीय पक्षांशी निकटपणे निगडित असतात. AITUC च्या उभारणीमध्ये काँग्रेस पक्षाची महत्त्वाची भूमिका होती. तीन आदर्शवादी गटांमध्ये रस्सीखेच चालू होती - डावे, राष्ट्रीय आणि मवाळ[५] - हे सर्व कामगार चळवळीवर आपला ताबा असावा म्हणून प्रयत्न करणारे गट काँग्रेस पक्षातच होते. १९२० पर्यंत कम्युनिस्ट पक्षाने मुंबईत आपला जम चांगलाच बसविला होता. आणि राष्ट्रीय गटाच्या लोकांनी स्वातंत्र्यसंग्रामाच्यावेळी अहमदाबादवर आपली पकड चांगली घट्ट केली. AITUC कम्युनिस्ट प्रभावाखाली असल्यामुळे काँग्रेसपक्षाने इंडियन नॅशनल ट्रेड युनियन काँग्रेसची १९४७ मध्ये स्थापना केली. सोशालिस्ट पक्षाने १९४८ साली हिंद मजदूर पंचायत स्थापन केली. दुसऱ्या महायुद्धानंतर जे रॉयिस्ट आता कम्युनिस्ट पक्षातून बाहेर पडले होते त्यांनी समाजवादींच्या मदतीने हिंद मजदूर सभा (HMS) स्थापन केली. १९५५ मध्ये जनसंघाने भारतीय मजदूर संघ स्थापन केला. कम्युनिस्ट पक्षाचे विभाजन झाल्यामुळे १९७० साली सेंटर ऑफ इंडियन ट्रेड युनियन्स (CITU)ची स्थापना झाली. द्रविड मुन्नेत्र कळघम (DMK) आणि यासारख्या प्रादेशिक पक्षांच्या स्वत:च्या ट्रेड युनियन आहेत. औद्योगिक नातेसंबंध किंवा कामगार चळवळींचा अभ्यास म्हणजे मोठ्या प्रमाणावर (ट्रेड युनियन्सचा) कामगार संघटनांचा अभ्यास (क्राऊच

१९६६, १९७९, सेन १९७७, बोस १९७९, मित्र १९८१). एन्. आर. शेठ (१९७८) यांच्या मते, बहुतेक वेळेला हे अभ्यास म्हणजे कामगार संघटनेच्या चळवळीचा ऐतिहासिक गोषवारा असतो.

स्वातंत्र्यपूर्व भारतातील कामगार चळवळीमध्ये काँग्रेस पक्षाची काय भूमिका होती याची माहिती लक्ष्मण (१९४७) यांनी दिली आहे. ते प्रकाशन पक्षाचे असल्यामुळे ती माहिती विश्लेषणात्मक नाही. मुंबईप्रदेशातील १९२० आणि १९३० च्या दरम्यान कामगारवर्गाच्या संघर्षात काँग्रेस पक्षाची आणि कम्युनिस्ट पक्षाची कशा स्वरूपाची भूमिका होती याचे लीटेन यांनी कसून परीक्षण केले आहे. मुंबईत १९२८-२९ मध्ये झालेल्या एकूण संपांमध्ये कम्युनिस्ट पक्षाची भूमिका काय होती याचा डिक कूईमन (१९८०) यांनी अभ्यास केला. डांगे ज्यामध्ये अडकले होते त्या कानपूर खटल्याचा अभ्यास करताना कुईमन यांच्या असे लक्षात आले की या खटल्यात डांगे यांना विनाकारण गुंतविण्यात आले होते. पुन्नत्र-बायलर संपामध्ये कम्युनिस्ट पक्षाने कोणत्या प्रमाणात बिनीच्या शिलेदाराची भूमिका बजावली कारण हा कामगार वर्ग संघटित आणि शिस्तशीर होता आणि त्याला कम्युनिस्ट पक्षाकडून आदेश मिळत असत. मीरा वेलायुधन (१९८५) आणि कन्नन (१९८८) यांनीही आपल्या अभ्यासांतून अशाच स्वरूपाचे निष्कर्ष काढले आहेत. आधीच्या टप्प्याशी तुलना करता, कन्नन यांनी असे लक्षात आणून दिले आहे की डाव्या पक्षांनी वर्चस्व गाजवलेले कामगार संघटनांचे लोकप्रिय वैशिष्ट्य स्वातंत्र्यप्राप्तीनंतर कमी होत गेले. राजकीय पक्ष, सर्वसाधारण कामगार संघटना आणि विशेषत: संप यांच्यासंबंधीचे अभ्यास स्वातंत्र्यप्राप्तीनंतरच्या काळात जवळजवळ नाहीतच.

कामगार वर्गाचे नेते आणि नेतृत्व यासंबंधी फारच थोडे अभ्यास उपलब्ध आहेत आणि ते अभ्याससुद्धा शहर पातळीवरील कामगार नेत्यांसंबंधीचे आहेत (पुणेकर आणि माधुरी १९६९, राइनडोर्प १९७१, मासिद्दी १९८५, लाखा २००२). सर्वसामान्य काही अभ्यासांमध्ये कामगारांच्या नेत्यांचा मुद्दा आणि लढ्यातील काही विशिष्ट नेते यांची भूमिका चर्चिली गेली आहे. १९१८ च्या अहमदाबाद संपाच्या वेळची गांधीजींची समजूतदारपणाची भूमिका अनेक अभ्यासांमध्ये विशद केली आहे (देसाई १९६१, सेन १९७७, क्राउच १९७९, अंटेन १९८३, पटेल १९८७). मोनी घोष यांचे 'अवर स्ट्रगल' (१९७३) हे पुस्तक त्यांची स्वत:ची स्थिती कामगार संघटनेचा पुढारी म्हणून कशी होती याबद्दल माहिती देते. अनेक अभ्यासांनी हे दाखवून दिले आहे की सुरुवातीच्या कामगार संघर्षाच्या काळात संप उत्स्फूर्त असत आणि त्यांचे नेतृत्वसुद्धा कामगारवर्गातूनच येत असे. नंतरच्या काळातील नेतृत्व बाहेरून येऊ लागले. हे बाहेरचे लोक परोपकारी वृत्तीचे असत (झा १९७०, बोस १९७९, मर्फी १९८१). १९२०

ते १९३० च्या दरम्यान झालेल्या संपांमध्ये आणि कामगार संघटनेची स्थापना करण्यामध्ये राष्ट्रीयवादी काँग्रेसच्या लोकांनी नेतृत्व पुरवले आणि महत्त्वाची भूमिका बजावली (कृष्णा १९७९, बहल १९८२, लीटेन १९८३, चॅटर्जी १९८४). चॅटर्जी (१९८४) यांनी राष्ट्रीयवादी काळातील कामगार संघटनेच्या नेत्यांचे चार प्रकारांमध्ये वर्गीकरण केले आहे : (१) जहाल (२) लढाऊ (३) कायदेशीर (४) घटनात्मक. १९६० सालच्या नेतृत्वाबद्दलच पुणेकर आणि माधुरी यांचा अभ्यास पूर्ण भारतासंबंधी आहे, जरी त्यांची प्रतवारी ही मुख्यत्वे मुंबई आणि महाराष्ट्रातील होती. त्यांनी काढलेले निष्कर्ष नेत्यांबद्दल झालेल्या इतर अभ्यासांमधील निष्कर्षांशी मिळतेजुळते आहेत :- त्यांचे थोडे तरी शिक्षण झालेले असते. वरच्या वर्गातील असतात, कोणत्या ना कोणत्या राजकीय पक्षाशी संबंधित असतात. एकतृतीयांश नेते कारखान्यांमध्ये नियुक्त होते. ते बाहेरचे असतात आणि ते ठेकेदार किंवा राजकीय नेते असू शकतात की जे स्वत: कामगार नसतात. या ठेकेदारांची किंवा सरदारांची (की जे सूतगिरण्यांना किंवा तागाच्या कारखान्यांना कामगार पुरवतात), मागचे शतक संपताना आणि हे शतक सुरू होताना, भूमिका अभ्यासामध्ये वादंग माजविणारी आहे. त्यांची कारखान्यामधील मोक्याची जागा, आणि संपकाळात त्यांनी पुरविलेले नेतृत्व ह्याबद्दल दुमत नाही, मतभेद आहे तो या गोष्टींवर : संप सुरू करणारे ठेकेदार होते की कामगार स्वत:हून पुढे आले आणि ठेकेदारांनी पूरक भूमिका बजावली (ए. मर्फी १९७७, सेन १९७७, लीटेन १९८२, न्यूमन १९८१, कुमार १९८३). रिचर्ड न्यूमन यांचे विधान असे आहे की उद्योगधंदे अस्तित्वात आल्यानंतर पहिली ६० वर्षे ठेकेदारांनी कामगार संघटनेची कल्याणकारी कामे केली, मालकांबरोबर कामगारांसाठी, वाटाघाटी केल्या आणि संपासाठी कामगारांना एकत्र आणले (१९८१ : ४). मुंबईतील कामगारसंघटनांचा हे ठेकेदार म्हणजे टेकू होता. कामगारांची ताकद जशी बदलली, तसे त्याचे महत्त्व कमी होत गेले. न्यूमन म्हणतात, बालकामगारांची पद्धत बंद पाडणे आणि उद्योगधंद्यांची वाढ थांबणे ह्याचा अर्थ कामगारशक्ती जास्त जुनी, नागरी आणि कमी लवचिक झाली. पुरुषांवरील आपले आधीचे वर्चस्व कायम राखणे ठेकेदारांना अवघड जाऊ लागले (१९८१ : २५२). राजकीय पक्षांची कामगारांच्या प्रश्नांमधील वाढती ढवळाढवळ, आणि कामगार संघटनांची स्थापना ह्यांच्यामुळे ठेकेदारांचा कामगारांवरचा वरचष्मा कमी झाला. मुंबईतील कामगारांची भरती करण्याच्या बाबतीत त्यांची सल्लामसलत मात्र १९६० पर्यंत चालू राहिली.

सुकोमल सेन (१९७७) आणि जॉर्जस लीटेन ह्यांचे असे म्हणणे आहे की कित्येक अभ्यासकांनी ठेकेदार, बाहेरचे आणि राजकीय नेते यांच्यावर गरजेपेक्षा जास्त भर दिला आणि त्या काळातील कामगारांच्या सामाजिक आणि आर्थिक परिस्थितीकडे

दुर्लक्ष केले. शेतकऱ्यांच्या बंडखोर स्वभावावर सेन यांनी भर दिला आहे. ह्याच कारणामुळे ज्या शेतकऱ्यांनी कारखान्यामध्ये नोकरी करायला लागल्यावर सुरुवातीच्या काळात बंडखोरपणा दाखविण्यास सुरुवात केली. ते म्हणतात :-

> ''बंडखोरीची स्वाभाविकवृत्ती दुर्बळ झालेल्या शेतकऱ्यांच्या आणि शेतमजुरांच्या मनामध्ये सुप्तावस्थेत राहिली. परिणामत: त्यांनी जेव्हा कारखान्यातील कामगार म्हणून काम करायला सुरुवात केली, तेव्हा त्यांनी साहजिकच भांडवलदारांच्या पिळवणुकीविरुद्ध आधुनिक कारखान्यांमध्ये विरोधी कृत्ये करण्यास सुरुवात केली. कारखान्यात सामुदायिकरीत्या काम करण्यामुळे त्यांच्यात एकमेकांबद्दल सहानुभूती निर्माण झाली. भिन्नवृत्तीच्या कामगारांचा समुदाय एकत्र आल्यानंतर जात, वंश आणि प्रदेश याबाबतीतील त्यांची एकीची भावना वाढीस लागून भांडवलशाही शोषणाविरुद्ध प्रतिकार करण्याचे त्यांचे सामर्थ्य वाढीला लागले (१९७७ : ७६).''

लीटेन, यांनीसुद्धा अशाच प्रकारचे विधान केले आहे. त्यांच्या मते, पारंपरिक आराखड्याचा त्यांनी पाया म्हणून वापर केला आणि त्या त्या ऐतिहासिक परिस्थितीमध्ये कामगारांना स्वतंत्र्य कृतीची ताकद मिळाली. त्याकाळी, कामगारांच्या धार्मिक आणि जातीविषयक विचारांना, भावनांना हात घालणे, ग्रहणक्षम कामगारांना लढण्यासाठी एकत्र करविण्याचा सोपा मार्ग होता (१९८३ : ७१). जरी हे विधान सत्य असले आणि जरी न्यूमन आणि इतर अभ्यासकांनी सामाजिक – आर्थिक परिस्थितीला गौण मानले नसले तरी तरीसुद्धा कामगारांच्या सामाजिक जाळ्याचे तपशीलवार विश्लेषण करणे आणि सुरुवातीच्या काळात त्याची (जाळ्याची) भूमिका समजून घेणे महत्त्वाचे काम होते. सेन किंवा लीटेन यांनी कोणीही त्यांच्या विधानांसाठी कोणताही अनुभवजन्य पुरावा दिलेला नाही. शिवाय, 'बंडखोर स्वभाव' ही संज्ञा शेतकऱ्यांच्या बाबतीत प्रश्न विचारण्यासारखे विधान आहे.

या संदर्भात, ह्याचा उल्लेख करण्याची गरज आहे की, चेन्नईमध्ये १९१८ ते १९२१ ह्या दरम्यान आणि मुंबईत १९२८ मध्ये जात आणि समाज यांच्या बंधनांमुळे कामगारांमध्ये मतभेद (दुफळी) उत्पन्न झाले. १९२८ मध्ये झालेल्या संपाला मुस्लिम आणि दलितांनी पूर्णतया पाठिंबा दिला नाही आणि गिरणीमालकांनी त्यांना संपाचा बिमोड करण्यासाठी वापरले. मुस्लिम आणि दलितांनी संपापासून अलिप्त राहण्याचे कारण म्हणजे आर्थिकदृष्ट्या असलेली त्यांची दुर्बल परिस्थिती. दीर्घकाळपर्यंत पगार न मिळता काढण्याची त्यांची कुवत नव्हती (न्यूमन १९८१:२४७). या शतकातील अलीकडच्या काळातील संपाच्या अभ्यासाच्या आधारावर ई. डी. मर्फी म्हणतात, ''जात आणि समाज यांतील मतभेद कधीकधी वाढीला लागू शकतात जेव्हा एखाद्या

कारखान्यात एखाद्या विशिष्ट जातीला किंवा समाजाला विशेष पसंतीचे स्थान असते किंवा जेथे एखादा कामगार संघटनेचा नेता एखाद्या विशिष्ट गटाला पाठिंबा देतो (१९७७ : ३२०).'' त्याचवेळी मर्फी असे म्हणतात की, भारतामध्ये वर्गाबद्दलची जाणीव वाढीला लागण्यास जात आणि समाज हे घटक गंभीरपणे प्रतिबंध करीत नाहीत आणि वेगवेगळ्या प्रदेशांमध्ये जात आणि समाजाबद्दलची जाणीव स्पष्टपणे बदलत जातात (१९७७ : ३२१). अलीकडच्या काळात रामस्वामी म्हणतात, भारतामध्ये कोइमतूरमध्ये जात आणि समाज यांनी भेदभाव निर्माण करण्यामध्ये फारच थोडी भूमिका बजावली आहे. देशाच्या इतर भागांमध्ये कामगारवर्गाच्या लढ्यामध्ये जात आणि समाज यांची भूमिका समजून घेण्यास अशाच प्रकारच्या अभ्यासांची गरज आहे.

भारताला स्वातंत्र्य मिळण्यापूर्वी आणि मिळाल्यानंतर कामगार संघटनांच्या एकूण कामात आणि विशेषत: संपाच्यावेळी बाहेरच्यांनी, विशेषत: पक्षनेत्यांनी आणि धंदेवाईक कामगारनेत्यांनी बजावलेली भूमिका विवादास्पद आहे. असे म्हटले जाते की हे नेते कामगारांना स्वत:च्या राजकीय हेतूंसाठी वापरत असत. संप करायला तेच कामगारांना उचकवतात (विजयराघवन् १९६६). असा दृष्टिकोन ठेवणारे राजकीय पुढारी तरी असत किंवा सामान्य निरीक्षक, परंतु त्यांच्या मताला समाजात फार मोठे महत्त्व असते. हे नमूद करणे हिताचे ठरेल की कामगारसंघटनांमध्ये बाहेरच्यांचे वर्चस्व मर्यादित करण्यासाठी १९२६ च्या ट्रेड युनियन ॲक्टने असे सुचविले आहे की विशिष्ट उद्योगांमध्ये कामगार संघटनेचे निम्मे पदाधिकारी हे प्रत्यक्ष त्या उद्योगात काम करत असले पाहिजेत (क्राऊच १९७९). न्यूमन म्हणतात,

> ''ज्या लोकांच्या सेवेसाठी ते आले, त्यांना विसरून स्वत:च्या हेतूंचा पाठपुरावा करण्याबद्दल बाहेरच्या लोकांवर नेहमी टीका केली जाते. त्यांना असे वाटते की जणू काही अशा विक्षिप्त वागण्याबद्दल कामगारांना काही समजणार नाही. मुंबईच्या संपाच्या पुराव्यावरून हे सिद्ध होते की जेव्हा सामान्य कामगाराच्या गरजा आणि विश्वास यांचे खरेखुरे प्रतिनिधित्व केले तेव्हाच बाहेरचे लोक त्यांची भूमिका बजावण्यात यशस्वी झाले (१९८१ : २५६).''

आणखी म्हणजे, कामगार हे ओळखून असतो की मध्यमवर्गातून आलेला नेता व्यवस्थापकाशी वाटाघाटीच्या टेबलावर समान पातळीवरून बोलू शकतो. यामुळे फसवणुकीची व्याप्तीसुद्धा कमी होते (क्राऊच १९७९). कन्नन यांनी त्यांच्या विडी कामगारांना एकत्र करण्यामध्ये आणि संघटित करण्यामध्ये बाहेरच्या माणसाची काय भूमिका असते हे दाखवून देण्यावर भर दिला आहे. त्यांना असे दिसून येते की संघटनेची उभारणी करण्यासाठी स्फूर्ती देणे आणि हेतू रुजविणे याबाबतीतील बाहेरच्या माणसाची भूमिका भारतामध्ये निर्णायक असते (१९८८ : ३३४). याउलट काहीजण म्हणतात,

स्वत: मध्यमवर्गीय असल्यामुळे वर्गलढ्याच्या पायावर आधारलेल्या कामगारांच्या चळवळीचे नेतृत्व त्यांनी केले नाही (दत्त १९४७).

याही गोष्टीचा उल्लेख केला पाहिजे की बाहेरच्या लोकांचे जे टीकाखोर आहेत, त्यांनी अनेक संपांमध्ये त्यांना जरा जास्तच महत्त्व दिले आहे. १९२० सालच्या मुंबईतील विविध संपांच्या बाबतीत लीटेन यांचे निरीक्षण आहे की, बाहेरच्या कोणत्याही कारणांमुळे नाही तर हे संप कामगारांनी स्वत:च सुरू केले होते. वाटाघाटीच्या वेळेला राजकीय आणि सामाजिक पुढारी प्रत्यक्षरीत्या घटनास्थळी आले (१९८३ : ७४), पुणेकर १९४८ सुद्धा पहा, कर्णिक १९६६, जोशी १९६९). स्वातंत्र्यप्राप्तीनंतरच्या काळातील परिस्थितीसुद्धा याबाबतीत फार निराळी नाही, कामगारसंघटनांमधील नोकरशाहीला विरोध न करणारी. १९६० मधील पश्चिम बंगालमधील औद्योगिक तंट्यांवरील त्यांच्या अभ्यासात वैद (१९७२) दाखवून देतात की, १९६० ते ६५ च्या दरम्यानचे ६०% संप नेत्यांना काही कल्पनासुद्धा न देता घडवून आणले होते. दक्षिण भारतातसुद्धा ई.ए. रामस्वामी यांनी अशाच प्रकारची निरीक्षणे केली आहेत. १९६३–६४ च्या दरम्यान कोइमतूरमध्ये झालेल्या संपाच्या बाबतीत ते म्हणतात, नेत्यांनी चुकीचे मार्गदर्शन करायच्या बाबतीत म्हणायचे तर फार थोडे संप असे आहेत की जे नेत्यांच्या सांगण्यावरून सुरू झाले आणि त्याहीपेक्षा कमी संप राजकीय हेतूने करण्यात आले. कित्येक वेळा कामगारांनीच नेत्यांवर संप लादले आहेत, आणि संप म्हणजे कामाच्या जागची भांडणे आणि तणाव याबद्दलची कामगारांची प्रतिक्रिया (१९७८ बी ३६).

दीर्घकाळासाठी लढा टिकविणे आणि इतरांना नेतृत्व पुरविणे यासाठीची ताकद कामगारवर्गातील कोणाकडे असते? किंवा, कामगार विस्कळित असल्यामुळे आणि त्यांची संघटित ताकद जागतिकीकरणाच्या युगामध्ये लक्षात येण्याइतपत नसल्यामुळे असा प्रश्न अनावश्यक ठरतो? सामाजिक सुधारणेसाठी कामगारांमध्ये राजकीय जाणीव वाढविणे आणि प्रगती घडवून आणणे यांमध्ये संपांची भूमिका काय आहे? किंवा सामाजिक सुधारणेसाठी कामगारवर्ग बिनीचे शिलेदार आहेत ही एक फक्त काल्पनिक गोष्ट आहे? स्त्री कामगार संघात कोणती भूमिका पार पाडतात? आणि कामगारांच्या इतरही संघर्षांत त्या कोणती भूमिका बजावतात? लघुउद्योगातील संप आणि संघर्ष मोठ्या उद्योगधंद्यातील संप–संघर्षापेक्षा कोणत्या बाबतीत वेगळे आहेत?

कामगार चळवळीवरील बहुतेक अभ्यास कामगारांच्या आर्थिक बाजूकडेच लक्ष देतात आणि त्यांच्या सामाजिक आणि सांस्कृतिक पैलूकडे म्हणावे तेवढे लक्ष दिले जात नाही. चंदावरकर, दीपेश चक्रवर्ती आणि नंदिनी गुपटू यांनी ऐतिहासिक साहित्याकडे लक्ष दिले आणि त्यामुळे कामगार वर्ग आणि त्यांचे संघर्ष समजून घेण्याचे नवीन दालन उघडले. सध्याच्या जागतिकीकरणाच्या युगामध्ये सद्य:परिस्थितीतील

कामगारवर्गाचे बदलते स्वरूप लक्षात घेण्यासाठी समाजशास्त्रज्ञांनी आणि राजकीय शास्त्रज्ञांनी नवीन क्षितिजे शोधली पाहिजेत.

नोंदी

१. या काळापूर्वी भारतात कोणताही उद्योगधंदा नव्हता असे मी म्हणत नाही. वसाहतकाळापूर्वी भारतात खूप मोठ्या प्रमाणावर उद्योगधंदे होते. विणणे, कागद आणि काच बनविणे, नागरी आणि ग्रामीण कलाकार – सोनार, लोहार, कुंभार, तांबा–पितळावर काम करणारे, लोखंड ओतणारे इत्यादी. कोळशाच्या खाणी हा एक खूप लोकांना काम पुरविणारा उद्योग होता (गाडगीळ १९७१, देवरी १९७२), सायमन्स (१९८५), चंदावरकर (१९८५, १९९८).

२. छोट्या उद्योगधंद्यांचे दोन प्रकार आहेत : (१) लघु उद्योग (२) कुटीर उद्योग. पहिल्या प्रकारामध्ये पैसे देऊन कामगार नेमले जातात, तर दुसऱ्या उद्योगात कुटुंबातील लोक कामगार म्हणून काम करतात. उदा. नॅशनल प्लॅनिंग कमिटीने कुटीर उद्योगाची पुढीलप्रमाणे व्याख्या केली आहे : कुटीर उद्योग म्हणजे असा उद्योग की जेथे कामगार स्वत:च्या हत्यारांनी स्वत:च्या घरात कुटुंबीयांच्या मदतीने किंवा ५ पेक्षा कमी नेमलेल्या कामगारांकडून काम करून घेतो.
दुसऱ्या पंचवार्षिक योजनेप्रमाणे स्मॉल स्केल इंडस्ट्रीज बोर्डच्या व्याख्येप्रमाणे रु.५ लाखापेक्षा कमी भांडवल असलेले आणि ५० पेक्षा कमी कामगार असलेले सर्व उद्योग. कामगारांचा आकडा आणि भांडवल हे वेळोवेळी बदलत असतात. निरनिराळ्या सरकारी व्याख्यांसाठी पहा : राव (१९६५).

३. इंडस्ट्रियल डिस्प्यूट ॲक्ट १९४७, आणि इंडस्ट्रीयल डिसप्यूट (मुंबई) रूल्स १९५७ प्रमाणे संप म्हणजे एखाद्या उद्योगामध्ये नेमलेल्या माणसांच्या समुदायाने काम थांबविणे किंवा कामासाठी नेमलेल्या कितीही व्यक्तींनी काम करण्यास नकार देणे.

४. १९१७ साली मुंबईतील गिरणी कामगारांना १०% पगारवाढ लढाईचा बोनस म्हणून मिळाली. १९२४ पर्यंत ओळीने त्यांना ही पगारवाढ मिळत राहिली. अशा वाढीला जास्तीची रक्कम असे म्हणण्यात येते. कामगारांच्या प्रयत्नांसाठी दिलेली जास्तीची रक्कम म्हणजे बोनस अशी व्याख्या लेबर अपेलेट ट्रायब्युनलने केली आहे. रामस्वामी आणि रामस्वामी पहा (१९८१).

५. हे गट समस्या उत्पन्न करू शकतात जेव्हा ते असं समजतात की राष्ट्रीय गट हे डाव्या विचारसरणीचे नाहीत किंवा त्याविरुद्धही नाहीत. इथे आपण ते सोयीसाठी साहित्यात वापरतात त्याप्रमाणे वापरले आहेत.

८ विद्यार्थ्यांच्या चळवळी

या निबंधासाठी आपण आपले लक्ष महाविद्यालये आणि विद्यापीठे यांमधील विद्यार्थ्यांवर केंद्रित करणार आहोत. १८५० साली भारतात महाविद्यालयीन शिक्षण सुरू झाले. १९४६-४७ साली एकूण २.४ लाख एवढे विद्यार्थी महाविद्यालयीन शिक्षण घेत होते. गेल्या साडेतीन दशकांमध्ये त्यांची संख्या पंधरा पटीने वाढली आहे. १९९६-९७ साली पदवी, पदविका, आणि पदवीच्या आधीचे शिक्षण घेणाऱ्या एकूण ६७.५ लाख विद्यार्थ्यांनी विद्यापीठे आणि इतर संस्थांमध्ये प्रवेश घेतला.

स्वातंत्र्य चळवळीच्या निरनिराळ्या अवस्थांमध्ये विद्यार्थ्यांनी फार मोठ्या संख्येने भाग घेतला. सरकारच्या राजद्रोहाच्या समितीच्या १९१८ च्या एका अहवालाप्रमाणे १९०७ ते १९१७ या कालावधीत बंगालमध्ये क्रांतीच्या गुन्ह्यात अटक झालेल्या एकूण १८६ व्यक्तींपैकी ६८ जण विद्यार्थी होते आणि इतर १६ जण शाळा-कॉलेजमधील शिक्षक होते (वायनर १९६३). स्वातंत्र्यसंघर्षामध्ये भाग घेण्याशिवाय त्यांनी स्वत:च त्यांचे विद्यापीठ आणि महाविद्यालयीन अधिकारी, तसेच सरकारविरुद्ध चळवळ सुरू केली. अशाच प्रकारच्या चळवळी स्वातंत्र्योत्तर काळातही चालू राहिल्या. १९७० मधील आणीबाणीनंतर आसामातील १९८० ची चळवळ वगळता बाकी सर्व चळवळी सुप्तावस्थेत राहिल्या. याची कारणे समाजशास्त्रज्ञांनी खोलात जाऊन गंभीरपणे शोधली नाहीत. लखनौ विद्यापीठ आणि बनारस हिंदू विद्यापीठ याठिकाणी अनुक्रमे १९५३ आणि १९५८ साली फार मोठ्या प्रमाणावर त्रास उत्पन्न झाला. १९५० साली इंदूर, ग्वाल्हेर, कोलकाता, अलाहाबाद आणि जयपूरमध्ये विद्यार्थ्यांवर पोलिसांनी गोळीबार केला. अशा प्रसंगांची बहुतेक सर्व राज्यांमधून पुनरावृत्ती झाली. विद्यार्थ्यांचा असंतोष किंवा चळवळी किंवा ज्याला विद्यार्थ्यांची बेशिस्त म्हटले जाते त्यासंबंधी पुष्कळ साहित्य उपलब्ध आहे. बहुतेक सर्व उदाहरणे वर्तमानपत्रे आणि लोकप्रिय नियतकालिकामध्ये छापून आलेली आहेत आणि पत्रकारितेच्या स्वरूपाची

आहेत. या निबंधात त्यांच्याकडे आम्ही दुर्लक्ष केलेले आहे. इतिहासकारांनी या प्रांतात लक्ष घातलेले नाही. बहुतेक सर्व अभ्यास समाजशास्त्रज्ञ, शिक्षणतज्ज्ञ, पत्रकार आणि समाजशास्त्रज्ञ यांच्याकडून हाती घेण्यात आले आहेत. काही समाजशास्त्रज्ञांनीसुद्धा या क्षेत्रात लक्ष घातले आहे. स्वातंत्र्यप्राप्तीनंतरच्या काळातील विद्यार्थ्यांच्या चळवळींबद्दल अनेक अभ्यास उपलब्ध असले तरी संपूर्ण भारतातील विद्यार्थ्यांच्या चळवळींचा अभ्यास करणारे सर्वसमावेशक चित्र किंवा संग्रह उपलब्ध नाही. विद्यार्थ्यांच्या चळवळीसंबंधी भारतात कुठेही सखोल ऐतिहासिक माहिती उपलब्ध नाही. स्वातंत्र्य मिळण्यापूर्वीच्या काळातील काही की ज्या स्वत: कार्यकर्त्यांनी लिहिल्या आहेत त्यावरून विद्यार्थ्यांच्या चळवळीसंबंधी काही माहिती मिळते (चंद्रा १९३८, रेड्डी १९४७). ती माहिती आराखडा या स्वरूपात आणि वरवरची आहे. माथरॉन वाइनर (१९६३) आणि फिलिप आल्टबाटव (१९६९ ए) यांनी ब्रिटिश राजवटीदरम्यानच्या विद्यार्थ्यांच्या चळवळींची थोडी माहिती दिली आहे. त्यांनी चांगली माहिती दिली आहे पण ती फार त्रोटक आणि कमी आहे. १९४७ ते १९७० या काळात झालेल्या विद्यार्थ्यांच्या चळवळींची यादी विश्व युवक केंद्राने (१९७३) दिली आहे. तिच्यामुळे क्रमवार उपयोगी माहिती मिळते.

समस्या

देशाच्या निरनिराळ्या भागांत आणि वेगवेगळ्या वेळेला झालेल्या विद्यार्थ्यांच्या चळवळी शैक्षणिक प्रश्नांपासून ते राजकीय समस्यांपर्यंत विविध गोष्टींशी संबंधित होत्या. त्यांचे स्वत:चे संकुचित हेतू पूर्ण होतील अशाच प्रश्नांमध्ये विद्यार्थी लक्ष घालतात हे जरी खरे असले तरी काही वेळा अशी कामे हाती घेतात की ज्यांचा त्यांच्यावर प्रत्यक्ष काहीही परिणाम होणार नाही. टॉस (१९६९) यांनी विद्यार्थ्यांच्या विरोधाचे पाच प्रकार सांगितले आहेत : (१) राजकीय (२) आर्थिक (३) नैतिक (४) शैक्षणिक (५) मजा/गंमत.

काही घटक असे आहेत की जे पाचही प्रकारांमध्ये, मग तो राजकीय असो किंवा नैतिक सापडतात. विद्यार्थ्यांच्या सर्व प्रकारच्या विरोधांमध्ये समान असणारा घटक म्हणजे दोन पिढ्यांमधील अंतर. अनेक समाजशास्त्रज्ञ यांची ही आवडती कल्पना / उपपत्ती आहे. विद्यार्थी १६ ते २१ या वयोगटातील असल्यामुळे ते शारीरिक आणि मानसिक बदलांमधून जातात. पौगंडावस्थेतील ताणतणाव त्यांच्या वागणुकीमधून प्रतिबिंबित होतात. समाजामध्ये स्वत:चे व्यक्तिमत्त्व ते या अवस्थेमध्ये घडवत असतात. काही अभ्यासकांच्या मते, विद्यार्थ्यांमधील असंतोष म्हणजे नकारात्मक व्यक्तिमत्त्वघडणीचे लक्षण आहे (रेड्डी १९४९, दामले १९७ ए). आपल्या स्थित्यंतरातून

जाणाऱ्या आणि अनेकविध समाजांमध्ये प्रस्थापित संकल्पनांशी जुळवून घेणे विद्यार्थ्यांना अवघड जाते. आणखी म्हणजे, सर्वसाधारणपणे मोठ्यांचा / थोरांचा/ पारंपरिक नैतिक अधिकार आणि विशेषत: गुरू – या दोन गोष्टींमधून तरुणांना वर्तनासाठीचा आदर्श जो मिळत असे तो गेल्या काही काळात दुर्बल झाला आहे. पारंपरिक कुटुंबसंस्थेची सत्तासुद्धा आता कमी झाली आहे (कॉरमॅक १९६९). एका प्रतिसंस्कृतीचा उगम तरुणांमध्ये झाला आहे (फिशर १९६३ ए, पर्किन्स १९६८, सिन्हा आणि गांग्रेड १९७१, मलिक आणि मार्केट १९७४.) सुधीर काकर आणि कमला चौधरी म्हणतात, अधिकाराचा तणाव आपल्या समाजात वाढीला लागला आहे. आपल्या कौटुंबिक, शैक्षणिक, धार्मिक, सामाजिक आणि राजकीय संस्था स्वत:ची ताकद वेगाने घालवून बसत आहेत की ज्यामुळे त्या संस्थांना तरुणाईची संमती मिळवणे अवघड जात आहे.(१९७० : ८) त्या दोन मानसशास्त्रज्ञांनी तरुणांचा अतिशय रंजक चरित्रात्मक आराखडा रेखाटला आहे. सामाजिक मानसशास्त्रज्ञांनी केलेल्या अनेक अभ्यासांव्यतिरिक्तसुद्धा सखोल आणि दीर्घ अभ्यास करण्याची अजून आवश्यकता आहे (नंदी १९८१).

असे म्हटले जाते की स्वत:चे अवलंबित्व संपविण्याची आणि स्वयंपूर्ण होण्याची, तसेच कामाच्या ठिकाणी जबाबदारी घेण्याची आणि जीवनात इतर क्षेत्रांत जबाबदारी पेलण्याची तरुण पिढीला घाई झालेली असते. याचा परिणाम म्हणून त्यांचा प्रौढांबरोबर संघर्ष होऊ लागतो (काकर आणि चौधरी १९७०, एस. एल. शर्मा १९७१) शिवाय तरुणांचे दृष्टिकोन आणि मूल्ये ही प्रौढ पिढीपेक्षा वेगळी असतात. ते जहाल असतात आणि दबाव आणणारा सामाजिक–आर्थिक ढाचा ते नाकारतात. फिलिप आल्टवाख (१९६८ ए) यांच्या मते दोन पिढ्यांमधील संघर्षामुळे निर्माण होणाऱ्या भावनांमुळे विद्यार्थ्यांच्या चळवळी निर्माण होतात. त्यांचीसुद्धा सकारात्मक ध्येये असतात. तरुण बुद्धिजीवी म्हणून त्यांना असे वाटते की दुसरी पिढी जे करण्यामध्ये अयशस्वी झाली आहे, ती ध्येये गाठण्याची ऐतिहासिक जबाबदारी त्यांच्यावर आहे किंवा सभोवतालच्या परिस्थितीमधील त्रुटी दूर करण्याचे काम त्यांना करावयाचे आहे. विद्यार्थ्यांच्या चळवळी म्हणजे भावनिक प्रतिक्रिया आणि बौद्धिक दृढविश्वास यांचे मिश्रण होय. ज्यांच्या कुटुंबामध्ये शैक्षणिक पार्श्वभूमीचे फायदे आहेत त्यांच्यापेक्षा शिकणाऱ्यांच्या पहिल्या पिढीला समाजाच्या नव्या मागण्या आणि नवीन मूल्यांशी जुळवून घेणे अवघड जाते (शाह १९६८, मेट्टा १९७०, रेगे १९७१, चिटणीस १९७१, श्रीनिवास १९७२). परंतु काही अभ्यासकांना दोन पिढ्यांमधील अंतराची उपपत्ती (theory) मान्य नाही (सिन्हा आणि गँग्रेड १९७१). विद्यार्थी आणि पालकांची मूल्यव्यवस्था यांच्या अभ्यासावरून हे दिसून येते की दोघांच्या मूल्यासंबंधीच्या विचारांमध्ये फार फरक

नसतो, फक्त कपडे आणि लैंगिक बाबी सोडल्यास. बहुसंख्य विद्यार्थी जातिव्यवस्था, जातींचे रीतीरिवाज, कुटुंबाचे मापदंड, स्त्रियांचे गौणस्थान, आर्थिक आराखडा, क्रमवार महत्त्व इ. गोष्टी स्वीकारतात (शाह १९६४, गँग्रेड १९७५, शाह १९७७). आकांक्षाच्या बाबतीतील दोघांमधील तफावत उघड आहे. (सिन्हा आणि गँग्रेड १९७१).

एक प्रकारे, विद्यार्थ्यांच्या चळवळी म्हणजे एकूणच सदैव चालू असलेला आर्थिक आणि राजकीय तणाव आणि समाजव्यवस्थेचे बदलते स्वरूप यांचाच एक भाग आहे. समाजाच्या इतर क्षेत्रांप्रमाणे तीव्र स्थानीयता आणि मध्यमवर्गीय विचारशैली तरुणांमध्ये आहेच (शाह १९७७). भारतीय तरुणांनी विद्यार्थी झाल्यावर जात, कुटुंब, धर्म किंवा धर्माशी एकरूपता सोडून दिलेली नाही (गसफिल्ड १९७०). शिक्षण-समिती (भारत सरकार १९६४) असे म्हणते की प्रौढांमध्ये शिस्तीचे कमी होत चाललेले प्रमाण आणि त्यांच्यामधील नागरी जबाबदारीची कमी होत जाणारी जाणीव आणि प्रामाणिकपणाचे ढासळते प्रमाण या गोष्टी विद्यार्थ्यांमधील बेशिस्तीला जबाबदार आहेत. अनेक अभ्यासांवरून असे दिसून येते की वाढती बेकारी हे विद्यार्थ्यांमधील वाढत्या असंतोषाचे कारण आहे. विद्यालयातून उत्तीर्ण होऊन बाहेर पडणे आणि नोकरी मिळणे यांतील अंतर फार मोठे असते, हा काळ साडेचार महिन्यांपासून १३ महिन्यांपर्यंत दीर्घ असू शकतो (इलच्मान आणि धर १९७०). विद्यार्थ्यांच्या चळवळीतील मागण्यांपैकी एक मागणी सुशिक्षित युवकांसाठी नोकरीच्या वाढत्या संधी ही असते.

विद्यार्थ्यांना त्यांच्या ताकदीचा अंदाज आलेला आहे. एलिन रॉस म्हणतात:

> विद्यार्थ्यांना तीव्रपणे असे वाटते की त्यांच्या निदर्शनामधून, मग ती फी वाढ कमी करण्यासारखी छोटी ध्येये असोत, त्यांना त्यांच्या आयुष्याचे काही पैलू बदलण्याचे सामर्थ्य मिळते. कुटुंब, जात आणि धर्म यांच्या सुदृढ मर्यादा त्यांच्या वागण्यावर असताना हा खूपच अविचारी शोध होता. अशाप्रकारे, निदर्शने करण्याच्या त्यांच्या हक्कांवरील त्यांचा विश्वास आणि सामुदायिक कृतीतून त्यांच्या नशिबावरील त्यांचा विश्वास ही कारणे निदर्शने करण्यास उद्युक्त करायला पुरेशी आहेत (१९६९ : २५).

विद्यार्थी म्हणून त्यांच्यावर लगेचच परिणाम घडवून आणणाऱ्या समस्यांचा विद्यार्थी निषेध करतात. पुढील गोष्टीसाठी मागण्या करण्यात येतात :- वसतिगृह आणि वर्गात अंतर्गत सुखसोयी, फी वाढ कमी करणे, परीक्षांचे आयोजन, शिक्षकांनी आणि महाविद्यालये आणि विद्यापीठांनी अधिकारशाहीचा दृष्टिकोन सुधारणे. विद्यार्थ्यांच्या बेशिस्तीला कारणीभूत असणाऱ्या काही घटकांची यादी की ज्यांचा शिक्षणपद्धतीशी संबंध आहे. शिक्षण समिती (१९६४) ब दिली आहे :- (१)

कित्येक अभ्यासक्रमांचे तांत्रिक आणि असमाधानकारक स्वरूप (२) कित्येक शिक्षणसंस्थांमधील शिकण्याच्या आणि शिकविण्याच्या अपुऱ्या सोयी (३) विद्यार्थी-शिक्षकांचे कमी दर्जाचे परस्परसंबंध (४) शिष्यवृत्त्यांचा अभाव आणि शिक्षकांची अकार्यक्षमता आणि विद्यार्थ्यांच्या प्रश्नांमध्ये लक्ष घालण्याचा अभाव (५) संस्थांच्या कल्पकता, कौशल्य आणि दृढता यांचा अभाव (६) काही संस्थांमधील शिक्षकांचे प्रचलित राजकारण.

काही वेळा विद्यार्थ्यांनी विद्यापीठांच्या स्वायत्ततेवर बंधने घालणाऱ्या सरकारच्या धोरणांचा निषेध केला आहे (शॉ १९७०). काही विद्यापीठांमध्ये विद्यार्थी आणि अधिकारी यांच्यामध्ये सुसंवादाचा अभाव असतो, की जो विद्यार्थ्यांच्या चळवळीला कारणीभूत होतो (सिंग १९७०). डी बोना (१९७०) म्हणतात, प्रचलित शिक्षणपद्धतीवर बहुतेक विद्यार्थी नाखूष असतात. त्यांच्या दुःखदायक परिस्थितीसंबंधी काहीतरी करायला पाहिजे म्हणून ते सामुदायिक कृतीमध्ये सहभागी होतात. संस्थेच्या निर्णय घेण्याच्या प्रक्रियेपासून त्यांना वगळलेले असते (अहलुवालिया १९७२).

विद्यार्थ्यांच्या कित्येक चळवळींना राजकीय चळवळी म्हणता येईल ते अशा अर्थाने की ते सरकारी धोरण किंवा कृती यासंबंधीच्या राजकीय प्रश्नांना हात घालतात. स्वातंत्र्यलढा चालू असताना स्वातंत्र्यसैनिकांच्या मागण्यांना पाठिंबा देणारे राजकीय प्रश्न विद्यार्थ्यांच्या चळवळींनी हाती घेतले. राजकीय पक्षांनी विद्यार्थ्यांना लढण्यासाठी गोळा करायला आघाडीच्या संघटना उभारल्या. स्वातंत्र्यप्राप्तीनंतर काँग्रेस पक्षातील राजकीय श्रेष्ठींनी विद्यार्थ्यांना राजकारणाचा पुनर्विचार करण्याचा सल्ला दिला. तरीसुद्धा, सर्व पक्षांनी विद्यार्थ्यांना स्वतंत्र आघाडी उघडून दिली. त्या विद्यार्थ्यांना लढा देण्यासाठी एकत्र गोळा करतात किंवा दुफळीच्या राजकारणासाठी वापरतात. वायनर (१९६३) यांच्या मते पक्षनेत्यांकडून विद्यार्थ्यांना खास दबाव आणणारा गट म्हणून वापरण्यात येते. अनेक अभ्यासांनी, विद्यार्थिनेत्यांचा राजकीय सहभाग आणि राजकीय पक्ष, महाविद्यालयाच्या आवारात बेबनाव उत्पन्न करण्यासाठी विद्यार्थ्यांना कसे वापरले जाते ते दाखवून दिले आहे (कबीर १९५८, कॉरमॅक् १९६१, गसफिल्ड १९७०, डी बोना १९६७, सिंग १९६८, रॉस १९६९, विद्यार्थी १९७६). विद्यार्थ्यांनी मोठ्या राजकीय प्रश्नांसाठी चळवळी उभारल्या :- विद्यापीठांची स्वायत्तता, राष्ट्रीय भाषा, राजकारणातील लाचलुचपत, अधिकारशाहीवादी आणि लाचखोर राज्ये, पिळवणूक इत्यादी. हैद्राबादच्या विद्यार्थ्यांनी तेलंगणा चळवळीत उघडउघड पाठिंबा देणारी भूमिका घेतली (केटरर्स १९८७). १९६० साली पश्चिम बंगालमध्ये नक्षलवाद्यांच्या चळवळीत त्यांनी महत्त्वाची भूमिका बजावली. गुजरातमध्ये १९७४ मध्ये राज्याची विधानसभा बरखास्त करण्यात विद्यार्थी यशस्वी झाले आणि त्यांनी बिहारच्या काँग्रेसपक्षाला

हादरवून सोडले (बरीक १९७७, शाह १९७७, ऑस्टगार्ड १९८५.)

जरी अनेक राजकीय समस्यांसाठी विद्यार्थ्यांनी चळवळी केल्या, तरी काही अभ्यास असे दाखवून देतात की बहुसंख्य विद्यार्थी आदर्शवादी होते आणि राजकीय विचारांचे नव्हते (आल्लट बाटव १९६९, मेट्टा १९७०, विद्यार्थी १९७६, चोप्रा १९७८). विद्यार्थी कोणत्याही समस्या हाती घेत होते आणि त्यात त्यांची भावनिक गुंतवणूक होती. राजकीय धोरणांसंबंधी त्यांचा कोणताही सर्वसाधारण दृष्टिकोन नव्हता. एडवर्ड शील्स् म्हणतात, भारतीय विद्यार्थ्यांची चळवळ कोणतीच मूलभूत टीका समाजावर करत नाही, तसेच विद्यापीठांच्या पुनर्बांधणीसाठीची कोणतीही योजना त्यांच्याकडे नाही (१९७२ : १४७). सागर अहलुवालिया (१९७२) तर म्हणतात की गेल्या काही वर्षातील विद्यार्थ्यांचे वर्तन अतिशय बालिश आणि अपरिपक्व आहे. सामान्य गुंडाच्या वागणुकीपेक्षा ते फारसे निराळे नाही. तरीही इतर अभ्यासकांनी हा दृष्टिकोन स्वीकारलेला नाही असे म्हटले जाते की विद्यार्थ्यांची चळवळ एका नवीन व्यक्तिमत्त्वाच्या आणि मूल्याच्या शोधात आहे. विश्वयुवक केंद्र म्हणते की शील्स यांचे हे विधान की भारतीय विद्यार्थ्यांच्या चळवळीला काही दिशा नाही आणि तिच्यात काही दम नाही हे स्वीकारार्ह नाही. निरनिराळ्या ध्येयांच्या पूर्तीसाठी एकवटून आणि चिकाटीने चळवळ स्थापन करता येईल. शैक्षणिक जगतात इतर कशापेक्षा संस्थेच्या पद्धतीमध्ये बदल घडवून आणण्याच्या गरजेकडे विद्यार्थ्यांची चळवळ बोट दाखवते. (१९७३ : ११२).

सहभागीदार आणि नेतृत्व

बहुसंख्य विद्यार्थी मध्यमवर्गीय किंवा उच्चवर्गीय आहेत. मुंबई विद्यापीठाच्या एका अभ्यासात असा निष्कर्ष काढला आहे की विद्यार्थ्यांना गट म्हणून राजकारणात भाग घ्यायला आवडत नाही. बहुसंख्य विद्यार्थी संप आणि निदर्शनांना पाठिंबा देत नाहीत. मग या विद्यार्थ्यांपैकी कोण चळवळीत भाग घेतात आणि चळवळीचे नेतृत्व करतात? संपूर्ण भारताच्या स्तरावरचा किंवा तुलनात्मक असा एकही अभ्यास उपलब्ध नाही की जो वरील प्रश्नांची उत्तरे देऊ शकेल. एलिन रॉस (१९६९) यांच्या मते पैसेवाले विद्यार्थी आणि कुटुंबाचा आधार असणारे विद्यार्थी चळवळींमध्ये भाग घेतात. विद्यापीठात या ना त्या स्वरूपात टिकून राहिलेल्या विद्यार्थ्यांकडे नेतृत्व असते. मुंबई आणि दिल्लीतील विद्यार्थ्यांचे नेतृत्व उच्च जात आणि उच्च वर्गातील विद्यार्थ्यांकडे जाते (आलटबाख १९६८ ए, ऊमेन १९७४). विद्यार्थी कार्यकर्त्यांच्या एस्. एल्. शर्मा यांनी याच प्रकारचे निष्कर्ष काढले आहेत. काही अभ्यासकांचे असे म्हणणे आहे की सायन्स आणि इंजिनिअरिंगच्या विद्यार्थ्यांपेक्षा कला आणि वाणिज्य

विभागातील विद्यार्थी चळवळींमध्ये जास्त महत्त्वाची भूमिका पार पाडतात (मेट्टा १९७०). विश्वयुवक केंद्राने केलेले सर्वेक्षण ह्या विधानाला पुष्टी देत नाही (१९७३).

मेट्टा (१९७०) असे म्हणतात की डाव्या विचारसरणीच्या विचारांचे विद्यार्थ्यांशी असलेले नाते त्यांचे जन्मस्थान आणि कुटुंबाची आर्थिक परिस्थिती यांवर अवलंबून आहे. ते गरीब आणि ग्रामीण भागातील होते. या विधानाला इतर कोणी पुष्टी देत नाहीत. कोलकात्यातील विद्यार्थ्यांच्या अभ्यासात असे दिसून आले की राजधानीतील इतर विद्यार्थ्यांशी तुलना करता ते अधिक जहाल होते एवढेच नव्हे तर इतर अनेक निकषांवर ते अधिक सनातनी, अधिक निराशावादी, तिरसट आणि हताश होते. अशाप्रकारे उपलब्ध अभ्यास एका शहराबद्दल किंवा विद्यापीठाबद्दल माहिती देतो. तुलनात्मक माहिती उपलब्ध नाही आणि निरनिराळे अभ्यास निरनिराळे निष्कर्ष काढतात. एडवर्ड शील्स (१९६८) यांचे विद्यार्थ्यांच्या चळवळीसंबंधी आपल्याला असलेल्या ज्ञानातील त्रुटीबद्दलचे निरीक्षण अजूनही ग्राह्य आहे. ते म्हणतात,

> कोणत्या क्षमतेसाठी कोणते विद्यार्थी चळवळीत भाग घेतात त्याबद्दल आपल्याला फार कमी माहिती आहे. चळवळ सुरू करणारे की गटाची गणसंख्या वाढविणारे का मदतनीस, कोणते विद्यार्थी हिंसक कृत्यांमध्ये, प्रतिकारामध्ये किंवा अधिकारशाहीचा निषेध करण्यामध्ये पुढाकार घेतात ते आपल्याला माहीत नाही. आपल्याला त्या प्रक्रियेची व्याप्ती माहीत नाही किंवा प्रत्यक्ष कृती कशी सुरू होते आणि कशी वाढते ते आपल्याला माहिती नाही. किती विद्यार्थी त्यामध्ये भाग घेतात आणि परत ते किती वेळा भाग घेतात ते आपल्याला माहीत नाही. चळवळीच्या वाढीची प्रक्रिया, तिची वाढ आणि प्रसार आणि सुरुवातीच्या उद्रेकांच्या वेळी उदासीन असलेले विद्यार्थी या चळवळीत कसे ओढले जातात ते आपल्याला माहीत नाही.

संघटना

विद्यार्थ्यांची एकी आणि विद्यार्थ्यांची संघटना यांसंबंधी काही अभ्यास आहेत (रेडी १९४७, एम्मेन १९७४, विद्यार्थी १९७६). हे अभ्यास विद्यार्थी संघटनांचे सभासदत्व आणि कार्य ह्यासंबंधी माहिती देतात. फारच थोडे अभ्यास असे आहेत की ज्यामध्ये चळवळी पार पाडण्यामध्ये संघटनांची काय भूमिका आहे याचा विचार केला आहे. गुजरात आणि बिहारमधील १९७४ च्या विद्यार्थ्यांच्या चळवळींच्या अभ्यासाने हे समजून येते की विद्यार्थ्यांची संघटना सैल होती आणि एकमेकांना अनुकूल कार्याचा आणि योजनेचा अभाव होता. कार्यक्रम हाती घेण्यात स्वैरपणा होता. परिणामतः राजकीय पक्ष आणि इतर लक्ष ठेवून असलेले गट त्यांच्याबद्दलचा बरोबर

अंदाज करू शकत असत (शाह १९७७).

जरी विद्यार्थ्यांच्या चळवळीसंबंधी विपुल साहित्य उपलब्ध असले तरी सखोल अभ्यास फार कमी आहेत आणि साहित्य हे विस्कळित अनुभव, मनोवांच्छिते आणि वैयक्तिक हकिगती यांनी भरलेले आहे. १९८० च्या मध्यापासून विद्यापीठांच्या आवारातून विद्यार्थ्यांच्या चळवळी जवळजवळ अनुपस्थित आहेत, त्यामुळे या क्षेत्रातील समाजशास्त्रज्ञांची रुचीसुद्धा कमी कमी होऊ लागली आहे.

९ मध्यमवर्गाच्या चळवळी

कामगार आणि भांडवलदार यांच्यामध्ये मध्यम वर्ग येतो. पगारी कामगार-शक्तीकडून निर्माण झालेले अधिकचे उत्पादन निर्माण करणारी साधनशक्ती त्याच्याकडे नसते तसेच स्वत:चे श्रम कारणी लावून अधिक उत्पादनही तो वर्ग मिळवत नाही की ज्या उत्पादनाला काही उपयुक्तता आणि विनिमयाचे मूल्य आहे. स्थूलमानाने बोलावयाचे झाले तर या वर्गामध्ये हलके मध्यम स्थितीतील आणि पांढरपेशा कामगार येतात. आधीचे लोक स्वयं-नियुक्त किंवा काही जीवनावश्यक वस्तूंच्या संबंधित असतात आणि नंतरचे लोक शारीरिक श्रम न करणारे कचेरीतील कामगार, निरीक्षक आणि धंदेवाईक असतात. अशाप्रकारे उद्योगधंद्याच्या भाषेत बोलायचे झाले तर दुकानदार, फिरते विक्रेते, दलाल, सरकारी आणि गैर-सरकारी कचेरीतील कामगार, लेखक, शिक्षक आणि इंजिनियर, डॉक्टर, वकील यांच्यासारखे स्वयंनियुक्त धंदेवाईक या सर्वांचा मिळून मध्यम वर्ग बनतो. या सर्व उद्योगांना कोणती ना कोणती औपचारिक शिक्षणाची पदवी आवश्यक असते.

१९ व्या आणि २० च्या शतकातील राज्याच्या कार्यांचा विस्तार आणि भांडवलशाही प्रगती या दोन्हींचे फलित म्हणजे हा मध्यम वर्ग होय. जरी हलका मध्यम स्थितीतील वर्ग आणि व्यवस्थापक हे भांडवलवादी समाजाच्या पूर्वी अस्तित्वात होते, तरी त्यांचा अगदी छोटा वर्ग होता. औद्योगिक प्रगती आणि व्यापाराचा विस्तार यासाठी फक्त व्यवस्थापक वर्गच लागतो असे नाही तर व्यापारातील स्पर्धा आणि भांडवलवादी प्रगतीसंबंधीच्या विसंगती दूर करणे यासाठी राज्याला ही जबाबदारी घेण्यास पुढे यावे लागते. समाजातील ताणतणाव कमी करण्यासाठी कल्याणकारी कार्यक्रमांचे आयोजन आणि अंमलबजावणी या गोष्टी त्यामध्ये येतात. ही सर्व कामे पार पाडण्यासाठी राज्यालासुद्धा व्यवस्थापकीय वर्गाची जरुरी पडते. औपचारिक शिक्षण हे या वर्गाच्या विस्ताराचे महत्त्वाचे कारण आहे.

सध्याच्या भारतात या वर्गाची लोकसंख्या किती आहे त्याचा अंदाज घेणे कठीण आहे. ती संख्या खूपच मोठी आहे, रणजित साहू यांनी केलेल्या आकडेमोडीनुसार (१९८६) पांढरपेशा चाकरमानी लोकांची संख्या ही औद्योगिक कामगारांच्या संख्येपेक्षा मोठी आहे. मध्यम वर्गातील बहुसंख्य लोक हे उच्च आणि मध्यम जातीचे आहेत.

या विषयावरील माहिती तपासून पाहत असता मध्यमवर्गीयांची म्हणून अशी चळवळ कोणी अभ्यासलेली नाही. जेव्हा आपल्याला शेतकरी, कामगार आणि आदिवासी यांच्यावरील अनेक अभ्यास सापडतात, याचे कारण मध्यमवर्गाच्या चळवळी कमी आहेत किंवा अभ्यासकांचे मध्यम वर्गाशी वाकडे आहे असे नव्हे. त्यांनी आतापर्यंत अनेक वेळेला निरनिराळ्या चळवळींमध्ये मध्यम वर्गाची भूमिका ध्यानात घेतली आहे. परंतु आतापर्यंत या चळवळींचे वर्गीकरण त्यांनी जे प्रश्न सोडविण्यास घेतले, त्याप्रमाणे म्हणजे सामाजिक सुधारणेची चळवळ, राष्ट्रीय चळवळ, मानवी हक्कांची चळवळ, पर्यावरणाची चळवळ आणि इतर याप्रकारे करण्यात आले. किंवा या चळवळींना सामुदायिक चळवळपण म्हणण्यात येते; कारण या समस्या कोणत्याही ठरावीक वर्गाच्या नाहीत किंवा त्यांचे परिणाम फक्त मध्यमवर्गीयांना सोसावे लागतात असेही नाही. या सर्व समस्या म्हणजे सामाजिक प्रश्न आहेत. अशा चळवळींचे नेते की जे स्वत: मध्यमवर्गीय असतात, इतर वर्गांतील लोकांना पाठिंब्यासाठी एकत्र करतात. या भागामध्ये मी ज्या चळवळींमध्ये मध्यमवर्गाने महत्त्वाची भूमिका बजावली आहे अशा आणि ज्यामध्ये भाग घेणारे लोक जास्तीत जास्त मध्यम वर्गातील आहेत, अशा अभ्यासांचा समावेश केला आहे. जरी बहुसंख्य विद्यार्थी याच मध्यमवर्गातील आहेत, तरी त्यांचा स्वतंत्र चळवळ म्हणून विचार केला आहे.

ब्रिटिश सत्तेने भांडवलशाही अर्थव्यवस्था आणली आणि प्रस्थापित केली. तसेच त्यांनी १९ व्या शतकात इंग्रजी शिक्षण आणि एक नवीन कार्यकारी प्रणाली आणली आणि प्रस्थापित केली. परिणामत: नागरी भागामध्ये एक छोटासा सुशिक्षित वर्ग निर्माण झाला (देसाई १९५७, मिश्रा १९७८). या वर्गाचे सभासद म्हणजे उच्च जातींचे हिंदू होते. अनेक कारणांमुळे मुस्लीम लोक इंग्रजी शिक्षण घेण्यात सर्वात शेवटी होते (शील १९६८). हिंदू समाजव्यवस्थेतील काही विशिष्ट रूढी, चालीरीती आणि परंपरा यांच्या विरुद्ध काही व्यक्तींनी देशाच्या निरनिराळ्या भागांत आवाज उठवला आणि बंड केले. या सर्व व्यक्ती की ज्यांना सामाजिक आणि धार्मिक सुधारक म्हणता येईल त्यांनी पारंपरिक सामाजिक रूढींमध्ये बदल सुचवले, याच लोकांनी स्वत:ला विचारपद्धतीमध्ये करावे लागणारे बदल पटवून दिले, वागण्याची सकारात्मक मूल्ये दिली, त्यांनी इतरांना त्यांची जीवनपद्धती सुधारण्याची किंवा पूर्णपणे बदलून टाकण्याची खात्री पटविली (हाइमसथ १९६४ : ४).

समाजसुधारकांनी खूपच समस्यांना हात घातला. त्यामध्ये जातीतील काही विशिष्ट नियम आणि विधी बदलण्याचा समावेश होता : सतीची पद्धत, विधवांचे पुनर्विवाह, स्त्रियांची प्रतिष्ठा, मुलींचे शिक्षण, दारूबंदी इत्यादी. जरी काही समाजसुधारक अस्पृश्यता आणि जातींमधील उच्चनीचता याबद्दल बोलले, तरी काही समाजसुधारकांनी समाजाच्या या धाटणीला आव्हान केले नाही. (याला अपवाद म्हणजे काही ब्राह्मणविरोधी चळवळी). त्यांनी धीमेपणाचा मार्ग स्वीकारला. हाइमसाथ म्हणतात,

> ''भारतामध्ये सामाजिक सुधारणा म्हणजे संपूर्ण समाजाच्या इमारतीची पुनर्रचना नव्हे, जसे ते पाश्चिमात्य देशात घडत असे, आणि ही पुनर्रचना सामाजिक – आर्थिकदृष्ट्या कमकुवत असलेल्या लोकांसाठी नसे. त्याऐवजी ती सुधारणा म्हणजे जीवनाच्या नवीन विचारांचे आणि अंगांचे आत्ताच्या सामाजिक व्यवस्थेमध्ये मिसळून जाणे जेणेकरून समाजाची राखण होईल आणि लोकांमध्ये परिवर्तन घडून येईल. (१९६४ : ५)''

सुधारकांनी वैयक्तिक बंड केले किंवा संस्था स्थापना केली. ह्या संस्था तीन प्रकारच्या होत्या : (१) सर्वसाधारण (स्वयंसेवी), (२) जातीय सुधारणा, (३) धार्मिक सुधारणा. या संस्थांना समाज असे म्हणण्यात येई. इंडियन नॅशनल सोशल कॉन्फरन्सची १८८६ मध्ये स्थापना करण्यात आली. सामाजिक सुधारणा करणारे समाज प्रांतीय आणि स्थानिक स्तरावर अस्तित्वात आले. त्यांच्यापैकी काही एकाच प्रश्नाभोवती काम करीत होत्या : विधवा पुनर्विवाह, लग्नाचे वय, बालविवाह आणि इतरांनी सनातनवादाचा निषेध, धार्मिक गुरूंचा निषेध, अंधश्रद्धांचा निषेध, समुद्र ओलांडण्यासाठी जातीची असलेली बंधने झुगारणे यासारख्या सर्वांसाठी असलेल्या समस्यांविरुद्ध आघाडी उभारली. या संघटनांची बांधणी सैलसर होती आणि त्यांचे कार्य परिषदा, ठराव सम्मत करणे आणि काही कार्यक्रम एवढ्यापुरते मर्यादित होते. यापैकी काही संस्था धर्मादाय संस्था बनल्या आणि त्यांनी कल्याणकारी कार्यक्रम हाती घेतले : विशेषतः शिक्षण. काही सुधारकांनी त्यांचे काम त्यांच्या जातीपुरते मर्यादित ठेवले. त्यांनी जातीच्या संघटना बांधल्या आणि जातिबांधवांना सुधारणेमध्ये सामील व्हायला सांगितले. ज्या पद्धती स्वीकारण्यास अयोग्य वाटत होत्या, ज्या माणुसकीला सोडून होत्या आणि बदलत्या काळात ज्या योग्य नव्हत्या त्या सर्व गोष्टींशी लढण्यासाठी या जातीवर आधारलेल्या संघटना पुढे आल्या. सर्वात प्रसिद्ध संघटना धार्मिक सुधारणांशी संबंधित होत्या. सतीच्या पद्धतीविरुद्ध लढणाऱ्या राजा राममोहन रॉय यांनी ब्राह्मो समाजाची स्थापना केली की जो समाज बंगालमधील सामाजिक सुधारणाविषयक कृतींचे केंद्र बनला (कॉफ् १९७९). मुंबईमध्ये महादेव गोविंद रानडे यांच्या नेतृत्वाखाली प्रार्थना समाजाची स्थापना झाली (ट्रकर १९७७). दयानंद सरस्वतींनी

स्थापन केलेल्या आर्य समाजाचा उत्तर भारत आणि पंजाब येथे फार प्रभाव होता (जोन्स १९६८, जॉर्डन्स १९७७, वाबळे १९८३). पाश्चिमात्य शिक्षण घेतलेल्या अनेक व्यक्ती असूनसुद्धा दक्षिण भारतात सामाजिक सुधारणांच्या चळवळी एकूणच कमी होत्या. हाईमसाथ यांचे म्हणणे असे आहे की या प्रदेशाने राष्ट्रीय पातळीवरचा एकही सुधारक निर्माण केला नाही आणि अगदी थोडे असे सुधारक होते की ज्यांचा प्रभाव स्थानिक पातळीपुरताच मर्यादित राहिला (१९६४ : २५३). मद्रास प्रेसिडेन्सीमध्ये मागासजातींनी ब्राह्मणविरोधी महत्त्वाची चळवळ उभारली होती, जिचा आम्ही पुढे आढावा घेतला आहे. सामाजिक धार्मिक सुधारणांचा सर्व भर हिंदू धर्म आणि हिंदू समाज यांचे पुनरुज्जीवन करण्यावर होता. अनेक अभ्यासकांच्या मते पाश्चिमात्य संस्कृती आणि ख्रिश्चन मिशनऱ्यांचे धर्मांतराचे प्रयत्न यांना शह देण्यासाठी ह्या सर्व गोष्टी होत्या (टाईमसाथ १९६४, जोन्स १९६८, भट्ट १९७३, सूरी १९७७, जॉर्डन्स १९७७). के.पी. गुप्ता (१९७४) रामकृष्ण मिशनवरील त्यांच्या अभ्यासात वरील स्थितीचा निषेध करतात. ते म्हणतात, ''हिंदू धर्माची नवनिर्मितीची क्षमता ही या पुनरुज्जीवनासाठी जबाबदार होती, इतर धर्मांचा किंवा संस्कृतींचा प्रभाव नाही.'' ए. आर. देसाई यांच्या मते पारंपरिक सामाजिक ठेवण आणि धर्म हे व्यक्तिवादावर आधारित नव्या आर्थिक जडणघडणीशी जुळवून घेऊ शकले नाहीत. म्हणून समाजसुधारकांनी व्यक्तिस्वातंत्र्याचे तत्त्व धर्मापर्यंत वाढविण्याचा प्रयत्न केला (१९५७ : २५८).

हिंदूंच्या आणि मुस्लिमांच्या सामाजिक सुधारणांच्या चळवळीमुळे राष्ट्रीयत्वाची भावना प्रांतीय आणि धार्मिक स्तरावर वाढीला लागली. अनेक प्रकारच्या राष्ट्रीयत्वाच्या भावना एकमेकांबरोबर स्पर्धा करीत होत्या. अनिल सील म्हणतात :

> ''जाति-जातींमध्ये आणि समाजांमध्ये शत्रुत्व तर खूपच होते; पण ते वर्गावर्गामध्ये नव्हते. शिवाय, ज्या गटांना एकमेकांबरोबर हेतूचे साधर्म्य जाणवत असे त्यांची निर्मिती नोकरशाहीच्या विचारांमधून जास्त आणि आर्थिक बदलातून कमी झाली होती. शिवाय हे गट पाश्चिमात्य पद्धतीचे शिक्षण घेतलेल्या व्यक्तींच्या विचारांशी मिळतेजुळते होते आणि ह्याच व्यक्तींच्या आशा आणि भय यांच्यामुळे नॅशनल काँग्रेससारख्या नवीन संस्थेची निर्मिती झाली, त्यामुळे वर्गापेक्षा श्रेष्ठींवर आधारलेली संकल्पनात्मक पद्धती अधिक परिणामकारक होईल (१९६८ : ३४१).''

हे सर्व श्रेष्ठी मध्यम वर्गातील होते. नोकरशाहीने पुढाकार घेतला हे मान्य करून सर्वसाधारण समाजामध्ये आणि विशेष करून मध्यम वर्गामध्ये आर्थिक बदल घडून येणे अपेक्षित होते.

भारताच्या स्वातंत्र्याच्या लढ्यामध्ये वेगवेगळ्या पायऱ्यांवर मध्यमवर्गाने

आंदोलनामध्ये भाग घेतला. मध्यमवर्गाच्या स्वातंत्र्यलढ्यातील वेगवेगळे प्रसंग म्हणजे १९०६ मधील विभागणी, १९२० च्या सुरुवातीची असहकाराची चळवळ, १९२७-३० च्या मध्यातील सायमन कमिशनच्या विरोधातील चळवळ, १९३० च्या सुरुवातीची नागरी आज्ञाभंगाची चळवळ, आणि १९४२ मधील छोडो भारत चळवळ. याशिवाय, स्थानीय पातळीवरच्या अनेक मोहिमा होत्या : ब्रिटिश सत्तेच्या विरोधी सुसंघटित किंवा उत्स्फूर्तसुद्धा. स्वातंत्र्याच्या चळवळीसंबंधी पुष्कळच अभ्यास उपलब्ध असले तरी ते सर्व नेतृत्व आणि नेतृत्वाचे निर्णय यांवर केंद्रित होते. १९४५ आणि १९४७ मधील लोकप्रिय चळवळींवरील त्यांच्या अभ्यासात सुमीत सरकार म्हणतात, या काळात तसेच आधुनिक भारताच्या इतिहासाच्या इतर काळामध्ये ब्रिटिश आणि भारतीय नेत्यांचे निर्णय आणि कृती यांचे ज्ञान खालून आलेल्या दबावांच्या ताणाच्या प्रतिटोल्याशिवाय होणे कठीण आहे (१९८२ : ६७७). वंगभंगाची चळवळ, नागरी आज्ञाभंगाची चळवळ, छोडो भारत चळवळ यांच्या अभ्यासावरून हे कळून येते की स्थानीय राजकारण आणि राष्ट्रीय चळवळ यांच्यामध्ये जवळचे नाते होते (स्टोडार्ट १९७५). काही इतर अभ्यासकांनी धार्मिक आणि सामाजिक म्हणी यांचा वापर आणि हिंसा यांचा अभ्यास केला आहे (इर्‌शिक १९७६, हेनिंगहॅम १९७९). काही अभ्यासांनी चळवळीत भाग घेणाऱ्यांचे सामाजिक परिणाम विशेषत्वाने ध्यानात घेतले आहे.

मुस्लीम लोकांमधील सामाजिक सुधारणेची चळवळ सैद अहमद खान यांच्या अलिगढ चळवळीपासून झाली. या चळवळीचा मुख्य हेतू मुस्लीमकुलीन लोकांना इंग्रजी शिक्षण घेण्यास प्रवृत्त करणे हा होता. इंग्रजी शिक्षणाशिवाय मुस्लीम लोक हिंदूंची बरोबरी करू शकणार नाहीत आणि मागासलेले राहतील. एम एस्. जैन (१९६५) म्हणतात, अलिगढ चळवळीच्या मागे मुस्लिमांचे हिंदूंवर पुन्हा वर्चस्व स्थापन करण्याची भावना होती, कारण ब्रिटिश सत्तेच्या अलीकडच्या टप्प्यात मुस्लिमांनी त्यांचे महत्त्व गमावले होते. या चळवळीमुळे मुस्लिमांसाठी स्वतंत्र प्रतिष्ठा ह्यासंबंधीची मागणी निर्माण होऊ लागली. उत्तर प्रदेशाच्या उलेमा अलीगढ चळवळीला आणि मुस्लिमांसाठीच्या स्वतंत्र राज्याच्या मागणीला विरोध केला (फारूकी १९६३). मुस्लीम बुद्धिजीवी वर्ग आणि उलेमा यांनी सुरू केलेल्या खिलाफत चळवळीमुळे (१९१९-२४) सर्व वर्गांतील मुस्लीम लढ्यासाठी एकत्र आले. त्यांचा असा दावा होता की टर्कीचा सुलतान हा जझीरत-अल्-अरबचा राखणदार आणि ताबेदार होता. सर्व मुस्लीम गटांनी आणि इंडियन नॅशनल काँग्रेसने (दीक्षित १९६९, हसन १९८१) या चळवळीला पाठिंबा दिला. मुस्लीम बंधुत्वाच्या भावनेला भारतात मशीद, हाजी, सूफी पवित्र तीर्थक्षेत्र या धार्मिक प्रतीकांमुळे बळकटी मिळाली (हसन १९८१).

सर्वसाधारणपणे फोडा आणि राज्य करा धोरण, मुस्लिमांचा परंपरावाद, आर्थिक आणि शैक्षणिक मागासलेपणा ही कारणे मुस्लिमांमधील सामाजिक राजकारणाला कारणीभूत झाली (देसाई १९५७, स्मिथ १९६३). प्रभा दीक्षित (१९७४) म्हणतात, सत्तेचा शोध हे सामाजिक राजकारणचे कारण होते (ब्रूमफिल्ड १९६८). कित्येक अभ्यासकांचे असे म्हणणे आहे की धर्मनिरपेक्ष प्रतीके निर्माण करण्यात राष्ट्रवादी चळवळीला अपयश आले. राष्ट्रीय चळवळींमध्ये हिंदूंचे वर्चस्व असल्यामुळे हिंदू धार्मिक प्रतीके आणि म्हणींचा वापर स्वातंत्र्य चळवळीत झाला (स्मिथ १९६३, अहमद १९६९).

मुस्लिमांच्या मागासलेपणाचा सील (१९६८) आणि ब्रास (१९७०) यांनी निषेध केला आहे. मुस्लीम अल्पसंख्याकांच्या प्रदेशात मागासलेले असण्यापासून ते खूपच दूर होते. गोपाळकृष्ण म्हणतात, मुस्लीम लोकसंख्येतील वंचित लोकांपेक्षा ती चळवळ जास्त प्रमाणात 'आहे रे' लोकांची होती (१९८१ : ५५).

स्वातंत्र्योत्तर काळात भारतामध्ये अनेक हिंदू आणि मुस्लीम संघटनांचा जन्म झाला आहे. अनेक कार्यक्रमांमधून सामाजिक व्यक्तिमत्त्व आणि ठरावीक साचा एकमेकांसाठी निश्चित करण्याचा आणि दृढ करण्याचा प्रयत्न करतात. संवेदनक्षम समस्या उपस्थित केल्या जातात आणि स्पष्ट केल्या जातात. अशा संघटना सामाजिक भावनेला हात घालण्याचे फार महत्त्वाचे काम करतात. १९५० पासून सामाजिक बंडांचे प्रमाण वाढले आहे. पत्रकारांच्या लेखीशिवाय आणि सरकारने नेमलेल्या चौकशी समितीच्या अहवालांशिवाय समाजशास्त्रज्ञ आणि कार्यकर्त्यांशिवाय काही अभ्यास आता उपलब्ध आहेत (शाह १९७०, इंजिनियर आणि शकीद १९८५, व्हॉन डेर वीर १९८७, ब्रास १९९६, १९९८, होरोविट्झ २००१). या सर्व अभ्यासांमध्ये त्यांनी दोन्ही समाजांमधील शत्रुत्वच फक्त नाही तर दोन्ही समाजांना एकमेकांविरुद्ध उचकवण्यासाठी आर्थिक बाबींवरसुद्धा भर देण्यात आला. काही अभ्यासांमध्ये लोकप्रिय श्रेष्ठ व्यक्तींचे डावपेच की ज्यांची परिणती सामाजिक बंडामध्ये होऊ शकते अशा डावपेचांवर भर देण्यात आला आहे (पटेल १९८५). आतापर्यंत सामाजिक दंग्यांबद्दलची खूपच माहिती – सरकारी अहवाल, स्वतंत्र नागरिकांचे अहवाल – गोळा झाली आहे. परंतु तरीही पद्धतशीर आणि तुलनात्मक अभ्यास – दंग्यासाठी एकत्र आलेल्या लोकांचा सामाजिक पायावर आधारलेला – घटनेतील क्लिष्टता समजून घेण्यासाठी आवश्यक आहे. निधर्मीयता, राष्ट्रीयता आणि सामाजिक गटांचे राजकारण यासंबंधी खूपच साहित्य उपलब्ध आहे. या सर्वांचे एक संपूर्ण सर्वेक्षण करणे जरूरीचे आहे. आताच्या कामाच्या व्याप्तीमध्ये आम्ही त्याचा समावेश केलेला नाही.

बिहार आणि गुजरातमध्ये उच्चजातीच्या हिंदूंनी अनुसूचित जाती–जमाती आणि

इतर मागासवर्गीय यांच्या जागा राखून ठेवण्याविरुद्ध संघर्ष सुरू केला. उच्च जातीच्या, हिंदू सरकारी नोकरांनीसुद्धा रोस्टर पद्धतीविरुद्ध चळवळ सुरू केली की जी पद्धत अनुसूचित जाती–जमातींच्या नोकरदारांना खास सवलती पुरवत असे. या चळवळी मुख्यत: उच्च जातीचे गट आणि खालच्या जातीचे 'नाही रे' गट यांच्यामधील आर्थिक हेतूंमुळे होती; या चळवळीच्या मध्यम वर्गातील नेत्यांनी गुणवत्ता, निधर्मीयता आणि कार्यक्षमता यासंबंधीचे मुद्दे उपस्थित केले. १९८१ च्या जागा राखून ठेवण्याविरुद्धच्या चळवळीचे विश्लेषण करताना आय्. पी. देसाई म्हणतात, की वरच्या जातीतील खालच्या स्तराला नोकरीच्या संधी पुरविण्यास आर्थिक ढाचा कमी पडत होता.

> उच्च जातींनी त्यामुळे खालच्या जातींच्या गतिमानतेला विरोध केला आणि उच्च जातीच्या खालच्या स्तरामध्ये असंतोष निर्माण करण्याचा प्रयत्न केला. त्यासाठी त्यांनी त्यांच्यामध्ये लपलेली जातिविषयक आत्मीयता जागी केली आणि प्रत्यक्षात जातीयता, गटबाजी राखून ठेवणे आणि त्या सर्व गोष्टी किती संकुचित, विशिष्टपणाच्या आहेत यासंबंधी सार्वजनिकरीत्या बोलायला सुरुवात केली. त्यामुळे जरी गुणवत्ता ही संज्ञा प्रभावीकारक वाटत असली तरी ते खरे म्हणजे मरणोन्मुख हिंदू क्रमवारीता टिकविण्यासाठी आणि सामाजिक आर्थिक परिस्थिती आहे तशी टिकविण्यासाठी उगारलेले हत्यार आहे (१९८५ : १३५).

आतापर्यंत गुजरातच्या आरक्षणाविरोधी चळवळीची माहिती पुरविणारी खूपच माहिती मिळाली आहे (याज्ञिक १९८१, बोस १९८५, शाह १९८७). त्यामधून उच्च जाती आणि 'नाही रे' गट यांच्या संघर्षासंबंधी सामाजिक, आर्थिक आणि राजकीय परिणाम समजले. शाह (१०८७) म्हणतात, या चळवळी म्हणजे मुख्यत: मध्यमवर्गातील संघर्ष होते. उच्च आणि मध्यम जातींचे लोक एका बाजूला आणि खालच्या जातीतून वरच्या वर्गात आलेले सभासद दुसऱ्या बाजूला असा हा संघर्ष होता.

मध्यम वर्गाच्या काही भागांनी – पांढरपेशा सरकारी नोकर, शाळा आणि विद्यापीठातील शिक्षक – त्यांच्यावर परिणाम करणाऱ्या पगाराची पुनर्रचना, बोनस, नोकरीची सुरक्षितता यांसारख्या आर्थिक कारणांसाठी आंदोलन सुरू केले. या संघर्षाचा पद्धतशीर अभ्यास उपलब्ध नसला तरी काही वर्णनात्मक माहिती आणि मागण्यांचे विश्लेषण उपलब्ध आहे. मध्यम वर्गाने चालू केलेल्या अलीकडच्या काही चळवळी पगारवाढ, जीवनावश्यक गोष्टींची टंचाई, बेकारी यासारख्या आर्थिक प्रश्नांमधून सुरू झाल्या. परंतु या आंदोलनांमध्ये जसजशी प्रगती होत गेली, तसतसे हे मुद्दे बाजूला पडत गेले आणि चळवळीने असे काही मुद्दे हाती घेतले की जे सर्व वर्गांना लागू पडत

होते. त्यांनी नैतिक आणि सांस्कृतिक समस्या हाती घेतल्या. काही वेळा या आंदोलनांनी लोकशाहीवादी भांडवलवादाचा आदर्शवादी पाया पुरविला तर काही वेळा भांडवलवादी नसलेले प्रगतीचे धोरण समाजाला दिले (खोरोस १९८०). १९७४ च्या गुजरात चळवळीचे उदाहरण घेऊ. या चळवळीला नवनिर्माण चळवळ असे नाव पडले तर बिहारमधील चळवळ पूर्ण क्रांतीची चळवळ म्हणून समजली जाते. जरी या दोनही चळवळींची सुरुवात आर्थिक प्रश्नांनी झाली होती, तरी त्यांनी लाचलुचपत, लोकशाहीचे हक्क आणि सामाजिक सुधारणा या समस्यांना हात घातला. या समस्यांचे स्वरूप आधी ठरविण्यात आले नव्हते किंवा समाजाच्या आर्थिक आणि राजकीय चौकटीशी या प्रश्नांचा काही संबंध नव्हता. गुजरातमधील मुख्यमंत्र्यांची आणि बिहारमधून काँग्रेस पक्षाची हकालपट्टी करण्यात आंदोलन यशस्वी झाले (देसाई १९७४, वुड १९७५, जोन्स आणि जोन्स १९७६, बारीक १९७७ शाह १९७७). घनश्याम शाह (१९७७) म्हणतात, शासनप्रणालीमध्ये ठरावीक बदल घडवून आणल्यामुळे त्यांना आर्थिक फायदे उठवायचे होते. प्रणालीचे मूलभूत पैलू त्यांना बदलावयाचे नव्हते. प्रणालीमधेच त्यांची मेख होती. त्यांच्यासाठी क्रांती हीच घोषणा होती.

१९व्या शतकाच्या शेवटी बिहारमधील सुशिक्षित हिंदू मध्यमवर्ग आणि उत्तरप्रदेशमधील मध्यमवर्ग यांनी उर्दू भाषा काढून टाकून तिच्याऐवजी हिंदी भाषा आणि देवनागरी लिपी आणण्यासाठी आंदोलन छेडले. मुस्लीम बुद्धिवंतांनीसुद्धा उर्दूच्या रक्षणासाठी प्रतिआंदोलन सुरू केले (दासगुप्ता १९७०, ब्रास १९७७). १९५० आणि ६० च्या दरम्यान दक्षिण भारतातील लोकांनी हिंदी लादण्याच्या विरोधात आणि इंग्रजी भाषा टिकविण्यासाठी आंदोलन सुरू केले. त्यांच्यासाठी तो हिंदू साम्राज्यवादाविरुद्धचा लढा होता (हार्डग्रेव्ह १९६५, फॉरेस्टर १९६६, राव १९७९). मराठी, गुजराती, तेलुगू, पंजाबी ह्यांच्यासारख्या भाषांच्या मध्यमवर्गाने १९५० साली भाषावार प्रांतरचना असावी म्हणून आंदोलन सुरू केले. भाषेप्रमाणे राज्यांची रचना असावी या मागणीसाठी ही चळवळ सुरू झाली (फडके १९७९, निझावान १९८२). स्वतःच्या सांस्कृतिक वारशाचे वेगळेपण टिकविण्यासाठी तमिळ, पंजाबी, नागा, मिझो या लोकांनी तसेच छोटा नागपूरमधील आदिवासी यांनी भारतात किंवा भारतीय राज्यांच्या बाहेर स्वतंत्र राज्याच्या मागणीसाठी जोरदार आंदोलन छेडले.

नागा, मिझो आणि छोटा नागपूरमध्ये आणि इतर आदिवासी यांच्या स्वतंत्र राज्याच्या किंवा जिल्ह्याच्या मागणीसंबंधी आपण यापूर्वी चर्चा केली आहे (प्रकरण ३ पहा).

तमिळनाडूमधील द्रविडांची चळवळ ही एक मागासजातीची किंवा ब्राह्मण नसलेल्या लोकांची चळवळ होती, जिच्यासंबंधी आपण आधी माहिती घेतली आहे,

उत्तर भारतीयांच्या विरुद्ध या चळवळीचा रोख होता आणि द्रविडीस्तानची मागणी त्यांनी भारतीय संघराज्याच्या बाहेर पाहिजे म्हणून केली होती (हार्डग्रेव्ह १९६४, १९६४५, १९७९; इरशिक १९७६, राम १९७९). द्रविडियन चळवळीचे एक नेते पेरियर ई.व्ही. रामस्वामी यांनी म्हटले आहे, तमिळनाडू हा एक नेहमीच स्वतंत्र देश म्हणून राहिलेला आहे आणि आजही तो एक स्वतंत्र देश आहे. त्याचेच नाव द्रविडियन. बंगाली आणि मुंबईकर यांच्यापेक्षा त्यांची संस्कृती, रीतीरिवाज आणि पद्धती या खूपच वेगळ्या आहेत. हिंदी भाषा आणि हिंदी साहित्य हे सर्वसाधारणपणे तमिळ लोकांच्या विरोधी आणि विशेषत: इतर ठिकाणच्या ब्राह्मण नसलेल्या लोकांच्या विरोधी आहे.

पंजाबमधील शीख समाजानेसुद्धा खलिस्तान नावाच्या स्वतंत्र राज्याची मागणी केली. श्री आनंदपूरसाहिब ठरावाने अशी मागणी केली की अकाली दलाचे एक ध्येय असे आहे की शीखपंथाची स्वतंत्र वेगळे अस्तित्व असल्याची भावना जपणे आणि अशी परिस्थिती निर्माण करणे की जिच्यामध्ये शिखांचे राष्ट्रीय प्रकटीकरण पूर्ण आणि समाधानकारक असेल (धिल्लन १९७४, पुरी १९८१, १९८३, कुमार इ. १९८४, कुमार १९८४).

१९७० च्या शेवटी आसामची चळवळ ऑल आसाम स्टुडंट्स युनियन (आसू) ची स्थापना करून सुरू झाली. आसामची प्रगती आणि आसामचे वेगळेपण टिकवणे या समस्या त्यांनी समोर ठेवल्या. एकप्रकारे ती राष्ट्रीयता चळवळ होती (मीरा १९८२, गोहेन १९८५, बासू १९९२). स्वातंत्र्यप्राप्तीनंतर प्रादेशिक किंवा भाषिक व्यक्तिमत्त्वाला विशेष धार आली आहे आणि त्यामुळे मध्यमवर्गाला एकत्र करण्यासाठी एक क्षमतापूर्ण कारण बनले आहे. मध्यमवर्ग कायमच इतर वर्गांकडून आर्थिक आघाडीवर स्पर्धेला तोंड देत आला आहे. रॉबर्ट हार्डग्रेव्ह म्हणतात,

> ''भारताच्या सांस्कृतिक आणि भाषिक वैविध्यतेमध्ये प्रादेशिकता रुजलेली आहे. भूगोलाच्या परिभाषेत बोलायचे झाले तर राज्याच्या स्तरावर प्रादेशिकता म्हणजे भिन्न जातिविषयक आणि आर्थिक चमत्कार आहे. अत्युच्च राजकीय जाणिवेचे ते एक प्रकटीकरण आहे – सहभागाचा विस्तार करणारे आणि दुर्मीळ साधनसंपत्तीविषयक स्पर्धा वाढविणारे हे प्रकटीकरण म्हणजे अन्यायकारक आरोप, भेदभाव आणि मध्यवर्ती सरकारकडून होणारे दुर्लक्ष यामुळे निर्माण होणाऱ्या आर्थिक वेदना यांची भाषेतील प्रतिष्ठा आणि वांशिक समतोल यांच्यामुळे निर्माण होणाऱ्या सांस्कृतिक काळजी यांच्याशी सांगड घालणे, हा जो मेळ घालणे आहे, त्यामुळे प्रादेशिकता-वादाला शक्ती मिळते. धर्माप्रमाणेच भाषा आणि संस्कृती म्हणजे व्यक्तीच्या तादात्म्यतेचा गाभा आहेत, आणि जेव्हा याच गोष्टींचे राजकारण केले जाते तेव्हा तेच एक विषारी

आकार धारण करतात (१९८३ : ११७१).''

बहुतेक सामाजिक शास्त्रज्ञांनी या चळवळींकडे अकार्यक्षम किंवा राष्ट्रीय एकता आणि संकलन यांना असलेला धोका याच रूपात पाहिले आहे. त्यांचा असा विश्वास आहे की भारत देशाने स्वत:च्या सीमांचे रक्षण केले पाहिजे आणि सर्व प्रदेश एकत्र राखला पाहिजे. म्हणून या संघर्षांना ते स्वयंनिश्चयाच्या चळवळी मानण्यास तयार नाहीत.

स्थानिकता

स्थानिकता आणि राष्ट्रीयता यांच्यामधील सीमारेषा अतिशय पुसट आहे. कॉन्स्टंटाईन म्हणतात, स्थानिकता ही भाषिक, वांशिक किंवा प्रादेशिक उपराष्ट्रीयतेपेक्षा वेगळी आहे. आणि विशेषकरून स्थानांतरविरोधी आहे. भारतात अकाली दल किंवा द्रविड मुन्नेत्र कळघमसारख्या उपराष्ट्रीय चळवळींमध्ये स्थानीय घटक असोत, तसेच देशांतरविरोधी भावना वांशिक, भाषिक किंवा प्रादेशिक निष्ठांवर अवलंबून असोत (१९७६ : ४४); माथरॉन वायनर यांच्या मते स्थानिकता म्हणजे एक प्रकारचे वांशिक राजकारण आहे.

> स्थानिकता म्हणजे वांशिक तारतम्याचे ते रूप की ज्यामध्ये जे त्या स्थानिक किंवा मूळच्या गटाचे सभासद नाहीत. त्यांना त्या क्षेत्रात रहाण्यास किंवा काम करण्यास विरोध करतात, कारण ते त्या ठिकाणचे स्थानीय रहिवासी नाहीत – देशाचे किंवा प्रांताचे – स्थानिकता ही देशांतरविरोधी आहे. डी. एम्.के., अकाली दल, आंध्र महासभा आणि संयुक्त महाराष्ट्र समिती देशांतरविरोधी नव्हत्या, त्यामुळे त्यांचे वर्गीकरण स्थानीय म्हणून करता येणार नाही (१९७८:२९६).

स्थानिक चळवळी या अलीकडच्या काळातील नाहीत, स्वातंत्र्यापूर्वीसुद्धा अशा प्रकारच्या काही चळवळी झालेल्या आहेत. उदाहरणार्थ, पहिल्या महायुद्धानंतर गैर–मुलकींच्या विरुद्ध हैद्राबादमध्ये चळवळ उभी राहिली, जेव्हा उत्तर भारतातील मुस्लिम लोकांना राज्याच्या शासकीय सेवेसाठी भरती करण्यास स्थानिक सुशिक्षित लोकांनी विरोध केला (वायनर १९७८, रेड्डी आणि शर्मा १९७९). तसेच आसाममधील बंगालींच्या विरोधी चळवळ – बंगाली हिंदूंच्या शैक्षणिक आणि शासकीय सेवेतील वर्चस्वाचा विरोध करणारी (वायनर १९७८, दास १९८२). स्वातंत्र्योत्तर काळातील भारतातील मोठ्या प्रमाणावर माहिती असलेल्या चळवळी पुढीलप्रमाणे : तेलंगणातील स्थानीयतेची चळवळ, महाराष्ट्रातील शिवसेनेची चळवळ, आसामची चळवळ. १९६९ मध्ये तेलंगणाची स्थानीयतेची चळवळ सुरू झाली. सुरुवातीला तेलंगणा चळवळीचे

ध्येय होते : १९५६ साली आंध्रप्रदेशची स्थापना झाली तेव्हा मुलकी नियम आणि तेलंगणाच्या बचावासाठी करण्यात आलेल्या नियमांची मुदत वाढविणे. परंतु कालांतराने आंध्र प्रदेशापासून स्वतंत्र प्रदेशाची मागणी करण्यास या चळवळीने सुरुवात केली (रेड्डी आणि शर्मा १९७९).

१९६६ मध्ये मुंबईत शिवसेना (शिवाजींचे सैनिक) चळवळीला सुरुवात झाली. शिवसेनेची मागणी अशी होती की मुंबई ही महाराष्ट्राची राजधानी असल्यामुळे मुंबईचे जास्तीत जास्त फायदे महाराष्ट्रातील लोकांना मिळाले पाहिजेत. ८०% नोकऱ्या आणि मुंबईतील आर्थिक संधी महाराष्ट्रीयन लोकांसाठी आरक्षित असायला पाहिजेत (जोशी १९७०, काट्सनस्टाईन १९७६, गुप्ता १९९२).

आसामची चळवळ १९७८ साली सुरू झाली. त्यांची मुख्य मागणी अशी होती की मतदानाच्या याद्यांमधून परकीयांची नावे शोधून काढून ती कमी करणे. सरकारी नोकऱ्यांमध्ये बंगाली मध्यमवर्गीय लोक सर्वाधिक प्रमाणात होते, त्यांची हकालपट्टी करणे हे चळवळीचे मुख्य ध्येय होते (वायनर १९७८, दास १९८२). तसेच १९६० साल संपताना कन्नड चळवळ सुरू झाली. त्यांची अशी मागणी होती की तमिळ, मल्याळी आणि तेलुगू स्थलांतरितांवर बंधने घालण्यात यावीत आणि स्थानीय कानडी बोलणाऱ्या लोकांना अग्रक्रम मिळावा (वायनर १९७८).

स्थानीयतेच्या स्थलांतरित आणि स्थानीय यांच्यामधील स्पर्धा. ज्या प्रदेशांमध्ये किंवा शहरांमध्ये ही स्थानीयतेची चळवळ झाली त्यांची वैशिष्ट्ये पुढीलप्रमाणे :-

१. देशाच्या दुसऱ्या भागातील असे वांशिक गट की जे सांस्कृतिकदृष्ट्या वेगळे ओळखू येतात आणि अशा मध्यमवर्गीय लोकांची संख्या स्थानीय लोकांमध्ये बऱ्यापैकी मोठी आहे.
२. स्थानीय मध्यमवर्ग असा असतो की जो माध्यमिक आणि उच्च शिक्षणाच्या आधाराने स्वत:चा विस्तार करून घेतो.
३. स्थानीय नोकऱ्यांच्या बाजारात स्थानीय मध्यमवर्गाला मोठ्या स्पर्धेला तोंड द्यावे लागते - खाजगी, सार्वजनिक आणि सरकारी नोकऱ्यांच्या क्षेत्रात - कारण तेथील जागा स्थलांतरित लोकांनी किंवा त्यांच्या वंशजांनी आधीच भरलेल्या असतात.
४. स्थानीय मध्यमवर्गासाठी त्यांचा स्वत:चा स्थानिक भाग सोडला तर बाहेर नोकरीच्या संधी मर्यादित उपलब्ध असतात (वायनर १९७८ : २९३).

नागरी बुद्धिजीवींच्या मध्यमवर्गाने - विद्यापीठ आणि महाविद्यालय शिक्षक, अभ्यासक आणि वकील - राज्य आणि राष्ट्रीय स्तरावर नागरी आणि लोकशाहीच्या अधिकारांच्या रक्षणासाठी संघटना स्थापन केली. समाजातील विविध स्तरांतील

लोकांच्या – दलित वर्गसुद्धा – नागरी आणि लोकशाहीच्या हक्कांच्या पायमल्लीशी संबंधित समस्यांसाठी ही संघटना लढते (देसाई १९८६). सरकारचे निर्णय आणि आपमतलबाची शक्ती यांना आव्हान देण्यासाठी न्यायसंस्था, राज्याची विधानसभा आणि संसदेच्या विद्यमान घटनात्मक मार्गांचा वापर करण्यात येतो. समस्यांमध्ये भडकपणा आणण्यासाठी आणि सार्वमत तयार करण्यासाठी प्रसारमाध्यमांचा वापर करण्यात येतो. वस्तुस्थिती शोधून काढण्यासाठी समिती स्थापन करण्यात येते. बुद्धिजीवींनी पर्यावरणाशी संबंधित समस्यांनासुद्धा हात घातला आहे. ते परिषदा आयोजित करतात, अहवाल छापतात आणि सरकारकडे निवेदन सादर करतात. अशा प्रकारच्या संस्थांचा आणि त्यांच्या लढण्यासाठी एकत्र येण्याच्या प्रयत्नांचा अभ्यास खूपजणांनी केला आहे (रे १९८६). प्रकरण १० मध्ये आपण मानवी हक्कांसंबंधी चर्चा करू.

सहभागीदार

विद्यार्थी आणि बुद्धिमान लोक यांनी मध्यमवर्गाच्या बहुतेक चळवळींचे नेतृत्व केले. जरी काही लोकवादी, राष्ट्रीय आणि स्थानीय चळवळींना शेतकऱ्यांचा आणि समाजाच्या इतर घटकांचा पाठिंबा मिळाला (जेव्हा त्यांनी काही भावनिक आणि सर्वसाधारण समस्यांना हात घातला), तरी त्या चळवळींमध्ये वर्चस्व मध्यम वर्गाचेच होते. मायरॉन वायनर यांचे असे म्हणणे आहे की, जरी कित्येक शहरांमध्ये आणि काही ग्रामीण भागांमध्ये सांस्कृतिकदृष्ट्या वेगळे ओळखू येण्यासारखे कित्येक स्थलांतरित कामगार म्हणून असले तरी स्थानीयता ही मोठ्या प्रमाणावर मध्यमवर्गीय भावना आहे; औद्योगिक कामगारवर्ग आणि शेतकरी समाज यांच्यामधील ती चळवळ नव्हे (१९७८ : २९३).

काही अभ्यासकांचे म्हणणे असे आहे की राजकीय नेते त्यांचे राजकीय हेतू साध्य करण्यासाठी मध्यमवर्गीयांच्या प्रादेशिक आणि स्थानीयतेच्या भावना जाणीवपूर्वक भडकवतात. इकबाल नारायण म्हणतात, राजकीय श्रेष्ठी प्रादेशिक वागणुकीच्या आणि असंतोषाच्या परिस्थितींचे शोषण करतात आणि स्वत:चे वैयक्तिक आणि स्वार्थी आधाराचे टेकू बळकट करण्यासाठी त्यांचे चळवळींमध्ये रूपांतर करतात (१९८४). तेलंगणातील प्रादेशिकतेचा अभ्यास करताना रामा रेड्डी आणि शर्मा यांनी असे निरीक्षण केले आहे की, स्वत:चे राजकीय स्थान बळकट करण्यासाठी स्वार्थी राजकारणाने तेलंगणातील लोकांच्या प्रादेशिक भावनांचा गैरफायदा घेतला. त्याचप्रकारे, सुब्रमणियम् म्हणतात,

"राजकीय नेत्यांना जेव्हा असे वाटते की आपला योग्य तो वाटा आपल्याला

मिळत नाही, आणि ते प्रकाशझोतात नाहीत, त्यांच्याकडे दुर्लक्ष होत आहे, तेव्हा ते कोणत्या ना कोणत्या प्रकारचे उत्स्फूर्त कारण असे शोधून काढतात की जेणेकरून लोकांच्या तीव्र भावना जाग्या होतील आणि स्वत:बद्दलचे असे चित्र जनतेपुढे उभे करतात की हे नेतेच सार्वजनिक हिताचे खरेखुरे रक्षणकर्ते आहेत, आणि अशा प्रकारे लोकशाहीच्या राजकारणात असमांतर समाजात तणाव आणि संघर्ष निर्माण केले जातात (१९८४ : १३०).''

जावीद आलम यांनी अजून एक वेगळीच पद्धती मांडली आहे. ते म्हणतात, राज्यकर्त्या वर्गांमधील मतभेदांमुळे प्रादेशिक मागण्या भडक स्वरूपात पुढे येतात. संपूर्ण भारताच्या वर्गांकडून जेव्हा आपल्याला फायदेशीर होणार नाही असे दिसते, तेव्हा स्थानीय पातळीवरचे राज्यकर्ते वर्ग स्वत:चे हेतू साध्य करण्यासाठी जास्त शक्ती मिळविण्याचे प्रयत्न करतात. (१९८४ : १७) स्वत:चे म्हणणे त्यांनी पुरावे देऊन सिद्ध केलेले नाही. त्यांनी गृहीत धरलेल्या गोष्टींमुळे की अशा चळवळी राजकीय श्रेष्ठींकडून निर्माण केल्या जातात, अभ्यासक या चळवळींचा लढ्यासाठी एकत्र गोळा करण्याच्या पैलूचा विचार करत नाहीत. ते प्रामुख्याने श्रेष्ठींमधील निर्णयप्रक्रियेचा विचार करतात. या मुद्द्यासाठी य. दि. फडके यांचा संयुक्त महाराष्ट्र चळवळीचा (१९७९) अभ्यास घेता येईल. जे या कटाच्या तत्वप्रणालीला चिकटून रहातात, ते या गोष्टींचे स्पष्टीकरण देऊ शकत नाहीत की काही राज्यांमध्ये राजकीय नेते स्थानीयतेच्या भावना चालविण्यात यशस्वी का होतात आणि काही राज्यांमध्ये ते अयशस्वी का होतात.

वर चर्चा केलेले मध्यम वर्गाच्या चळवळींचे सर्व अभ्यास थोडक्यात आहेत. राजकीय निर्णयप्रक्रियेबद्दल आणि चळवळीसाठी जबाबदार असलेल्या घटकांचा काहींनी अभ्यास केला आहे. काही चळवळी उत्स्फूर्त आणि कमी काळ टिकणाऱ्या होत्या. त्यांना संघटनेचा ढाचा नव्हता तर काही चळवळी चांगल्या सुसंघटित होत्या. चळवळींच्या संघटनात्मक बाबींचे बऱ्याच अभ्यासकांनी विश्लेषण केलेले नाही. शिवसेनेचा दीपंकर गुप्ता यांचा, घनश्याम शहा यांचा बिहार चळवळ आणि नवनिर्माण यांचा अभ्यास, पी.एन. शेठ यांचा नवनिर्माण चळवळीचा अभ्यास यांमध्ये त्या सर्वांनी चळवळींच्या संघटनात्मक ढाचाचे विश्लेषण केले आहे. परंतु आत्ताच्या स्थितीला आपल्या माहितीनुसार मध्यमवर्गाच्या निरनिराळ्या प्रकारच्या चळवळींमध्ये संघटनात्मक ढाच्याची पद्धत निश्चित करणे अवघड आहे.

नोंद

१. १९९० च्या अखेरीस सुमारे ३० कोटी एवढे लोक ह्या मध्यम वर्गात येतात. (हॅरिस–व्हाइट २००३).

१० मानवी हक्क आणि पर्यावरणवादी चळवळ

'मानवी हक्क' आणि 'पर्यावरणवादी' चळवळ हा या प्रकरणाचा उद्देश आहे. अनेक विद्वानांनी या चळवळींना उचलून धरले आहे. पहिल्या प्रकरणात उद्धृत केल्याप्रमाणे काही विचारवंतांच्या मते 'मानवी हक्क' आणि 'पर्यावरणवादी' चळवळ ही तुलनेने अलीकडच्या काळातली आणि समाजातल्या बहुतेक स्तरांचा समावेश असलेली चळवळ आहे. केवळ एका स्तरापुरते, वर्गापुरते किंवा गटसमुदायापुरते मर्यादित स्वरूप या चळवळीला निश्चितच नाही.

'मानवी हक्क' ही संकल्पना आता बऱ्याच सामाजिक आणि राजकीय गटांकडून वारंवार वापरली जाऊ लागली आहे. 'मानवी हक्क' हे व्यक्तीचे निसर्गदत्त अधिकार आहेत आणि त्यांच्याशिवाय 'व्यक्ती' ही व्यक्ती म्हणून अस्तित्वातच राहू शकणार नाही. राज्याकडून या अधिकारांची पायमल्ली होणे अपेक्षित नाही. दुसऱ्या शब्दात सांगायचे तर राज्याच्या सर्वंकष कारभारापासून या अधिकारांचे संरक्षण व्हायला हवे. 'नागरी' आणि 'लोकशाही' हक्कांच्या यादीमध्ये या हक्कांचा समावेश करण्यात येतो. या हक्कांशी संबंधित तत्त्वांची मुळे इतिहासामध्ये आढळून येतात. अर्थात, त्याचा अन्वयार्थ प्रत्येक कालानुरूप बदलत गेल्याचेही दिसते. पुराणमतवाद्यांच्या मतानुसार मानवी हक्कांचा समावेश हा धर्मामध्येच करण्यात आला आहे. या हक्कांमुळेच व्यक्तीला खाजगी मालमत्तेचा आणि व्यक्तीवर गुलामी लादण्याचा अधिकार प्राप्त होतो. डाव्या विचारवंतांच्या आणि उदारमतवादी विचारवंतांच्या मते माणसा–माणसामधील समानता आणि सन्मानाने जीवन जगण्याचा व्यक्तीला अधिकार म्हणजेच खऱ्या अर्थाने 'मानवी हक्क' आहे. 'मानवी हक्क' म्हणजे नक्की काय आहेत आणि ते नैसर्गिक आहेत का, या मुद्द्यावर राजकीय विचारवंत आणि न्यायाधीशांमध्ये फार मोठ्या प्रमाणावर वादविवाद आणि विचारमंथन सुरू असते (ट्रुक १९७९, विन्स्टन १९८९, बॅक्सी २००२).

भारतातल्या 'मानवी हक्क संरक्षक कायदा १९९३' नुसार 'मानवी हक्क' म्हणजे

“जीवन, स्वातंत्र्य, समानता आणि व्यक्तीचा सन्मानाने जगण्याचा अधिकार. हा हक्क घटनेनेच भारतीय नागरिकाला प्रदान केला आहे. आंतरराष्ट्रीय पातळीवर या हक्कांचे मूल्य राखले जाते. तर भारतात या हक्कांना कायद्याने संरक्षण दिले आहे.” अभिव्यक्ति स्वातंत्र्य, समूहाचे स्वातंत्र्य, धर्माचरणाचे स्वातंत्र्य, कायद्यासमोर समानता यांचा समावेश असलेले नागरिकांचे मूलभूत हक्क आणि शिक्षणाचा अधिकार, समान वेतनाचा अधिकार, व्यक्तीच्या आत्मसन्मानाचा अधिकार, कायद्याकडे दाद मागण्याचा अधिकार यांसारख्या हक्कांचा समावेश घटनेच्या मार्गदर्शक तत्त्वांमध्ये करण्यात आला आहे. यांपैकी मूलभूत हक्कांबाबत कायद्याचे संरक्षण आहे तर मार्गदर्शक तत्त्वे ही कारभार सुरळीत करण्यासाठी दिशादर्शक आहेत. या दोन्हींच्या माध्यमातून नागरी आणि लोकशाही हक्कांचे फार मोठ्या प्रमाणावर संरक्षण केले जाते. घटनेमधील २१व्या अनुच्छेदात अन्न, वस्त्र आणि निवारा या मूलभूत गरजांचा समावेश ‘जीवन जगण्याच्या अधिकारात’ न्यायमूर्ती भगवतींनी केला आणि त्याची व्याप्ती अधिक वाढवली आहे. मात्र आता प्रश्न असा निर्माण होतो की केवळ स्वत:चे किंवा साधनसामग्रीचे संरक्षण करणे एवढीच अपेक्षा ‘जीवन जगण्याच्या हक्का’तून केली जाऊ शकते की याचा यापेक्षाही अधिक काही अर्थ काढला जाऊ शकतो.

आमच्या मते ‘जीवन जगण्याच्या’ अधिकारामध्ये सन्मानाने जीवन जगणे आणि त्यासाठी आवश्यक त्या सर्व गोष्टींचा समावेश करावा लागतो. या आवश्यक गोष्टींमध्ये पुरेसा आहार, लज्जारक्षणापुरते वस्त्र आणि निवारा यांचा समावेश आहे (मूडी २०००: २२२). आंतरराष्ट्रीय समुदायामध्ये या अधिकारात सामाजिक आणि सांस्कृतिक (१९६६), नागरी आणि राजकीय (१९६६) आणि काही अपवादात्मक गोष्टींसाठी राजशिष्टाचारासारख्या (१९७६) गोष्टींचाही समावेश करण्यात येतो.

व्यक्तीचे अधिकार आणि त्यासंबंधीची चळवळ या विषयाला पाश्चात्त्य समुदायात खूप मोठा इतिहास आहे. अठराव्या शतकाच्या कालखंडात, फ्रेंच आणि अमेरिकन राज्यक्रांतीच्या काळात झालेल्या चळवळींचा भारतीय विचारवंतांवर थोडा का होईना प्रभाव निश्चितच पडला होता. समाजसुधारणेच्या चळवळी आणि विविध गटांच्या राजकीय चळवळींबरोबर ‘मानवी हक्कां’च्या मागणीसाठी काँग्रेसने उपलब्ध करून दिलेले देशव्यापी व्यासपीठ याच प्रेरणेतून उभे राहिले. समाजसुधारक, कायद्यासमोर सर्व समान असल्याच्या मागणीसाठी ब्रिटिशांशी भांडणारे काही उदारमतवादी राजकीय नेतृत्व आणि आर्थिक कारणातून उदयाला आलेल्या नेतृत्वाचा समावेश यामध्ये होता. समाजसुधारकांनी समाजातल्या स्त्रिया आणि दलित वर्गाच्या उद्धारासाठी रूढी आणि परंपरा यांच्यामध्ये सुधारणा घडवून आणण्याचे काम या चळवळीमधून केले. उदारमतवादी वर्ग हा अभिव्यक्तिस्वातंत्र्य आणि कायद्यापुढच्या समानतेसाठी प्रयत्नशील राहिला.

ब्रिटिश काळात गुन्हेगारीशी संबंधित खटल्यांसाठी भारतीय न्यायाधीशांची नेमणूक करण्यात यावी अशी सुधारणा मांडणारे इल्बिर्ट विधेयक मूळ स्वरूपात संमत न होणे हे १८८५ साली भारतीय राष्ट्रीय काँग्रेस अस्तित्वात येण्याचे एक प्रमुख कारण होते. विसावे शतक संपत असताना चळवळीचा हा संदेश पुढच्या पिढीकडेही हस्तांतरित झाला. या नवीन नेतृत्वाजवळ स्वत:चे नवीन विचार, नवीन कल्पना होत्या. ब्रिटिश साम्राज्याच्या जोखडातून मुक्त होऊन स्वतंत्र नागरिक म्हणून आपली ओळख प्रस्थापित करण्याची घाई या नवीन पिढीला झाली होती (दत्ता १९९८ : २२७). सीताराम काकराला यांच्या म्हणण्यानुसार

> ''या मूलभूत मानवी हक्कांची जाणीव समाजातल्या कष्टकरी आणि मध्यमवर्गाच्या अस्तित्वाबरोबरच वाढीला लागली. तोपर्यंत 'नागरी स्वातंत्र्य' ही संकल्पना समाजातल्या केवळ पुढारलेल्या वर्गापुरतीच मर्यादित होती. दुसऱ्या शब्दात 'अधिकार' म्हणजे भारतातल्या पुढारलेल्या वर्गावर वसाहतराज्याने केलेली उपकारांची खैरातच होती. याच दृष्टिकोनाचा पाठपुरावा भारतीय राष्ट्रीय काँग्रेसच्या नेतृत्वाने आपल्या पहिल्या तीन वर्षांच्या कार्यकाळात केला (१९१४ : १३५).''

१९१८ मध्ये काँग्रेसने ब्रिटिश साम्राज्यासमोर 'हक्कांचा जाहीरनामा' ठेवण्याची तयारी केली. त्यामध्ये भाषणस्वातंत्र्य, अभिव्यक्ती, संघटना, कायद्याप्रमाणे वागवले जाण्याचा अधिकार आणि या सर्वांच्या जोडीने वांशिक भेदातून मुक्ततेची मागणी करण्यात आली होती (दत्ता १९९८). कालांतराने मोतीलाल नेहरू समितीने १९२८ साली भारतीयांना नाकारण्यात आलेल्या सर्व मूलभूत हक्कांची मागणी केली. ब्रिटिश सरकारने जरी या मागण्या नाकारल्या असल्या तरी काँग्रेसने १९३१ च्या कराची अधिवेशनात मूलभूत हक्कांबाबतचा ठराव संमत केला. १९३६ मध्ये जवाहरलाल नेहरूंनी मूलभूत हक्कांबाबतच्या पहिल्या संघटनेच्या (इंडियन सिव्हिल लिबर्टीज युनियन) स्थापनेसाठी पुढाकार घेतला. इंडियन सिव्हिल लिबर्टीज युनियनची स्थापना १९३६ मध्ये मुंबईत झाली. त्यावेळी तिचे पहिले अध्यक्ष म्हणून रवींद्रनाथ टागोर होते. या संघटनेच्या उद्घाटनप्रसंगी नेहरूंनी केलेल्या भाषणात ते म्हणाले होते, 'सरकारला विरोध करण्यासाठी या संघटनेची आवश्यकता आहे.' (दत्ता १९९८ : २७९). १९४५ मध्ये तेजबहादूर सप्रू यांनी मूलभूत हक्कांवर अधिक भर देणारे चौथे संसदीय विधेयक मांडले होते. भारतीय घटनेमध्ये त्यांचा समावेश करण्यात आला. अशा रीतीने भारतीय संविधानाला समृद्ध करणारे मूलभूत हक्क भारतीय स्वातंत्र्य- लढ्याच्या परिणामाने अस्तित्वात आले (हरगोपाल अँड बालगोपाल १९९८ : ३५५-३५६). वसाहतवादाच्या काळातील नागरी हक्कांबाबतची चळवळ त्या मानाने खूपच त्रोटक

आहे. तरी या हक्कांच्या संबंधाने काही महत्त्वाच्या घडामोडींचा आणि मूलभूत हक्कांच्या विषयावर अधिक भर देणाऱ्या समाजगटांचा परिचय करून घेणे आवश्यक आहे.

स्वातंत्र्यानंतरची मूलभूत हक्कांसाठीची चळवळ प्रामुख्याने दोन भागांमध्ये विभागली आहे. आणीबाणीपूर्वीचा आणि आणीबाणीनंतरचा कालखंड. पश्चिम बंगालमधील कम्युनिस्टांच्या दडपशाहीच्या विरोधात 'सिव्हिल लिबर्टीज कमिटी'ची स्थापना १९४८ मध्ये पश्चिम बंगालमध्ये करण्यात आली (दत्ता १९९८); पण मूलभूत हक्कांच्या चळवळीच्या दृष्टीने हा कालखंड महत्त्वाचा नाही. मूलभूत हक्कांची चळवळ खऱ्या अर्थाने १९६० च्या उत्तरार्धात सुरू झाली. सरकारने नक्षलवाद्यांवर केलेल्या अमानुष हल्ल्याच्या पार्श्वभूमीवर ही चळवळ सुरू झाली (काकराला १९९४). समाजातल्या दलित गटाच्या न्याय आणि समानतेच्या मागणीतून निर्माण झालेल्या 'लोकशाही हक्कांचा' पुरस्कार या चळवळीने सातत्याने केला. पण या संघर्षाची चर्चा करताना काकराला म्हणतात,

> ''ज्यांना न्यायासाठी संघर्ष करायला लागतो, त्यांच्यासाठी लोकशाही हक्क आवश्यक आहेत. पण मूलभूत हक्क हे व्यक्तीसाठी पुरेसे आहेत. ज्या हक्कांचे अस्तित्व मान्य केलेले असते पण त्यांच्या अंमलबजावणीमध्ये कसूर केली जात असते. लोकशाही हक्क नाकारले गेल्याने ते मिळवण्यासाठी संघर्ष करण्याची वृत्ती बळावते.' (१९९४ : ९१-९५).''

इंदिरा गांधींच्या द्वारे २५ जून १९७५ रोजी लादलेल्या आणीबाणीमुळे नागरी हक्कांच्या चळवळीला एक व्यापक आयाम प्राप्त झाला. बहुजनांच्या हिताचे कार्यक्रम राबवण्यात 'मूलभूत हक्कां'मुळे अडथळा येत असल्याचे कारण सांगत इंदिरा गांधींनी 'मूलभूत हक्क' रद्द करून टाकले (रूबीन १९८७). राज्यशासनामध्ये अचानक लागू झालेल्या हुकूमशाहीमुळे देशातला बुद्धिवादी वर्ग हादरून गेला. देशातल्या राज्यशासनाबाबत अचानक एक मळभ दाटून आले. खऱ्या अर्थाने या वातावरणामुळेच देशातल्या नागरी आणि लोकशाही हक्कांबाबतच्या चळवळीला गती प्राप्त झाली (रे १९८६ : १२०३). सध्याच्या काळातल्या अनेक नागरी हक्कांविषयी कार्यरत असणाऱ्या संघटनांचा जन्म याच काळात झाला.

सध्या देशात मानवी हक्कांसंदर्भात कार्यरत असणाऱ्या अनेक संस्था आणि संघटना आहेत. त्यापैकी 'पीपल्स युनियन फॉर सिव्हिल लिबर्टीज' आणि 'पीपल्स युनियन फॉर डेमॉक्रेटिक राइटस' या त्यांतल्या महत्त्वाच्या संस्था आहेत. या संस्थांच्या अनेक शाखा आणि उपशाखा बऱ्याच राज्यांमधून पसरल्या आहेत. त्यांचे नाव जरी एकच असले तरी प्रत्येकाचे कार्य अगदी स्वतंत्र पद्धतीने चालते. आंध्रप्रदेश सिव्हिल

लिबर्टीज कमिटी (एपीसीएलसी), महाराष्ट्रातली 'कमिटी फॉर द प्रोटेक्शन ऑफ डेमॉक्रॅटिक राईट' (सीपीडीए), पंजाबमधील 'असोसिएशन फॉर डेमॉक्रॅटिक राइट्स', नागालँडमधील नागा समाजाची चळवळ असलेली 'नागा पीपल्स मुव्हमेंट फॉर ह्युमन राइट्स', गुजरातमधील लोक अधिकारी संघ, दिल्ली, मुंबई आणि अन्य ठिकाणची 'सिटीझन्स फॉर डेमॉक्रसी' या काही मुख्य संस्था या क्षेत्रात कार्यरत आहेत. सदस्य होण्याची आवश्यकता या संस्थांसाठी नाही. निमंत्रक, सचिव, अध्यक्ष अशा स्वरूपाची त्यांची कार्यकारिणी असते. काही ठिकाणी कार्यकारी एकत्रितपणे काम करते. त्यांनी त्यांच्यासाठी काही विशिष्ट कार्यक्रमपत्रिका ठरवून घेतलेली नसते किंवा उद्दिष्टेही ठरवलेली नसतात. त्यांच्या संघटनांची दिशादर्शक तत्त्वे किंवा लिखित घटनाही नसते. जेव्हा गरज भासते तेव्हा या संस्था काही समित्या, उपसमित्या बनवतात आणि त्यांच्या आधारे ठरावीक कार्य पार पाडले जाते. जागरूक नागरिकांचा समावेश असलेल्या अशा समित्या, उपसमित्या वेगवेगळ्या राज्यांमध्ये वेगवेगळ्या निमित्ताने सातत्याने अस्तित्वात येत असतात. काही वेळा या संघटना राज्यशासन आणि राजकीय पक्षांमध्ये समन्वयकाची भूमिका बजावतात. तर काहीवेळा राजकीय पक्षांच्या बरोबरीने प्रत्यक्ष कार्याच्या आघाडीवर येतात. त्यामुळे पोलीस किंवा लष्कराच्या छड्यांचा प्रसादही या कार्यकर्त्यांना मिळतो. या संघटनांचे काम बऱ्याच अंशी तात्कालिक स्वरूपाचे असते. विशेष नियोजन नसलेल्या अशा संघटनांमध्ये उपक्रमांची अंमलबजावणी करण्यासाठी पुरेसा अवकाश उपलब्ध होतो; पण त्यांच्याजवळ कार्यकर्ते आणि उपक्रमांची नेहमीच वानवा असते. सीतारामन काकराला यांनी केलेल्या आंध्रप्रदेशातील मानवी हक्कविषयक चळवळींच्या अप्रकाशित अभ्यासाव्यतिरिक्त राज्य किंवा देशपातळीवरच्या कोणत्याही संघटनेच्या कार्यपद्धतीचा, नेतृत्वाचा शास्त्रीय विश्लेषण करणारा अभ्यास आपल्याजवळ उपलब्ध नाही. काही निरीक्षकांच्या मतानुसार या संघटनांमध्ये शिक्षक, पत्रकार, साहित्यिक, कलाकार आणि कायदेपंडितांसारखी बुद्धिवादी मंडळीच अधिक प्रमाणात असतात. आंध्रप्रदेशात 'आंध्रप्रदेश सिव्हिल लिबर्टीज कमिटी' आणि 'असोसिएशन फॉर प्रोटेक्शन ऑफ डेमॉक्रॅटिक राइट्स'सारख्या संघटनांनी तुलनेने अधिक सदस्यांना आकर्षित केले आहे. या संघटनांमधील कार्यकर्ते प्रामुख्याने मध्यमवर्गीय आहेत (रे १९८६ : काकराला १९९३).

१९७६ मध्ये जयप्रकाश नारायण यांच्या नेतृत्वाखाली 'पीपल्स युनियन फॉर सिव्हिल लिबर्टीज' आणि 'डेमॉक्रॅटिक राइट्स' या संघटनेची स्थापना झाली. लवकरच या संघटनेचे 'सिव्हिल लिबर्टीज' आणि 'डेमॉक्रॅटिक राईट्स' अशा दोन वेगवेगळ्या संघटनांमध्ये विभागणी झाली. परंतु ही विभागणी प्रामुख्याने सैद्धांतिक स्वरूपाची होती. 'पीयूसीएल' अर्थात सिव्हिल लिबर्टीज या संघटनेने नागरी हक्क आणि लोकशाही

हक्क यांची विभागणी केली आहे. त्यांच्यानुसार लोकशाही हक्कांना अधिक महत्त्व दिले जात नाही. या संघटनेतून सामाजिक बदलांकडे अधिक उदारमतवादी दृष्टिकोनातून बघितले जाते. असे बदल घडवून आणण्यासाठी समाजामधून उत्स्फूर्तपणे चळवळीच्या स्वरूपात वैधानिक पद्धतीने बदल घडवून आणले जातात. याकडे यांचा कटाक्ष अधिक आहे. दुसरीकडे 'पीपल्स युनियन फॉर डेमॉक्रॅटिक राइट'च्या म्हणण्यानुसार 'सामाजिक, आर्थिक आणि राजकीय हक्क हे वेगळे करता येत नाहीत. सामाजिकदृष्ट्या पददलितांशी संबंधित विषयांवर चळवळ घडवून आणत असताना यांची आवश्यकता भासते. 'पीयूडीआर'च्या म्हणण्यानुसार नागरी स्वातंत्र्यप्राप्तीचा संघर्ष हा शोषितांच्या प्रगत जीवनासाठीच्या सर्वंकष संघर्षाचा एक भाग आहे. नागरी हक्कांसाठीचा लढा हा जरी सर्वसामान्यांच्या जीवनाशी किंवा त्यांच्या हक्कांशी थेट संबंधित नसला तरी त्यांच्या मागण्यांना पोषक असाच असतो. संविधानात नमूद केलेल्या हक्कांची आणि शोषितांच्या सहाय्यासाठी घटनेत वेळोवेळी समाविष्ट करण्यात आलेल्या कायद्यांची अंमलबजावणी करण्याची मागणी ते करत असतात (हरगोपाल आणि बालगोपाल १९९८). नंदिता हक्सरच्या म्हणण्यानुसार ''नागरी स्वातंत्र्यासाठीच्या चळवळीतून कोणतीही वेगळी, स्वतंत्र विचारधारा निर्माण होत नाही. या चळवळींचा एकमेव हेतू हाच असतो की जागल्याप्रमाणे राज्यावर लक्ष ठेवणे हा असतो. आपल्या देशातल्या अन्य सामाजिक, राजकीय, आर्थिक आणि सांस्कृतिक प्रश्नांची उकल करण्यासाठी राजकीय मार्ग किंवा चळवळच आवश्यक आहे.'' (१९९१ : ५). या दोन्ही विचारधारांमध्ये काहीअंशी भेद असला तरी पोलिसांची दडपशाही, तुरुंगात पडलेल्या कैद्यांचे अधिकार, साम्यवाद अशा काही गोष्टींच्या बाबतीत हे दोघेही एकत्र येऊनच कार्यरत असतात.

चळवळीतल्या कार्यकर्त्यांना करावा लागणारा संघर्ष एका बाजूला आणि राज्याकडून केली जात असलेली हिंसा दुसऱ्या बाजूला अशा विचित्र परिस्थितीतून मानवी हक्कविषयक चळवळीला नेहमी जावे लागते. १९४८ मध्ये पश्चिम बंगालमधील साम्यवादी कार्यकर्त्यांच्या दडपशाहीला तोंड देत असताना निदर्शने करणाऱ्या नागरी अधिकार समितीला कोणती भूमिका घ्यावी असा प्रश्न पडला होता. दत्ता यांच्या निरीक्षणानुसार ज्या साम्यवादी कार्यकर्त्यांच्या अधिकारावर आक्रमण झाले होते त्यांच्यावरच हिंसा घडवण्याचे आरोप होते. सिव्हिल लिबर्टी कमिटीला सामील होणाऱ्या उदारमतवादी कार्यकर्त्यांवर आपले मुख्य उद्दिष्ट आहे हे ध्यानात घेऊन आणि त्याच विचारांचा आधार त्यांनी आपली भूमिका ठरवण्यासाठी घेतला. साम्यवाद्यांचे संरक्षण करत असताना त्यांच्या लक्षात आले की राज्य सरकारकडून करण्यात येणारी हिंसा ही कार्यकर्त्यांकडून करण्यात येणाऱ्या सरकारविरोधातल्या हिंसेपेक्षा अधिक घातक आहे (१९९८ : २८०-२८१).

दत्ता आपले निरीक्षण पुढे नोंदवतात,

> 'पीयूसीएल' आणि अन्य सामाजिक संघटनांना हिंसेच्या बाबतीत आपली भूमिका अद्याप निश्चित करता आलेली नाही. 'एपीडीआर', 'एपीसीएलसी', 'पीयूडीआर' आणि 'सीपीडीआर' यांच्या सामायिक निरीक्षणानुसार शोषण करणाऱ्या वर्ग आणि गटांकडून केला जाणारा हिंसाचार हा प्रामुख्याने विरोधाचा मुद्दा असला पाहिजे. कारण याच आधाराने सामाजिक हिंसाचार वाढतो (१९९८ : २८५).

आता गेल्या काही वर्षांत विशेषत: १९८० च्या दशकात लोकशाही हक्कांच्या बाजूने उभे राहणाऱ्या प्रत्येकानेच चळवळीतल्या हिंसेला, अगदी दहशतवादाच्या हिंसाचारालादेखील एक प्रकारचा पाठिंबाच द्यायचे धोरण स्वीकारले आहे. पीपल्स वॉर ग्रुप (पी.डब्लू.जी)च्या कारवायांमध्ये निरपराध नागरिकांच्या हत्येला 'एपीसीएलसी' पाठिंबा देत नाही. पण त्याच वेळी त्यांना नेहमी एक कठीण प्रश्न विचारला जातो. जेव्हा सरकारकडून दडपशाही केली जात असते तेव्हा विरोध करण्याचा अधिकार लोकांना आहे का? जर विरोध करण्याचा अधिकार असेल तर त्याची पद्धत काय असली पाहिजे? समजा, जर चळवळ कायद्याच्या कक्षेच्या बाहेर गेली आणि त्यातून हिंसा उत्पन्न झाली तर अशा चळवळीला कशाप्रकारे हाताळले जायला हवे? (हरगोपाल आणि बालगोपाल १९९८ : ३६६).

मानवी हक्कांशी संबंधित संघटनांकडून स्वातंत्र्यानंतरच्या कालखंडात बऱ्याच विषयांचा ऊहापोह केला गेला. ए. आर. देसाई (१९८६, १९९०) यांनी १९६० ते १९८० या कालखंडात गरिबांच्या विरोधातल्या मानवी हक्कांच्या उल्लंघनाबाबतच्या काही महत्त्वाच्या घटनांचा अभ्यास केला आहे. बर्नेट रूबीननेही (१९८७) मानवी हक्कांच्या पायमल्लीच्या बाबतीतल्या घटनांचे विश्लेषण केले आहे. शेतजमीन आणि शेतमजुरांमधील वाद, पोलिसांकडून कायद्याचा बळाचा वापर, अभिव्यक्तीवरील बंधने, शहरातील घरबांधणी, शैक्षणिक स्वातंत्र्य, जातीय किंवा प्रादेशिक संघर्ष, महिलांना दिली जाणारी वागणूक इत्यादी. नंदिता हक्सरनी या सर्व प्रकारांचे चार विभागांत वर्गीकरण केले आहे.

१. कैद्यांशी संबंधित विषय. यामध्ये कच्च्या कैद्यांचा चुकीच्या पद्धतीने तपास आणि तुरुंगातल्या वातावरणाचा समावेश होतो.
२. पोलिसांकडून करण्यात येणारी हिंसा (नंतरच्या काळात सशस्त्र सैन्याकडून) लॉकअपमधील छळ, बेकायदेशीर गोळीबार, कायद्याचा अतिरिक्त वापर करून करण्यात आलेल्या बनावट चकमकी.
३. व्यक्तिविरोधातले कायदे, एखाद्या भूभागात प्रवेशबंदी, टाडा / मिसा / पोटा

आणि शोषितांच्या विरोधात वापरले जाणारे कायदे. उदाहरणार्थ, जंगल कायदा.

४. अल्पसंख्य आणि असंघटित कामगारांच्या विरोधातले कायदे, करारबद्ध केलेले कामगार, मजुरी, झोपडपट्टीवासीयांचे प्रश्न, भूमिहीन शेतमजूर आणि धार्मिकदृष्ट्या अल्पसंख्याकांच्या विरोधात सरकारकडून करण्यात येणारे शोषण.

मानवी हक्कविषयक चळवळींचे एक मुख्य काम असते ते म्हणजे पोलीस, सशस्त्र लष्कर, सरकारच्या अन्य यंत्रणांमार्फत आणि छळवणूक करणाऱ्या जाती, वर्गाकडून करण्यात येणाऱ्या हिंसेला 'नोंदवून' ठेवायचे. या कामी पाच-सहाजणांचा सत्यशोधनसंघ प्रत्यक्ष ठिकाणी भेट देतो. पोलिसांकडून प्रत्यक्ष परिस्थिती समजावून घेतो, प्रसारमाध्यमे आणि अन्य शक्य त्या मार्गाने पुरावे गोळा करतो. त्या पुराव्यांआधारे करण्यात आलेला अहवाल प्रसारमाध्यमे आणि मध्यमवर्गामध्ये पसरवला जातो. संसद, राज्य विधिमंडळ, मुद्रित आणि इलेक्ट्रॉनिक माध्यमांकडून अॅट्रॉसिटीज-सारख्या विषयांना भरपूर प्रसिद्धी दिली जाते. मानवी हक्कांचे ज्याने उल्लंघन केलेले असते त्याच्यावर कारवाई करण्यासाठी स्वाक्षरी मोहीम (सध्या ई-मेलही), जनहितयाचिका, वर्तमानपत्रांमधून लेख, धरणे आंदोलन, सभा, निदर्शने आणि उपोषणही केले जाते. घटनेतल्या शोषिताला न्याय मिळवून देण्यासाठी जनहित-याचिकाही न्यायालयात दाखल केल्या जातात (रे १९८७).

संयुक्त राष्ट्र संघ, अॅम्नेस्टी इंटरनॅशनल आणि देशातल्या मानवी हक्क संघटनांच्या दबावामुळे भारतीय संसदेने १९९३ मध्ये मानवी हक्क विधेयक मांडले. १९९४ मध्ये त्याचे कायद्यात रूपांतर झाले. या कायद्यामुळे राष्ट्रीय मानवी हक्क आयोग अस्तित्वात आला. या मानवी हक्क आयोगाच्या निर्मितीच्या प्रस्तावाचे मानवी हक्क संघटनांकडून म्हणावे तसे उत्साहात स्वागत झाले नाही. याबाबतीत न्यायमूर्ती व्ही. आर. कृष्णा अय्यर यांनी या संदर्भात आपले निरीक्षण नोंदवले आहे.

> ''अमेरिका, स्वीडन किंवा अन्य कोणत्या तरी देशाने आपल्याला सांगावे आणि मग आपण मानवी हक्क आयोगाची स्थापना करावी, ही एक प्रकारची शरमेची गोष्ट आहे. याचा अर्थ आपण मानवी हक्कांना मान देत नाही. त्यामुळे जर आमच्याकडून आर्थिक मदत हवी असेल तर मानवी हक्क आयोगाची निर्मिती व्हायला हवी. मानवी हक्क आयोग हे घरात बसलेल्यांसाठी एक आभासी, रंगीबेरंगी चित्र, परदेशातल्यांसाठी 'ब्राऊन शुगर', संवैधानिक यातायात, प्रत्यक्षात काहीही न घडवणारी केवळ बाष्कळ बडबड आहे. ज्याच्या सोनेरी पंखांच्या फडफडाटाने कोणताही चमत्कार होत नाही असा एक निरुपयोगी देवदूत आहे (विजयकुमार २००० : २१६)''.

शोषित आणि मानवी हक्क संघटनांकडून आयोगाकडे तक्रारी दाखल केल्या जातात. वर्तमानपत्रांमधील वृत्ताच्या आधारे आयोग स्वत: पुढाकार घेऊन विषय दाखल करून घेतो. पश्चिम बंगाल, हिमाचल प्रदेश, आसाम, मध्यप्रदेश आदी राज्यांनी राज्य मानवी हक्क आयोगाची स्थापना केली. राज्यातल्या आणि केंद्रीय मानवी हक्क आयोगाने मिळून पोलीस कस्टडीमधील मृत्यू, बनावट चकमकींमधील मृत्यू, बलात्कार, बालमजुरी, विस्थापितांना दिल्या जाणाऱ्या अन्याय्य वागणुकी-संदर्भातल्या अनेक प्रकरणांची चौकशी केली आहे. आतापर्यंत अशा काही प्रकरणांचे अहवाल राष्ट्रीय मानवी हक्क आयोगाकडून प्रसिद्ध करण्यात आले आहेत (पलाई १९९८, विजयकुमार २०००, मोहपत्रा २००१). मोहपात्रा यांच्या मते, राष्ट्रीय मानव- अधिकार आयोगाने देशात आणि परदेशात विश्वासार्हता आणि मान्यता मिळवलेली आहे. त्यांच्या मते, मानव अधिकार आयोग हा काही दात पडलेला वाघ नाही; कारण आयोगाने सुचवलेल्या बहुतेक शिफारसी सत्ताधाऱ्यांकडून स्वीकारण्यात आल्या आहेत. १९९३ मध्ये या आयोगाकडे आलेल्या ५०० तक्रारींवरून आता ही संख्या दरवर्षी ७० हजारांच्याही पुढे जाते आहे. मानवी अधिकारांचे उल्लंघन करण्यात आलेल्या तक्रारी फेटाळण्यात आल्याचे कोणीही म्हणू शकत नाही. काही कागदपत्रांच्या आणि मानवी अधिकार आयोगाच्या वार्षिक अहवालाच्या आधारे हा अभ्यास करण्यात आला आहे. हे अहवाल राष्ट्रीय मानव अधिकार आयोगाच्या सशक्तपणाचे आणि कार्याचे साक्षीदार आहेत. हे अहवाल विश्लेषणात्मक नक्कीच नाहीत. सुमंता बॅनर्जी यांच्या निरीक्षणानुसार काही प्रकरणांमध्ये राज्य सरकारने मानव अधिकार आयोगाचे आदेश पूर्णपणे अमान्य केले आहेत. "१९९३ पासून म्हणजे जन्मापासूनच राष्ट्रीय मानव अधिकार आयोग एखाद्या शारीरिक, मानसिकदृष्ट्या अपंग बालकासारखाच राहिला आहे. न्याय आणि तपासणीच्या कामावर भारतीय सरकारचे नियंत्रण राहिले आहे. अगदी नियोजनपूर्वक आयोगावर नियंत्रण ठेवण्यात आले आहे." (२००३ : ४२४).

राज्याने भारतीय संविधानाच्या निर्देशाप्रमाणे आणि मानवी अधिकारांच्या रक्षणासाठी केलेल्या जाहीरनाम्याप्रमाणे आपली जबाबदारी स्वीकारली आहे. देशातल्या आणि आंतरराष्ट्रीय पातळीवरच्या मानव अधिकार आयोगाच्या दक्ष उपस्थितीनंतरही मानव अधिकारांचे उल्लंघन होण्याच्या घटना वारंवार घडतच राहतात. मानव अधिकारांचे संरक्षण करण्यासाठी मानव अधिकार संघटना मोठ्या संख्येने लोकांना प्रेरित का करू शकत नाही हा खरा प्रश्न आहे? या मानव अधिकार संघटनांचे स्वरूप नेहमीच मध्यमवर्गातल्या एका लहान घटकापुरतेच का मर्यादित राहते?

पर्यावरणवादी चळवळ

१९७२ साली स्टॉकहोम इथे झालेल्या 'मानवी पर्यावरण' या विषयावरच्या अमेरिकेच्या परिषदेत सध्याच्या पर्यावरणाचा ऊहापोह करणारे आणि त्याचा पुढील पिढ्यांवरच्या परिणामांची चर्चा करणारे अनेक अहवाल, निबंध सादर करण्यात आले. वर्तमान आणि भविष्यकाळातल्या पिढ्यांसाठी सध्याचे पर्यावरण जतन करावे, वृद्धिंगत करावे अशी गरज या सर्व निबंधांमधून व्यक्त करण्यात आली होती. 'हरित शासन' किंवा 'इको ग्रीन्स' किंवा जर्मनी, उत्तर अमेरिकेतली १९८० च्या प्रारंभीच्या 'हरितक्रांती'मुळे जगभर 'हरित चळवळ' पसरण्यास मदत झाली. यामध्ये भारताचाही समावेश होता. अनेक कृतिगट, संशोधनसंस्था, अभ्यासगटांची या विषयाचा अभ्यास करण्यासाठी आणि जनमत तयार करण्यासाठी स्थापना करण्यात आली (स्पेंटॅक अँड कापरा १९८५). आतापर्यंत पर्यावरण या एका सर्वसमावेशक विषयासंदर्भात आणि हवा, जमीन, जंगल, पाणी, सागरी साधनसंपत्ती इत्यादी विषयांबाबतचे विपुल साहित्य 'शास्त्रीय' अभ्यासकांसाठी उपलब्ध झाले आहे. भारताच्या पर्यावरणासंदर्भात 'सेंटर फॉर सायन्स अँड एनव्हायर्नमेंट'च्या वतीने खूप अभ्यासपूर्ण अहवाल प्रसिद्ध झाले आहेत. पर्यावरणाबाबतीतले वेगवेगळे दृष्टिकोन या अहवालांतून मांडले गेले आहेतच. याशिवाय पर्यावरणाबाबतच्या संघर्षांची आणि चळवळींची माहिती या अहवालांमधून देण्यात आली आहे (२००३ पर्यंत ५ अहवाल प्रकाशित झाले आहेत). पाणी, जमीन, सागरी संपत्ती, जंगलसंपत्ती अशा पर्यावरणासाठीच्या स्थानिक पातळीवरच्या संघर्षाची दखल प्रसारमाध्यमांकडून घेतली जाते पण तरीही पर्यावरणविषयक विश्लेषक अभ्यासाचे प्रमाण खूपच नगण्य आहे. बहुतेक वेळा ज्या लोकांचे जीवनमान जंगल आणि त्यावरच्या साधनांवर आधारलेले असते त्यांच्या संघर्षालाच 'पर्यावरण चळवळ' म्हणून संबोधले जाते. शेतमजुरांच्या चळवळींच्या इतिहासाकडे बघितल्यावर त्या प्रामुख्याने शेत कसणारे शेतमजूर आणि जमीनमालक यांच्या संघर्षाचा इतिहास असल्याचेच लक्षात येते. जंगलांशी संबंधित चळवळींना आदिवासींची चळवळ म्हणूनच संबोधले गेले आहे. याबाबतीत गुहा आणि गाडगीळ यांनी आपली निरीक्षणे पुढीलप्रमाणे नोंदविली आहेत :

''ब्रिटिश काळातल्या भारतातील शेतीवादाचा मुख्य भर हा जमिनीबाबतचा आणि शेतीमालाच्या वाटपाबाबत होता. त्यातून नैसर्गिक समतोलाचा, मासेमारी, चराऊ कुरण, जलव्यवस्थापन आणि या विषयासंदर्भातली राज्य सरकारची भूमिका यामुळे प्रश्न निर्माण झाले (१९८९ : १४२).''

पर्यावरण चळवळीतल्या सर्वांत महत्त्वाच्या मानल्या जाणाऱ्या 'चिपको आंदोलना'बाबत रामचंद्र गुहा यांनी (१९९१) आणि 'नर्मदा आंदोलना'बाबत अमिता

बावीस्कर (१९९५ बी) यांनी केलेला अभ्यास हा या विषयातल्या मुख्य संकल्पनेचा वेध घेणारा आहे. या दोन्ही लेखकांना त्यांचे संशोधन केवळ पर्यावरण चळवळीचा अभ्यास म्हणून ओळखले जावे असे अजिबात वाटत नाही. गुहा यांना त्यांचे संशोधन हे पर्यावरणाच्या दृष्टिकोनातून शेतमजुरांच्या संघर्षाचा अभ्यास करणारे वाटते. त्या भूभागाचा जैविक इतिहास आणि पर्यावरणीय बदल यांची सांगड घालत निसर्गाचा माणसाकरवी वाढत्या वापराचा बदलता दृष्टिकोन (१९८९ : ुळीं) या विषयाला दिल्या गेलेल्या दुर्लक्षलेपणाच्या आधारे हा अभ्यास केला गेला आहे. त्यांनी हिमालयातील नैसर्गिक बदल आणि शेतमजुरांची विरोधी भूमिका या मुद्द्यांचा अधिक व्यापक तुलनात्मक दृष्टीने अभ्यास केला आहे. बावीस्कर यांनी मध्यप्रदेशातले आदिवासी आणि राज्य सरकार पुरस्कृत विकासाला त्यांचा असलेला विरोध हा केंद्रबिंदू मानून अभ्यास केला आहे. त्यांनी पर्यावरण चळवळीमागची सैद्धांतिक भूमिका तपासून बघण्याचा प्रयत्न केला आहे. विकास हा एकतर्फी आणि निसर्गाला घातक असा असल्याचा त्यांचा दावा आहे. या चळवळींनी विकासाला जरा अधिक विशाल करून त्याच्यावर टीका केल्याचे जाणवते. या टीकाकारांनी भूतकाळातली व्यक्ती ही निसर्गात सहजपणे सामावून त्याच्यावरच निर्वाह करत असल्याची आठवण करून दिली. निसर्गाबरोबरचे बंध असल्यामुळे भारतीय लोकांचे इथल्या जमिनीशी ऋणानुबंध आहेत. त्यांनी आदिवासींच्या सामाजिक आणि सांस्कृतिक जीवनाचेही विश्लेषण केले आहे आणि विकासाला असलेला त्यांचा विरोधही तपासून बघितला आहे. आदिवासींच्या जीवनाबद्दल त्यांनी प्रश्नही उपस्थित केला आहे. ''आदिवासींचा निसर्गवापर बघता, त्यांच्यावतीने बोलणाऱ्या पर्यावरणवाद्यांकडून मांडण्यात येणारी या आदिवासींची जीवनशैलीची परिभाषा किती तंतोतंत आहे हेही तपासून बघायला हवे.'' (ींळळळ).

जंगल उत्पादने, जंगलाची भूमी आणि देशातील अन्य भूमी यांच्यावरच्या वादाचे एक संक्षिप्त परंतु महत्त्वपूर्ण शब्दचित्र गुहा आणि गाडगीळ यांनी उभे केले आहे. पूर्वी चर्चा केल्याप्रमाणे १९३० मध्ये जंगलवासियांनी 'जंगलातले अतिक्रमण' या मुद्द्यावरून फॉरेस्ट डिपार्टमेंटबरोबर सत्याग्रह केला होता. अगदी याच पद्धतीने स्वातंत्र्यप्राप्तीनंतरच्या काळातही संघर्ष होत गेला. शिवा आणि बंदोपाध्याय (१९८६: १९८८) यांनी सांगितल्याप्रमाणे राजस्थानातल्या खेजडी गावातल्या वैष्णवी समाजातल्या २०० निरपराध नागरिकांना जोधपूरच्या शाही सैन्याकडून झाडे तोडली गेल्याच्या निषेधार्थ केलेल्या विरोधाच्या प्रयत्नात आपला जीव गमवावा लागला होता. शेतकरी किंवा जंगलवासीयांनी जंगलतोड करणाऱ्यांना, जंगल भ्रष्ट करणाऱ्यांना विरोध केल्याच्या आणखीही बऱ्याच घटना आहेत. अशासारख्या घटनांमधून जंगलवासीय आणि वनसंरक्षक खात्यामधील तणाव स्पष्ट होतो. शिवा आणि बंदोपाध्याय यांच्या

म्हणण्यानुसार, या तणावातून समाजातील पर्यावरणविषयक चळवळ उभी राहू शकत नाही. अशा चळवळी ज्यांच्या यशस्वितेवर त्या ठरावीक प्रश्नांची उकल अवलंबून असेल, अशा या चळवळी नसतील. या मुद्द्यांच्या आधारे मूळ प्रश्नांचे उत्तर शोधणे कधीही शक्य होणार नाही.' (१९८६ : ८५). वनविषयक संघर्ष दोन टप्प्यांमध्ये विभागले जाऊ शकतात. व्यावसायिकीकरणाला थेट विरोध करणारा संघर्ष आणि शास्त्रीय वनसंवर्धनाच्या नावाखाली चाललेल्या व्यावसायिकीकरणाला विरोधी प्रतिसादाच्या स्वरूपात या संघर्षांचा उल्लेख करता येईल. खूप फायदा मिळवण्याच्या दृष्टीने शास्त्रीय वनीकरणाचा पुरस्कार करत वनांचा प्रमाणापेक्षा अधिक आणि विपर्यस्त वापर करण्याचे तंत्र बहुसंख्यांकडून वापरले जाते. हा अवास्तव फायदा आणि आत्यंतिक गरज यांमधील संघर्ष आहे. आधुनिकतेसाठी विज्ञानाचा आधार घेऊन शास्त्रीय पद्धतीने वनीकरण करणाऱ्यांना विज्ञानाचा समाजहितासाठी उपयोग करू इच्छिणाऱ्या, गरिबांसाठी कार्यरत असणाऱ्या कृतिगटांकडून नेहमीच आव्हान दिले जात असते. १९७७ मध्ये जेव्हा वनांचे महत्त्व विज्ञानाच्या माध्यमातून पटवून सांगणाऱ्यांनी 'चिपको आंदोलना'ला पाठिंबा द्यायला सुरुवात केली तेव्हा ते आंदोलन खऱ्या अर्थाने पर्यावरणवादी आंदोलन झाले असे त्यांचे म्हणणे होते. त्यांनी पुढील घोषणा–घोषणांमध्ये त्यांचे म्हणणे मांडले होते.

'जंगलांमध्ये काय असते?
जमीन, पाणी आणि शुद्ध हवा'

ही घोषणा अडवाणी वनामधल्या हेनवेल जंगलातल्या एका महिलेने केली होती. पण त्यांनी या घोषणेचा विपर्यास केला. शास्त्रीय परिभाषेतून वनांचे म्हणणे पटवून सांगताना त्यांनी नवीन घोषणा प्रचलित केली.

'जंगलामध्ये काय असते?
रेजीन, टिंबर आणि फायदा' (१९८६ : ८८).

बावीस्कर यांनी भारतातल्या विकासतंत्राचा चिकित्सक अभ्यास केला आहे. त्यांच्या मते, नैसर्गिक साधनसंपत्तीचा उपयोग करण्याच्या क्षमतेने गेल्या पाच दशकांतल्या सुधारणेचे धोरण नाकारले आहे. त्यांच्या म्हणण्यानुसार,

> ''जेव्हा समाजाकडून वनांचा पारंपरिक पद्धतीने उपयोग करून घेतला जात होता, तेव्हा स्वातंत्र्यप्राप्तीनंतर विकासाचे मॉडेल मांडण्यात आले. नव्याने स्वतंत्र झालेल्या राज्यांच्या विकास आराखड्यानुसार वनांचे व्यवस्थापन करण्याच्या नवीन धोरणामुळे तणाव वाढला. वनवासी आणि वनविभाग यांच्यात

न संपणाऱ्या संघर्षाला यामुळे सुरुवात झाली. किनारपट्टीवर पारंपरिक पद्धतीने जाळ्याने मासेमारी करणे आणि यांत्रिकी पद्धतीने मासेमारी करण्यातला संघर्ष थेट डंकेल आराखड्यापर्यंत आणि पारंपरिक स्रोतांच्या उपयोगाच्या मुद्द्यापर्यंत ताणला गेला. हा वाद केवळ निसर्गाच्या स्रोतांचा वापर करून फायदा मिळवण्यापर्यंत राहिला नाही तर निसर्गाच्या या स्रोतांद्वारे अधिकाधिक फायदा मिळवण्यासाठी वापरण्यात येणाऱ्या कृत्रिम मार्गांच्या वापरापर्यंत ताणला गेला. काही वेळा या विवादामध्ये दोन्ही मुद्दे समाविष्ट झालेले दिसतात. यामध्ये निसर्गाचे आणि माणूसपणाचे हवे तसे शोषण करण्याची मानसिकताही बघायला मिळते. तर दुसरीकडे या दोहोंच्या प्रति आदर आणि काळजीची भावना बघायला मिळते (१९९५ बी : ३२-३३).''

ढोबळमानाने बोलायचे झाले तर पर्यावरणवादी चळवळ म्हणजे माणूस आणि निसर्ग यांचे परस्परांसंबंधीचे नाते आहे. गुहा आणि गाडगीळ यांनी पर्यावरणवादी चळवळीची व्याख्या केली आहे : ''नैसर्गिक स्रोतांचा अधिक दीर्घकाळ वापर करण्यासाठी, निसर्गाची अवनती रोखण्यासाठी आणि नैसर्गिक स्रोतांचे पुनरुज्जीवनीकरण करण्यासाठी केलेली सामुदायिक सामाजिक कृती.'' (१९८९ : ४५५). पाश्चिमात्य देशांमध्ये नैसर्गिक स्रोतांचा अधिकाधिक आणि उपयुक्ततेसाठी वापर आणि त्या स्रोतांचे संवर्धन करण्याच्या कृतीला पर्यावरणवादी चळवळ म्हणून ओळखले जाते. भारतात नैसर्गिक स्रोतांच्या वापराबरोबरच त्याला पर्यायी स्रोतांचा वापर करणे आणि शक्य तेवढे त्यावर नियंत्रण ठेवण्याच्या कृतीला पर्यावरणवादी चळवळ म्हणून संबोधले जाते. जयंता बंदोपाध्याय आणि वंदना शिवा (१९८८) यांच्या मते, स्वतंत्र भारतातील पर्यावरणवादी चळवळी ही बाजारीकरणाच्या दबावामुळे वाढणाऱ्या नैसर्गिक स्रोतांच्या शोषणाच्या विरोधातच अधिक वाढली आहे. निसर्गाचे शोषण करणाऱ्यांच्या अशा कृतीमुळे गरीब आणि निर्बलांचे जीवनच धोक्यात आले आहे. त्यांच्या म्हणण्यानुसार, ''भारतातील पर्यावरणवादी चळवळ म्हणजे नैसर्गिक स्रोतांचे अर्थकारण आणि बाजारीकरणावर आधारित विकासतंत्राला विरोध करण्याच्या प्रयत्नाची अभिव्यक्ती आहे.'' या चळवळींनी बाजार, घरगुती आणि निसर्ग यांच्यावर आधारलेल्या 'तीन भारत आणि तीन अर्थकारण' यामधील परस्परभिन्नता संपुष्टात आणली आहे. (शिवा १९८६, सेठी १९९३).

हर्ष सेठी (१९९३) यांनी या चळवळीच्या विचारधारेच्या आधारे त्याचे तीन गटांत वर्गीकरण केले आहे. ''त्यातल्या पहिल्या प्रकारानुसार पर्यावरणविषयातल्या राजकीय अर्थकारणाचा विषय हाताळला जातो. या प्रकारात स्रोतांचे वाटप आणि त्याच्या वापराच्या हक्कांचे विषय उपस्थित केले जातात. दुसऱ्या प्रकारानुसार

पर्यावरणविषयक समस्यांचे निराकरण उपलब्ध सामाजिक आणि आर्थिक परिस्थितीच्या आधारे तंत्रज्ञानावर भर देत करण्याचा प्रयत्न केला जातो. यामध्ये कायदेशीर मार्गाला अधिक महत्त्व देऊन धोरणात्मक निर्णय घेतला जातो. तिसऱ्या वर्गाच्या पर्यावरणचळवळीनुसार आक्रमक विकासतंत्राला विरोध केला जातो आणि माणूस-निसर्ग या दोन्हींमधील संबंधाची चिकित्सा करण्याचा आग्रह धरला जातो.''

गुहा आणि गाडगीळ हे चळवळीत सहभागी होणाऱ्या कार्यकर्त्यांच्या आधारे चळवळीचे वर्गीकरण करतात. त्यांच्या मते, सहभागी होणाऱ्यांचेही तीन वर्ग असतात. समन्वयक, पर्यावरणव्यवस्था मानणारे आणि पर्यावरणवादी विस्थापित. चळवळीच्या या वर्गीकरणामध्ये चळवळीशी संबंधित सात मुख्य अडथळ्यांकडे दुर्लक्ष होण्याची शक्यता अधिक आहे. यांतील दोन अडथळे हे निसर्गसंवर्धनाशी, एक पुनरुज्जीवनाशी आणि अन्य मुद्दे हे सांस्कृतिक, धार्मिक परंपरांशी संबंधित आहेत. यांतल्या तिसऱ्या मुद्द्याच्या आधारे स्रोतांचा परिणामकारक वापर करण्यासाठीच्या तंत्रज्ञानविषयक दृष्टिकोनावर भर दिला जातो. त्यांच्या मते, आजच्या घडीला भारतात पूरक कार्य हे पर्यावरणाशी संबंधित चळवळींमधील सर्वात आक्रमक अंग बनले आहे. गरिबांशी संबंधित या मुद्द्याला 'पर्यावरणवाद' असे म्हटले जाऊ लागले आहे. त्यांच्या विचारधारेला अनुसरता या चळवळीमध्ये चार मुख्य अडथळे आहेत. ''टोकाचा गांधीवाद, पर्यावरणीय मार्क्सवाद, योग्य तंत्रज्ञानवाद, शास्त्रीय वनीकरण आणि खुला उदारतावाद.'' त्यांची राजकीय, सामाजिक आणि आर्थिक क्षेत्रांतली विचारधारा परिशिष्ट क्रमांक १०.१ मध्ये मांडली आहे. टोकाच्या गांधीवादानुसार पाश्चात्त्यांप्रमाणे पौर्वात्य समाज हा जडवाद मानणारा नाही (गुहा १९९८). वसाहतवादाने आणलेल्या औद्योगिकीकरणाच्या ते विरोधात आहेत. या विचारधारेमध्ये बऱ्याच वेळी जीवनशैली आणि निसर्गाशी संबंधी विचार अधोरेखित करण्यासाठी हिंदू तत्त्वज्ञानाचा आणि पुराणकथांचा आधार घेतला जातो. पर्यावरणीय मार्क्सवाद्यांसाठी सामाजिक आणि पर्यावरणीय समरसतेसाठी आर्थिक सामाजिकरणाची निर्मिती ही एक पूर्वअट आहे. त्यांच्या प्रत्यक्ष कृतीमध्ये समाजवादी कार्यकर्ते हे गरिबांना सामूहिक कृतीसाठी एकत्रित करत असतात. राजकीय आणि अर्थार्जनाच्या साधनांचे पुनर्वाटप हा त्यांच्या मुख्य हेतूच्या दिशेने त्यांची वाटचाल सुरू असते. सुयोग्य तंत्रज्ञानवादी हे लहान, मोठ्या, पौर्वात्य आणि पाश्चात्त्य परंपरांमध्ये विश्वास ठेवतात. 'सध्याच्या केंद्रित आणि पर्यावरणासाठी हानिकारक तंत्रज्ञानाला पर्यायी अशा सामाजिक तंत्रज्ञानांचा' वापर करण्याकडे यांचा कल अधिक असतो. त्यामानाने व्यवस्थेमधल्या त्रुटींना आव्हान देण्यात यांना स्वारस्य नसते. शास्त्रीय वनीकरणवादी हे क्षमता आणि व्यवस्थापनाकडे अधिक लक्ष देत असतात. वन्य उदारतावाद्यांना जंगल, वन्य प्राणी, जैविक विविधतेमध्ये

परिशिष्ट १०.१ : विविध विचारधारांचे भारतीय पर्यावरणवादी चळवळीतले वैचारिक प्राधान्यक्रम

	आत्यंतिक गांधीवाद	पर्यावरणीय मार्क्सवाद	सुयोग्य तंत्रज्ञानवाद	शास्त्रीय वनीकरण	अन्य उदारतावाद
राजकारण	आत्यंतिक विकेंद्रित लोकशाही	कामगारांची हुकूमशाही	विकेंद्रित लोकशाही ग्राम प्रजासत्ताक महिला आणि दलितांचा सहभाग	कोणतेही निश्चित धोरण नाही	कोणतेही निश्चित धोरण नाही
निर्णय – प्रक्रिया	संकुचित निर्णयक्षमता	केंद्रीय योजना	विकेंद्रित योजना	केंद्रित योजना	आत्यंतिक केंद्रित व्यवस्थापन
समाज	कोणतेही निश्चित धोरण नाही	आर्थिकदृष्ट्या फायद्याचा पण राजकीयदृष्ट्या प्रभावित	आर्थिक सामाजिक हिताचा	कोणतेही निश्चित धोरण नाही	निश्चित धोरण नाही
अर्थकारण	संमिश्र अर्थनीती	राज्याची हुकमी सत्ता	संमिश्र अर्थनीती	संमिश्र अर्थनीती	कोणतेही निश्चित धोरण नाही
व्यापार उद्योगाची श्रेणी	बहुतेक वेळा ग्रामपातळीवर	बहुतेक वेळा मोठ्या प्रमाणावर	प्रत्यक्ष लघुक्षेत्रावर केंद्रित पण मोठ्या क्षेत्रातही उत्साही	कोणतेही निश्चित धोरण नाही	कोणतेही निश्चित धोरण नाही
स्वीकार क्षमता	तात्त्विकदृष्ट्या मर्यादित	प्रगती आणि पर्यावरणाच्या दृष्टीने मर्यादित	अमर्यादित	अमर्यादित	कोणतेही निश्चित धोरण नाही
वैश्विक अर्थकारणाशी संबंध	कमकुवत	कमकुवत	कमकुवत	कमकुवत	कोणतेही निश्चित धोरण नाही
तंत्रज्ञानविषयक बदलाचे स्वरूप	अवास्तव कमी	खूप जास्त	मध्यम	निश्चित धोरण नाही	कोणतेही निश्चित धोरण नाही
लष्करी कारवाईस अनुकूलता	फारच कमी	जास्त	कमकुवत	कमकुवत	कोणतेही निश्चित धोरण नाही

स्रोत : माधव गाडगीळ आणि रामचंद्र गुहा १९९८ 'टुवर्डस् अ पर्स्पेक्टिव्ह ऑन एन्व्हॉरमेंटल मुव्हमेंट इन इंडिया'. द इंडियन जर्नल ऑफ सोशियल वर्क ५९(१), पान ४६९.

अधिक स्वारस्य असते. ते निसर्गवादी असतात. प्रत्यक्षात वैचारिक संकल्पना एकमेकांवर कुरघोडी करणाऱ्या आहेत. गुहा आणि गाडगीळ यांनी पर्यावरणीय मार्क्सवादी आणि गांधीवादी हे अर्थकारण आणि गरजा यांच्यातल्या विसंगतीवर काय उपाय सांगतात आणि लोकांच्या बदलत्या दृष्टिकोनानुसार अधिक व्यापक अर्थकारणाबाबतची भूमिका कशाप्रकारे मांडतात हे मात्र स्पष्ट केले नाही. बाविस्करांनी त्यांच्या 'नर्मदा बचाओ आंदोलना'च्या अभ्यासात आपले निरीक्षण नोंदवले आहे :

> ''प्रकल्पाच्या विरोधात कार्य करण्याची गरज अधिक तीव्र बनू लागली आहे. आंदोलनात तडजोड स्वीकारली जाऊ लागली आहे आणि गांधीवादावर आधारित राजकीय सिद्धांतांचा स्वीकार आंदोलनकर्त्यांनी करायला सुरुवात केली आहे. आंदोलनातली गुंतागुंत लक्षात घेऊन ते समजून घेऊन त्याला पाठिंबा देणाऱ्यांमध्ये आता शहरी बुद्धिवादी वर्गही सामील होऊ लागला आहे. विकासामागचे तंत्र समजून घेतले जाऊ लागले आहे. पाटीदारांच्या उपस्थितीमुळे आंदोलनाच्या वाटेतला अडथळा दूर होऊ लागला आहे. पर्यावरणीय सक्षमतेच्या दृष्टीनेही आंदोलन सक्षम व्हायला लागले आहे. नर्मदेच्या खोऱ्यातील परिस्थिती जरी आंदोलनासाठी उपहासात्मक असली तरी आंदोलन तात्त्विकदृष्ट्या विकासवादी राज्याच्या आव्हानाला तोंड देऊ शकते.'' (१९९५ अ : २२७).

हर्ष सेठी 'पर्यावरणविषयक संघर्षाची' पाच वर्गांमध्ये विभागणी करतात : (१) जंगलविषयक : वनधोरण, वनांमधील स्रोतांचा वापर करण्यासंदर्भात. (२) जमीनविषयक : औद्योगिकीकरण आणि शेतजमिनीच्या हानीच्या संदर्भात, वाढती लोकसंख्या, रासायनिक खतांच्या वापरामुळे होणारी जमिनीची हानी, पाण्याच्या अतिवापरामुळे जमिनीची नापिकता. (३) मोठ्या धरणांच्या विरोधात : अशा मोठ्या धरणांच्या बांधकामापूर्वी नदीपात्रातल्या ग्रामीण आणि वनवासी वननिवासी लोकांचे विस्थापन, जंगलतोड आदींमुळे होणारे पर्यावरणाचे नुकसान. (४) औद्योगिकीकरणामुळे होणाऱ्या प्रदूषणाच्या विरोधात ५ सागरी स्रोतांच्या अतिरिक्त वापराच्या विरोधात. अंधारिया आणि सेनगुप्ता (१९९८) यांनी सध्याच्या पर्यावरणवादी चळवळीची पाच गटांमध्ये वर्गवारी केली आहे. ज्या मुद्द्यांच्या आधारे चळवळ उभी राहिली आहे त्यांच्या आधारे त्यांनी चळवळीचे वर्गीकरण केले आहे. या संघर्षात सहभागी झालेल्या काही गटांची उदाहरणेही ते देतात. त्यांनी त्यांचे वर्गीकरण परिशिष्ट क्रमांक १०.२ मध्ये दिले आहे. त्यांच्या मते, पर्यावरणाशी संबंधित मुद्दे हे विकासाच्या स्वरूपावर अवलंबून असतात आणि भारतातल्या पर्यावरणाच्या विकासाचा आराखडा हा आंतरराष्ट्रीय राजकीय अर्थकारणाच्या अगदी जवळचा आहे. त्यामुळे या दोन्हींचा

स्वतंत्रपणे अभ्यास करता येणार नाही. परिशिष्टानुसार आपल्याला हे सहज समजू शकते की शहरी आणि ग्रामीण दोन्ही भागांमधून वन, शेती, औद्योगिक प्रदूषण, आण्विक चाचण्या, पर्यटन इत्यादीविषयीचे, अनेक पर्यावरणविषयीचे मुद्दे उपस्थित होत असतात. पर्यावरणाच्या ऱ्हासाच्या बाबतीत विरोधाची भूमिका घेणाऱ्या कितीतरी स्वयंसेवी संस्था अस्तित्वात आहेत. राजकारण्यांवर आणि उद्योजकांवर दबाव आणणे याशिवाय या स्वयंसेवी संघटना नागरिकांमध्ये पर्यावरणविषयक जागरूकता निर्माण करण्यासाठीही वेगवेगळे उपक्रम राबवत असतात. 'केरळ पीपल्स सायन्स मुव्हमेंट'सारखी संस्था शास्त्रज्ञांचे शोध सामान्यांना समजावून सांगण्याचा प्रयत्न करत असते. शाश्वत विकासाला ही संघटना पाठिंबाच देते. पर्यावरणासंबंधी लोकांमध्ये जागरूकता निर्माण करण्यासाठी यांच्यामार्फत पदयात्रांचे आयोजन केले जाते. काही अन्य संस्था अशाच प्रकारची कार्यशैली अनुसरतात. प्रदूषण, नापिकता, नैसर्गिक स्रोतांची हानी अशा विषयांवर अभ्यासपत्रके आणि हस्तपत्रिकांचे वाटप या संस्थांद्वारे केले जाते. क्वचित्प्रसंगी काही संस्थांकडून पर्यावरण आणि मानवी जीवनाला हानिकारक अशा सरकारी, खाजगी प्रकल्पांच्या विरोधात न्यायालयातही दाद मागितली जाते.

वनस्रोत आणि अन्य विषयांसंदर्भात लढा करणाऱ्यांमध्ये प्रामुख्याने वनवासी आणि जंगलावर उपजीविका अवलंबून असणारे कष्टकरी वर्गातले लोकच अधिक असतात. या स्रोतांवर आक्रमण करणाऱ्या आणि त्यांना या नैसर्गिक स्रोतांचा लाभ घ्यायला अटकाव करणाऱ्यांच्या विरोधात ते संघर्ष करतात. त्यांच्या विरोधी प्रतिक्रियांचे स्वरूप निदर्शने, मोर्चे यांपासून दरोडे, खून इथपर्यंत काहीही असू शकते. गुहा यांच्या म्हणण्यानुसार, प्रथेनुसार आपल्या पारंपरिक अधिकारांचे रक्षण करणे ही राज्यकर्त्यांची जबाबदारी मानली जात असे. जेव्हा अधिकारांचे रक्षण करण्यास राज्यकर्त्यांना अपयश येते किंवा ते स्वतःच या अधिकारांवर आक्रमण करतात तेव्हा केल्या जाणाऱ्या बंडावर परंपरेने बंदी आहे. टेहरी गढवालच्या बाबतीत सामाजिक विरोधाच्या तंत्रामध्ये 'धंडक' या पारंपरिक नीतीचा अवलंब करण्यात आला. बहुतेक वेळा औद्योगिकीकरण आणि व्यावसायिकीकरणाच्या अगोदर राजेशाहीच्या काळात 'धंडक' नीतीचा उपयोग बंडासाठी करण्यात येत होता. जेव्हा अशा पारंपरिक विरोधी तंत्राचा उपयोग होत नाही तेव्हा लोक आत्यंतिक बळाचा वापर करायला उद्युक्त होतात. जरी प्रस्थापितांना त्यांचे स्थान बळकट करण्यास विचारधारांचा आधार मिळाला तरी लोकांना प्रतिक्रिया देण्यासाठी असलेल्या उपायांच्या आधारे विरोध नोंदवला जाऊ शकतो.

परिशिष्ट १०.२ : पर्यावरणचळवळीचे त्यातल्या मुद्द्यांच्या आधारे केलेले वर्गीकरण

वर्ग	मुद्दे	काही उदाहरणे
वन–जमीन चळवळीविषयक	वन्य स्रोतांचा वापर करण्याचा अधिकार नैसर्गिक स्रोतांचा अव्यावसायिक कारणासाठी उपयोग जमिनीच्या नापिकतेला विरोध सामाजिक न्याय / मानवी अधिकार	चिपको, आपिको, देशभरातल्या आदिवासी (झारखंड / बस्तर) पट्ट्यातल्या चळवळी
सागरी स्रोत आणि मासेमारी आणि मत्स्योद्योगविषयक	जाळ्यांच्या उपयोगावर बंदी, व्यवसायिकीकरणावर बंदी सागरी स्रोतांचे संरक्षण समुद्रकिनाऱ्यांवरच्या नियमांचे पालन	राष्ट्रीय मासेमारी संघटना केरळमधला पारंपरिक मत्स्योद्योग, चिलका बचाओ आंदोलन, ओरिसा
औद्योगिक प्रदूषण	प्रदूषणनियंत्रण उपायांची कडक अंमलबजावणी, नुकसानभरपाई आरेखन, नियोजन आणि जीविताशी संबंधित मुद्द्यांचा, स्थानिक लोकसंख्येचा विचार न करता केलेल्या औद्योगिकीकरणाची भरमसाठ वाढ रोखणे	भोपाळमधील जहरी गॅस मोर्चा बिहारमधील गंगा मुक्ती आंदोलन कर्नाटकातल्या हरिहर पॉली फायबर फॅक्टरीच्या विरोधातले आंदोलन मध्यप्रदेशातल्या शाहडोल जिल्ह्यातल्या प्रदुषण करणाऱ्या कारखाना ग्रुपच्या ग्वालियर रेऑनमुळे सोन नदीचे प्रदूषण रोखण्यासाठी केलेले आंदोलन केरळ शास्त्र साहित्य परिषदेने चेलियार नदी प्रदूषणाविरोधातले आंदोलन
विकास उपक्रम अ. धरणे आणि जल संधारण	वनांचे संरक्षण जैविक संतुलन विघातक विकास विस्थापितांचे पुनर्वसन	केएसएसपीद्वारे केलेल्या खोऱ्यातील आंदोलने नर्मदा बचाओ आंदोलन टेहरी बंद विरोधी आंदोलन कोशी गंधक बोधघाट आणि बेडथी भोपालपट्टणम आणि पश्चिमेकडील इच्चामपल्ली दक्षिणेकडील तुंगभद्रा, मलप्रभा आणि घटप्रभा परियोजना कोयना प्रकल्पग्रस्त समिती
ब. ऊर्जा प्रकल्प	जैविक संतुलन पुनर्वसन आणि पुनर्व्यवस्थापन	दाभोळमधील एन्रॉनविरोधी जन आंदोलन बिहारमधील कओ करो जन संघटना डून खोऱ्यातले खाण विरोधी आंदोलन

राज्यकर्त्यांची विचारसरणी आणि प्रत्यक्षातली परिस्थिती यांमधल्या भेदामुळेच विरोध निर्माण होतो असे स्कॉट यांचे म्हणणे आहे. दबावाची परिस्थिती उत्पन्न होणे हे सगळ्यामागचे मुख्य कारण आहे. सततच्या दबावाला विरोध करण्यासाठीच संघर्षाची निर्मिती होते. बहुतेक वेळा दबावाच्या परिस्थितीचा परिणाम म्हणजे संघर्ष असेच होते.

बावीस्करांनी विकासाच्या मुद्द्यावर वनवासींनी केलेल्या विरोधाच्या बाबतीतही अधिक विवेचन केले आहे. त्यांच्या मते, वनवासींच्या विरोधामध्ये केवळ विरोधाला विरोध असत नाही तर शोषण करणाऱ्या परिस्थितीला आणि विकासाला घातक अशा परिस्थितीला पर्याय देण्याची क्षमता त्यांच्या निसर्गावर आधारित जीवनशैलीमध्ये असते (१९९५ बी : ४७). या दोन्ही अभ्यासांमध्ये समाजगट हा एकसंघ असल्याचे बघायला मिळते. वर्गीकरण करण्यासाठी हा एक सामायिक घटक आहे. गुहा यांनी हिमालयीन क्षेत्रातल्या कामगारांना अर्थकारण आणि राजकारणाच्या दृष्टीने अधिक महत्त्व दिले आहे. तरी त्यांनी 'बाहेर'च्यांना किंवा स्थानिक पर्यावरणवादी चळवळीच्या संबंधितांच्या भूमिकेला अधिक महत्त्व दिलेले नाही. बावीस्करांनी दुसरीकडे नर्मदा बचाओ आंदोलनाच्या कार्यकर्त्यांच्या विकासाच्या मुद्द्यावरच्या थेट हस्तक्षेपाची मात्र चिकित्सा केली आहे. त्यांनी आंदोलनामधील निर्णयप्रक्रियेची आणि खेडूत मजदूर चेतना संगत तिलोनियासारख्या संघटनेतल्या शहरी कार्यकर्त्यांच्या सहभागाची चिकित्सा केली आहे. त्यांनी स्थानिक ग्रामसमितीची स्थापना केली आणि त्या माध्यमातून नर्मदा बचाओ आंदोलनासारख्या मोठ्या आंदोलनाशी आपल्या स्थानिक समस्या जोडल्या. आदिवासींसाठीच्या भ्रामक विकासाच्या मुद्द्यावर केले जाणाऱ्या विकासाच्या राजकारणापासून आदिवासींचे लक्ष दूर ठेवण्याचा प्रयत्न संगतने केला. संगतच्या या रणनीतीमुळे आदिवासींची स्वतंत्र ओळख कायम राहिली. या रणनीतीला 'संगत राजकारण' म्हणून ओळखले जाते (१९९५ बी : १९५). त्यांच्या मते, संघर्ष हा नेहमी त्यांच्या जीवनाशी संबंधित असतो आणि त्यांचे जीवन हे नैसर्गिक स्रोतांवर आधारलेले असते.

स्थानिक गट आणि शहरी कार्यकर्ते यांच्यातले परस्परांबाबतचे संबंध ही या चळवळीतली महत्त्वाची गोष्ट आहे असे सेठींचे म्हणणे आहे.

जेव्हा संघर्षाचा मुद्दा स्थानिक पातळीच्या बाहेर खेचून आणला जातो तेव्हा त्यातले व्यवहार खूप कठीण बनून जातात. संघर्षाच्या केंद्रीय मुद्द्यांना अशा रीतीने बगल दिल्यामुळे चळवळीच्या मुख्य हेतूबद्दल प्रश्नचिन्ह उभे

> राहू शकते आणि मुख्य प्रश्नापासून चळवळ दूरही नेली जाऊ शकते. अशा वेळी सामान्यांचे अधिकार डावलले जातात. शोषित आणि मध्यमवर्गातले कार्यकर्ते यांचे चळवळीतले प्रमाण कसेही कमी-जास्त असले तरी मुख्य विषयाच्या बाबतीत काहीशी संदिग्धता निर्माण होते. याबाबतीत पत्रकार त्यांना सोयीस्कर असे मुद्दे मांडत असतात तर वकिलांना कोर्टात मांडण्यासाठी सबळ मुद्द्यांचा शोध घेत असतात तर चित्रपटनिर्माते त्यांच्या प्रेक्षकांच्या दृष्टीने अधिक आकर्षक चित्रपट कसा करता येईल याचा विचार करत असतात. पण त्याच वेळी कोणाच्या जीवनमरणाचा प्रश्न ऐरणीवर आलेला असतो याकडे कोणाचेही लक्ष नसते (१९९३ : १३९).

या संशोधनाव्यतिरिक्त मत्स्योद्योगातल्या संघर्षाचा तपशील (मुरिकन १९९८, मॅथ्यू २००१) हेही उपलब्ध आहेत. लोकसंख्येच्या प्रश्नाच्या विरोधात काम करणाऱ्या शहरी भागातल्या काही कृतिगटांच्या चळवळींचे अहवालही उपलब्ध आहेत. हे गट लोकांमध्ये जागरूकता निर्माण करण्याचा प्रयत्न करत असतात. त्यासाठी विविध उपक्रम, कायदेशीर साहाय्य, काही वेळा शहरी भागातल्या पर्यावरणाला हानी पोहोचवणाऱ्या घातक प्रकल्पांना विरोध करण्यासाठी धरणे आंदोलनाचे शस्त्रही या चळवळींना वापरावे लागते. या संस्थांना राज्य आणि उद्योजकांकडून अपेक्षित ते कार्य करवून घेण्यासाठी बऱ्याच वेळा न्यायालयाची मदत घ्यावी लागते. वर्तमानपत्रांच्या संशोधकवृत्तीच्या पत्रकारांनी केलेल्या शोधपत्रकारितेशिवाय पर्यावरणवादी चळवळीचा शास्त्रशुद्ध अभ्यास अद्याप झालेला नाही. पर्यावरणवादी चळवळ ही कोणत्याही वर्गाशी किंवा कोणत्याही आर्थिक गटाशी सहभागी होणाऱ्या कार्यकर्त्यांच्या सामाजिक, आर्थिक महत्तेवर अवलंबून नसते. त्यामागील हेतू आणि दृष्टिकोनाचा अद्याप म्हणावा तसा अभ्यास झालेला नाही.

११ समारोप आणि भविष्यातले संशोधन

वसाहतवादाच्या काळातल्या काही चळवळी आणि भारतीय स्वातंत्र्याच्या पाच दशकांच्या कालखंडातल्या काही सामाजिक चळवळी आणि त्यांच्या संशोधनाच्या कार्यात राहून गेलेल्या त्रुटी यांवर आपण या प्रकरणात प्रकाश टाकणार आहोत. काही मुद्द्यांची पुनरावृत्ती होण्याची शक्यता आहे, असे मुद्दे आपण विचारात घेणार नाही. केवळ सामाजिक चळवळीच्या दृष्टीने महत्त्वाच्या विषयांनाच आपण स्पर्श करणार आहोत.

सर्वप्रथम भारतातल्या राजकारण, राज्यशास्त्राच्या काहीशा संकुचित दृष्टिकोनाचे आभारच मानले पाहिजेत. युरोप आणि अमेरिकेप्रमाणे राजकीय चळवळींकडे इथेही दुर्लक्षच झाले आहे. लोकांच्या सामूहिक कृतीला इथे नेहमीच अनागोंदी, अनियंत्रित, फुटीर आणि राजकारणापासून वेगळे स्थान दिले गेले आहे. राज्यशास्त्रज्ञ नेहमीच राजकीय सिद्धांतांचा, वरिष्ठ वर्गाशी संबंधित राजकारणाचा आणि राजकीय-कायदेशीर निर्णयप्रकियेमध्ये गुंतलेले असतात. त्यामुळे सर्वसामान्यांसाठी राजकारण हा त्यांचा स्वत:चा विषय असूच शकत नाही. त्यांना नेहमीच राज्यकर्त्यांच्या मर्जीप्रमाणे निर्णय मान्य करायला लागतात. सरतेशेवटी त्यांना उच्च वर्गातल्या राज्यकर्त्यांनी केलेल्या निर्णयावरच आपल्या प्रतिक्रिया द्यायला लागतात. राजकीय पक्ष आणि नेतृत्वाने त्यांच्यासमोर ठेवलेल्या पर्यायांपैकीच एक पर्याय निवडण्याचे बंधन त्यांच्यावर येऊन पडते. हे केवळ राजकारण्यांच्या सोयीचे रूप नाही, तर लोकशाही समाजरचना निर्माण करण्याच्या दृष्टीने एक घातक आणि चुकीचेही आहे. सर्वसामान्यांना त्यांचे स्वत:चे राजकीय अस्तित्व असते. सर्वसामान्य समाजाचे राजकारण आणि उच्च वर्गाचे राजकारण या दोन्हीही पूर्णत: भिन्न गोष्टी असू शकत नाहीत. सर्वसामान्यांच्या राजकारणानुसार लोकांचा राज्यकर्त्यांवरचा म्हणजेच पर्यायाने राज्यावरचा विश्वास ठरत असतो. कोणत्याही राज्यातले राजकारण हे त्या राज्याच्या राजकीय सिद्धांताशिवाय अगदी

वरवरचे, उथळ अशाच स्वरूपाचे असते. सर्वसामान्यांच्या राजकीय इच्छाआकांक्षांचा त्यामध्ये विचार केला गेलेला नसतो. सामान्यांनी केलेली सामूहिक कृती हा त्या समाजाच्या आणि लोकशाही राजकारणाचा एक भाग आहे. सध्याच्या वैश्विकीकरणाच्या आजच्या राजकारणाच्या पार्श्वभूमीवर लोकसहभागाच्या चळवळींचा अभ्यास विशेष महत्त्वाचा आहे. विशेषत: भारतासारख्या देशात राजकीय स्थित्यंतरे खूपच वेगाने होत असताना या अभ्यासाला खूपच महत्त्व प्राप्त होते. नव उदारमतवादाच्या अर्थकारणाच्या काळात राज्य हे एकीकडे प्रतिगामी कार्य करत आहे आणि शोषितांना मर्यादित 'राजकीय संधी' उपलब्ध होत आहेत. त्यांना इतिहासामध्ये कमी संधी उपलब्ध झाली असली तरी ते आपले स्वतंत्र अस्तित्व आणि सामाजिक, आर्थिक न्यायही मिळवण्याचा प्रयत्न करत असतात. स्वातंत्र्यपूर्व काळापासून ते स्वातंत्र्योत्तर काळापर्यंतच नव्हे तर गेल्या तीन दशकांतही सामाजिक संघर्षांचे स्वरूपच बदलले आहे असे नाही.

राजकीय समाजवाद हा भारतात अगदी अलीकडच्या काळात वृद्धिंगत झाला आहे. राजकीय समाजशास्त्रज्ञ, समाजशास्त्रज्ञ आणि इतिहाससंशोधकांनी सामाजिक चळवळींचे अध्ययन केले आहे. राजकीय चळवळी आणि पत्रकारिता यांचे या क्षेत्रातले योगदानही निश्चितच लक्षणीय आहे. यासंबंधीचे साहित्य सतत वाढते आहे. अभ्यासकांच्या दृष्टीने सामाजिक चळवळ निर्माण होण्यास आवश्यक असणाऱ्या परिस्थितीची निर्मिती कशाप्रकारे होते, हे विशद करण्यासाठी ते पुरेसे बोलके आहे. जेव्हा सामाजिक चळवळी घडतात तेव्हा विचारवंतांकडून त्यांचा अभ्यास केला जातो. पण प्रत्येकवेळी असे होते असे नाही. बहुतेक वेळा तशा स्वरूपाची दुसरी चळवळ घडल्यानंतर त्यांच्या अभ्यासाला प्रारंभ होतो. जेव्हा समाजात एखाद्या विषयावर चळवळ सुरू होण्याची शक्यता असते तेव्हाच सामाजिक, आर्थिक आणि राजकीय परिस्थितीचे विश्लेषण करण्यासाठी आपल्याला अधिक प्रयत्न करण्याची गरज आहे. सुरू असलेल्या चळवळींचा अभ्यास करण्यासाठी फारच कमी प्रयत्न केले जात असतात. चालू असलेल्या चळवळींच्या अभ्यासातून चळवळींच्या प्रगतीबद्दल आणि त्यात सहभागी झालेल्या कार्यकर्त्यांच्या विचारांचाही अभ्यास करता येतो. अशा स्वरूपाचा अभ्यास करण्यासाठी काही अभ्यासकांना निश्चितच प्रोत्साहन द्यायला हवे.

सामाजिक चळवळींवर फारच थोडे विचारपूर्वक अध्ययन झाले आहे. हे अध्ययन संशोधकांनी त्यांच्या दृष्टिकोनानुसार आणि त्यांच्या समाजात आलेल्या अनुभवांच्या आधाराने केले आहे. काही भारतीय समाजशास्त्रज्ञांनी या संशोधनामध्ये काही चळवळींचा अभ्यास करून वैचारिक भर घालण्याचा प्रयत्न केला आहे. चळवळीतल्या

कार्यकर्त्यांचे वर्गीकरणाबाबत प्रश्न उपस्थित केले गेले आहेत. समाजाकडे आणि सामाजिक स्थित्यंतरांकडे बघण्याची दृष्टी बदलायला लागली आहे. नवीन संकल्पना रूढ व्हायला लागल्या आहेत. ही तर सुरुवात आहे. आपल्याला अद्याप बराच पल्ला पार करायचा आहे. सर्वप्रथम समाजातल्या, लोकशाहीतल्या सामाजिक चळवळींबद्दल सार्वत्रिक आणि संसदेत सर्व मुद्द्यांचा समावेश करणारी चर्चा व्हायला हवी. शोषितांच्या समस्या सोडवण्याची आणि त्यांना न्याय देण्याची क्षमता संसदीय लोकशाहीमध्ये आहे का? जर एखाद्या गटाने संघर्षाची सुरुवात केल्यावर त्यांच्या मागण्यांकडे बघण्याचा राजकीय व्यवस्थेचा दृष्टिकोन कसा असला पाहिजे? राज्याच्या विरोधात बंड करणाऱ्यांना समजावून घेण्यासाठी राज्य कशा प्रकारची योजना आखते? व्यवस्था बळकट राखण्यासाठी या योजनांची यशस्विता कितपत आहे? लोकांमधील असंतोष निवळण्यासाठी राज्यातले आणि समाजातले विविध घटक काय प्रयत्न करतात? एखाद्या विशिष्ट विषयावर एखाद्या गटाकडून छेडण्यात आलेल्या चळवळीतल्या मागण्या पूर्ण करण्यासाठी सरकार काय करते? आणि कोणत्या चळवळी दडपण्याचा प्रयत्न सरकारकडून केला जातो? या प्रश्नांची उत्तरे शोधायला हवीत. दुसरी गोष्ट म्हणजे कोणत्या चळवळींमध्ये सामाजिक व्यवस्था बदलण्याची क्षमता अन्य चळवळींपेक्षा अधिक असते. क्रांतिकारी बदल घडवून लोकशाहीकरण आणि सामाजिक गटांमध्ये सामाजिक न्याय प्रस्थापित करण्याची क्षमता कोणत्या चळवळींमध्ये अधिक असते? महिला, मागास, दलित, शहरी आणि ग्रामीण गरीब वर्गाच्या चळवळी सामाजिक बदल घडवून, सामाजिक समानता आणण्याच्या दृष्टीने काय आणि कसे योगदान देतात. आपली लघुकालीन आणि दीर्घकालीन उद्दिष्टे साध्य करण्यासाठी या चळवळींकडून कोणते धोरण अवलंबण्यात येते? या चळवळींच्या मार्गांमध्ये वेगवेगळ्या वर्गांकडून, गटांकडून कोणकोणत्या अडचणी उभ्या केल्या जातात? वेगवेगळ्या गटांकडून आणि वर्गांकडून करण्यात येणाऱ्या चळवळींमध्ये कोणती साधर्म्ये आणि भेद असतात? नेतृत्वाचा विचार आणि ध्येये चळवळीतल्या कार्यकर्त्यांकडून कोणत्या मर्यादेपर्यंत मानली जातात? वेगवेगळ्या चळवळींचा राजकीय व्यवस्थेवर आणि सामाजिक स्तरांवर होणाऱ्या परिणामांचाही सविस्तर अभ्यास व्हायला हवा. वेगवेगळ्या चळवळींमागची विचारसरणी अगदी तपशिलाने तपासून बघायला हवी. या संकल्पनांमध्ये 'चळवळ', 'सामाजिक चळवळ', 'राजकीय चळवळ', 'निदर्शने', 'विरोध', 'क्रांती' इत्यादींचा समावेश आहे. विचारवंतांनी केलेल्या चळवळींच्या वर्गीकरणाचे सविस्तर परीक्षण व्हायला हवे.

एखादा माणूस बंड का करतो? सामाजिक चळवळींच्या अभ्यासाच्या दृष्टीने हा प्रश्न सर्वांत महत्त्वाचा आणि केंद्रीय आहे. पण हा प्रश्न अर्धवट आहे. हा प्रश्न

बहुतेक करून कार्यकर्त्यांच्या मानसिक अवस्थेबाबतच आहे. हे पुरेसे नाही. राजकीय हेतू साध्य करण्यासाठी व्यक्ती सामूहिक कृतीमध्ये का आणि कशाप्रकारे सहभागी होते हेही तपासून बघायला हवे. पहिला प्रश्न हा केवळ एकाच चळवळीबाबत काही समजत नाही. यासाठी दबावाचे तंत्रही समजून घेतले पाहिजे. पण यातून वेगवेगळ्या सामाजिक चळवळींचे वेगळेपण समजत नाही. आपल्याला विचारधारेच्याही पुढे जायचे आहे. यामधून केवळ एकाच प्रकारच्या विचारधारेबद्दल माहिती समजते. पण ज्याच्यात राजकीय आणि सामाजिक विचारांचा प्रभाव आहे अशा कोणत्याच क्रांतिकारी चळवळींबद्दलचा तपशील मिळत नाही. जेव्हा राजकीय पक्ष आपली विश्वासार्हता गमावून बसतात, प्रश्न सोडवण्यासाठी अपयशी ठरतात तेव्हा सामाजिक चळवळींमधील त्यांचा सहभाग किती परिणामकारक राहील? वांशिक, भौगोलिक, भाषिक, जातीय, प्रादेशिक अशा वेगवेगळ्या निकषांवर विभागला गेलेला समाज, अगदी क्षुल्लक कारणांवरून आपापसातच भांडत असला असताना राजकीय व्यवस्थेवर त्यांचा किती प्रभाव पडेल?

राज्यशास्त्राला तौलनिक अभ्यासाची फार मोठी परंपरा आहे. या दृष्टिकोनाच्या आधारे आपल्याला समानता आणि भेद ओळखता येतात. सतत बदलणारे आणि सातत्य राखणारे घटक आपल्याला शोधून काढता येतात. दोन विषयांमधील एकसमान मुद्देही शोधून काढता येतात. सामाजिक चळवळींच्या अभ्यासामध्ये या दृष्टिकोनाकडे दुर्लक्ष केले आहे. वेगळ्या भूभागांतल्या आणि वेगळ्या कालखंडांतल्या एकाच प्रकारच्या चळवळींचा अभ्यास करणे खूपच औचित्याचे ठरेल. वेगळ्या वर्ग आणि गटांच्या चळवळींचा तौलनिक अभ्यास करणेही औचित्याचे ठरेल. भारतातल्या सामाजिक, राजकीय चळवळींचा अभ्यास करण्याच्या दृष्टीने हे एक महत्त्वाचे प्रगतीचे पाऊल ठरेल. बहुतेक वेळा लोकांनी उग्र आंदोलन केल्यानंतर त्या चळवळीचा अभ्यास केला जातो. चळवळींचा अशा प्रकारे अभ्यास केल्यास कालमापनशास्त्रातही या उदाहरणांचा अधिक चांगला उपयोग करून घेता येईल. याचे महत्त्व आहे, पण सामूहिक कृतीसाठी केवळ चळवळीचे विषय पुरेसे असू शकत नाहीत. त्या विषयाला नेतृत्वाकडून दिली जाणारी दिशा आणि त्या संदर्भात राजकीय पक्षांची भूमिका, एकीकरण, संघर्षासाठी आखली जाणारी रणनीतीही दीर्घकालीन चळवळीसाठी महत्त्वाची आहे. बऱ्याच संशोधनांमधून अनौपचारिक आणि औपचारिक संघटनात्मक रचनेचा, सुरू असलेल्या चळवळीत त्याच्या प्रभावाचा आणि चळवळीमधल्या सर्व घटकांना जोडणाऱ्या संवादसाधनांचा अभ्यास केला जात नाही. त्याचप्रमाणे विचारधारेची चळवळीतली भूमिका, राजकीय पक्ष आणि वेगवेगळ्या स्तरांतून आलेल्या नेतृत्वाचा, गटांचाही पुरेसा अभ्यास केला जात नाही.

भारतीय विचारवंतांनी चळवळींचा अभ्यास करताना शास्त्रशुद्ध पद्धतीने येणाऱ्या काही महत्त्वाच्या विषयांकडेही पुरेसे लक्ष दिले नाही. शास्त्रशुद्ध अभ्यासाचे दोन प्रकार आहेत. त्यांतल्या एकाच्या आधारे माहितीचे संकलन केले जाते तर दुसऱ्याच्या आधारे स्तर आणि श्रेणी ठरवल्या जातात. बहुतेक चळवळी या अत्यंत मोघम माहितीच्या आधारावरच होतात, वर्तमानपत्रांमधील माहितीच्या आधारे त्याला बळ देण्याचा प्रयत्न केला जातो. इतिहासकारांनी मोठ्या प्रमाणात संग्राह्य माहितीचा आधार घेतलेला असतो. अशा स्रोतांमार्फत माहितीसंकलन करताना खूपच काळजी घ्यायला लागते. काही संशोधकांनी सरकारी कार्यालयात नोंदवल्या गेलेल्या माहितीच्या सत्यतेवर प्रश्नचिन्ह उभे केले होते. त्यांच्या स्वत:च्या स्वभावानुसार ही माहिती एकांगी असू शकते. त्याचप्रमाणे वर्तमानपत्रांमध्ये प्रकाशित होणारी माहिती हीदेखील एखाद्या ठरावीक चळवळीला पूरक किंवा विरोधी अशी असू शकते. बऱ्याच लहान चळवळींना वर्तमानपत्रांमध्ये स्थान दिले जात नाही, हे इथे मुद्दाम नमूद करायला हवे. बऱ्याच वेळा वर्तमानपत्रांमधील माहिती ही सरकारी दस्तऐवज आणि चळवळीशी संबंधित कार्यकर्त्यांनी तयार केलेल्या प्रसिद्धीपत्रकाच्या आधारे छापलेली असते. जेव्हा प्रत्यक्ष चळवळ सुरू असते तेव्हा फारच थोडे पत्रकार प्रत्यक्ष जाऊन वार्तांकन करण्याचे कष्ट घेतात. फारच कमी संशोधकांनी, आपल्या स्वत:च्या निरीक्षणाच्या आणि वैयक्तिक मुलाखतींवर भर दिलेला असतो. नेत्यांच्या भाषणातल्या माहितीचे, छापून आलेल्या माहितीचे विश्लेषण करण्याचा प्रयत्न तर अगदीच अपवादातून होतो.

राजकीय शास्त्रज्ञ आणि समाजशास्त्रज्ञ हे कार्यकर्त्यांच्या मोघम किंवा मुद्दाम घेतलेल्या मुलाखतींच्या आधारे माहितीचे संकलन करतात. या पद्धतीमुळे संशोधकांना माहितीतले तथ्य पुन्हा तपासून बघता येते आणि कार्यकर्त्यांच्या चळवळीबद्दलच्या भावनांची तीव्रताही समजते. कार्यकर्त्यांची चळवळीमधील भूमिकाही समजायला मदत मिळते. चळवळीत सहभागी झालेल्या राजकीय कार्यकर्त्यांनी केलेल्या अभ्यासातून आपल्याला सामुदायिक कृतीमधील गुंतागुंत समजू शकते. मध्यंतरी काही इतिहाससंशोधकांनी काही चळवळींमधील घटना आणि माहिती आता हयात असलेल्या कार्यकर्त्यांच्या मुलाखतींच्या आधारे आणि ऐकीव इतिहासाच्या आधारे पुन्हा तपासून बघितली. याचा खूपच चांगला फायदा झाला. पण आतापर्यंत कोणत्याही राजकीय, सामाजिक किंवा इतिहाससंशोधकांनी वेगवेगळ्या विश्लेषक हेतूने संख्यात्मक आणि गुणात्मक दृष्टीने परिपूर्ण, बहुआयामांनी माहितीचे संकलन केले नाही. कालानुरूप उपलब्ध झालेल्या माहितीच्या आधारे चळवळीतले टप्पे आणि राजकीय प्रगती समजून घेणे सहज शक्य होते. या पद्धतीने आपल्याला वेगवेगळ्या भागांत झालेल्या सामूहिक कृतींमधील पुनर्घटनांचा क्रम समजावून घेणे शक्य होते.

शास्त्रशुद्ध अभ्यास करताना 'चळवळीचा स्तर' ही आणखीन एक महत्त्वाची गोष्ट समजावून घ्यायला हवी. एखाद्या चळवळीत सहभागी होणाऱ्या कार्यकर्त्यांची संख्या किती असावी म्हणजे तिला सामाजिक चळवळ म्हणून संबोधले जावे? संशोधकांकडून या प्रश्नाला फारच कमी वेळा स्पर्श केला जातो. बऱ्याच चळवळींना त्यात सहभागी झालेल्या कार्यकर्त्यांची संख्यात्मक आकडेवारी न सांगताच त्या चळवळीला 'सामाजिक चळवळ' म्हणून संबोधले जाते. त्यातल्या कार्यकर्त्यांची अंदाजे आकडेवारीही उपलब्ध नसते. बहुतेक अभ्यास हे अतिवास्तव आणि वर्तमानपत्रातल्या माहितीवर आधारलेले असतात. (पत्रकार, राजकीय कार्यकर्ते आणि सर्वसामान्य माणसाकडून 'चळवळ' हा शब्द अगदी सहज आणि विशेष दखल न घेता सर्रास वापरला जातो). यामध्ये चळवळीला प्रमाणापेक्षा जास्त किंवा प्रमाणापेक्षा कमी मूल्य दिले जाण्याची शक्यता असते. चळवळ वाढण्याचा काळ आणि सामाजिक गटाची क्षमता यांच्या तुलनेत त्या चळवळीत सहभागी होणाऱ्या कार्यकर्त्यांची संख्या तपासून बघणे आवश्यक आहे. चळवळ ज्या भागात आहे आणि त्यात सहभागी झालेल्या गटाची क्षमता यांच्या आधारे चळवळीचे गांभीर्य ठरवण्यात यावे. यामुळेही चळवळींचा तौलनिक अभ्यास करणे शक्य होईल.

वर म्हटल्याप्रमाणे काही चळवळी अगदी कमी कालावधीसाठी चालल्या. काही दिवसांपासून ते काही वर्षांपर्यंत या चळवळींचा कालावधी होता. त्यांपैकी काही चळवळी त्यांचे अंतिम उद्दिष्ट गाठण्याअगोदरच लोप पावल्या. काही चळवळींनी दबावगट, संघटना किंवा राजकीय पक्ष म्हणून संस्थात्मक रचना स्वीकारली. चळवळी या अशा संघटनात्मक संरचना का आणि कशा प्रकारे स्वीकारतात? अशा प्रकारे संस्थात्मक संरचना स्वीकारल्यानंतर आपले उद्देश साध्य करण्यात त्या कितपत यशस्वी होतात?

सामाजिक चळवळींवर आधारित साहित्य जरी वाढत असले तरी आतापर्यंत प्रकाशित झालेल्या साहित्यामध्ये एकसूत्रता नाही हे खेदाने म्हणायला लागते. शेतमजुरांच्या चळवळीवर बऱ्याच संशोधकांनी भर दिला आहे. औद्योगिक कामगार-वर्ग, महिला यांच्या चळवळींवरचे प्रमाण अत्यल्प आहे. शेतमजूर, कोळी, वन-कामगार, यांच्या चळवळींच्या संदर्भात वर्तमानपत्रे आणि कार्यकर्त्यांच्या अहवालाशिवाय अन्य अभ्यासपूर्ण तपशील उपलब्ध नाही. शेतमजुरांच्या चळवळींवरच्या उपलब्ध माहितीमध्येही एकसूत्रता नाही. त्यात काही भूभागांचा अभ्यास पुन्हा पुन्हा करण्यात आला आहे; पण गुजरात, ओरिसा, मध्यप्रदेश, कर्नाटक इथली चळवळ अभ्यासली गेली नाही. त्याचप्रमाणे पूर्वोत्तर भागातल्या राज्यांमधील; ओरिसा, राजस्थान आणि गुजरातमधील आदिवासी चळवळींवरही खूप कमी अभ्यास झाला आहे.

गरीब आणि शोषितांच्या चळवळींमध्ये गेल्या तीन दशकांमधून वाढ झाली आहे. यांपैकी काही चळवळींवरचे अहवाल 'इकॉनॉमिक अँड पोलिटिकल वीकली'सारख्या अनियमित राजकीय नियतकालिकांमधून प्रकाशित होत असतात. पण या विषयांवर विद्यापीठांमधील संशोधक आणि संशोधनसंस्थांमधून फार कमी संशोधन केले जाते.

राजकीय समाजशास्त्रज्ञ आणि अन्य समाजशास्त्रज्ञांनी इकडे लक्ष द्यायला हवे. सध्याच्या चळवळीतले तपशीलवार अभ्यासाशिवाय, आय.सी.एस.एस.आर.ने संशोधकांना संशोधनासाठी विशेषत: प्रत्येक राज्यातल्या चळवळींच्या नोंदी असलेली डिरेक्टरी तयार करण्यासाठी प्रायोजकता द्यायला हवी. भविष्यातल्या राजकीय समाजशास्त्रज्ञांना आणि इतिहाससंशोधकांना हा एक उत्तम संदर्भग्रंथ होईल.